Gusto Kong Maging Ama

Dr. Marcelino D. Catahan

This publication contains the opinions and ideas of its author.
It is intended to provide helpful and informative material on the subjects addressed in the publication.

The author and publisher specifically disclaim all responsibility for any liability, loss or risk, personal or otherwise, which is incurred as a consequence, directly or indirectly, of the use and application of any of the contents of this book.

WORKBOOK PRESS LLC
187 E Warm Springs Rd,
Suite B285 Las Vegas NV 89119 USA

Website: https://workbookpress.com/
Hotline: 1-888-818-4856
Email: admin@workbookpress.com

Ordering Information:
Quantity sales. Special discounts are available on quantity purchases by corporations, associations, and others. For details, contact the publisher at the address above.

ISBN-13:   978-1-963718-18-8 Paperback Version
             978-1-963718-19-5 Digital Version

REV. DATE: 02/02/2024

TABLE OF CONTENTS

I. "GUSTO KONG MAGING AMA"

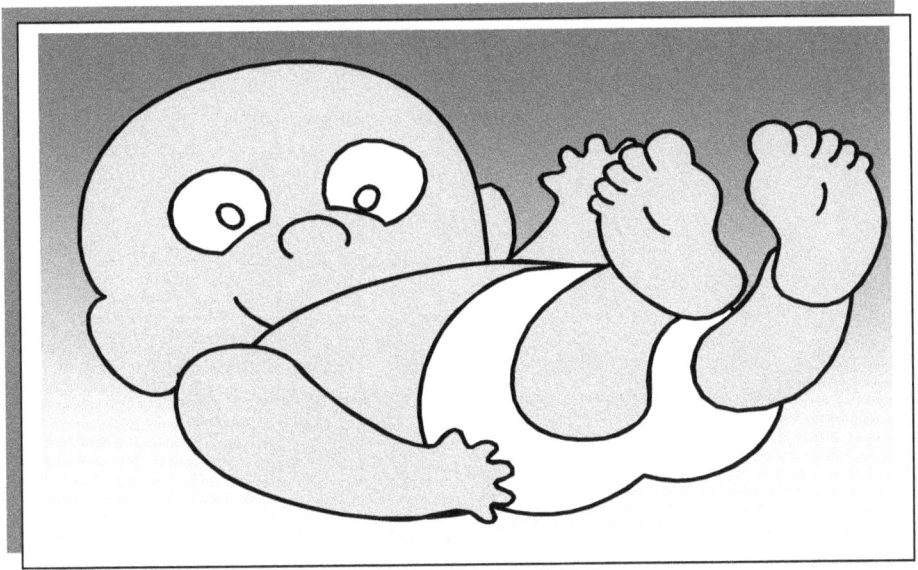

Tagumpay ng mga anak ay nasasa balikatan
        nitong ama at ng ina,
Hindi sapat ang subaybay ng magulang na iisa—
        kailangan ang ikalawa!

. . . Marcelino D. Catahan

"GUSTO KONG MAGING AMA" [1]

1.
Sa buhay ng tao dapat na tandaang hindi makakamit
At di matatamo sa habang panahon ang bala mong nais,
May pagkakataong nasa tugatog ka, saka may hagupit
Na mararamdaman at ika'y babagsak na namimilipit.

2.
Nasa tuktok ako ng aking tagumpay noong *nineteen-ninety-four*
Sa bansang Mozambique naglilingkod ako sa organisasyon,
UNICEF [2] ang tawag—bantog na samahan sa United Nations
Ako ay eksperto sa piling larangan nitong edukasyon.

3.
Di karingat-dingat: *"Anak o karera?"*—pinamili ako
Naging malurido [3] bunso kong binatang edad bente-uno,
Sa Chinese Hospital siya'y agaw-buhay may isa nang linggo
Ikaw ba'y uuwi o magpapatuloy sa iyong trabaho?

4.
Itong si Marcellus, [4] mulang pagkabata'y may "schizophrenia"
Epekto ng gamot—"family planning pills"—ininom ng ina,
Ako'y guro noon, sweldo'y kakarampot do'n sa Avanceña [5]
Walang kapasidad na sustentuhan ko'ng malaking pamilya.

5.
Higit pang makirot na dulot sa akin nitong kapalaran
Bago si Marcellus, may Vincent [6] na akong anak na espesyal,
Siya ay "autistic" dahil nagpabaya ang isang ospital
Gunting na ginamit pamputol ng pusod ay di nahugasan.

6.
Nineteen-seventy-five ako'y nagtrabaho sa Papua New Guinea
Tanging nasa isip—kumita ng pera at makapagsubi,
Ako'y nakaipon sapat na halaga at no'ng *nineteen-eighty*
Sila'y 'pinagamot sa sikat na Stanford University. [7]

7.
Subalit ang agham at dunong ng tao ay mayroong hangga
Hindi rin gumaling ang mga espesyal (anak kong dalawa),
Balik-Pilipinas no'ng *nineteen-eighty-one* ang aking pamilya
At ako'y patuloy na naghanap-buhay doon sa Australia.

---

1   Sinulat: August 4, 1994. Ang tulang ito ay naglalahad ng kadahilanan kung bakit iniwan ng awtor ang magandang trabaho   sa ibang bansa at tuluyang umuwi nang permanente sa Pilipinas.

2   Ang UNICEF ay "United Nations Children Fund." Naging konsultor sa Edukasyon ng UNICEF-Somalia ang awtor noong January 1993. Noong March 1994, napadestino siya sa Mozambique, isang bansa na kanungog ng South Africa.

3   Ang salitang "malurido" ay lumang Tagalog na ang ibig sabihin ay malubha ang karamdaman. Naglason ang anak na binata ng awtor at na-"confine" sa Chinese General Hospital (CGH), Manila.

4   Marcellus ang pangalan ng anak na may "schizophrenia"—isang sakit sa utak na panghabang-buhay. Ang maysakit ay nakagagawa ng mapanirang bagay, gaya ng pagsunog sa bahay o pag-inom ng lason.

5   Ito ang Ramon Avanceña High School (RAHS) sa Tanduay St., San Miguel, Manila. Dito nagturo ang awtor, mula July 1967 hanggang December 1974.

6   Tatlong sunod-sunod na babae ang anak ng awtor. Sumunod si Vincent na isang lalaki. Isinilang siya sa Galang Maternity Hospital, Batangas St., Sta. Cruz Manila noong November 16, 1970. Nalason ang dugo nito, dahil marumi at di nahugasan ang gunting na ginamit sa pagputol ng pusod. Walang tubig at koryente sa buong Maynila noon dahil sa bagyong "Yoling." Kaya naging "autistic" si Vincent.

7   Ang Stanford University sa Palo Alto, California, USA ay may sariling sikat na ospital. Isang taong ginamot dito sina Vincent at Marcellus pero, hindi rin gumaling. Isa itong patunay na di mo makakamit ang balanang naisin sa buhay. May tadhana at limitasyon ang lahat!

8. Di ako sumuko sa purong problema at unos ng buhay
    Habang nasa labas ipinagpatuloy yaong pag-aaral,
    No'ng *nineteen-ninety-two*, waring gapasin na nang ako'y gawaran
    Titulong Ph.D.—ang Pacific Western [8] yaong pamantasan.

9. Kaya nga't pinalad akong makapasok sa United Nations
    Na isang konsultor sa bansang Somalia [9] na may giyera noon,
    Ang ambang panganib ay aking hinamak, bala'y sinalubong
    Sa batang Somali'y muling ibinalik itong edukasyon.

10. No'ng *nineteen-ninety-four* ako ay nalipat sa bansang Mozambique
    Na isang eksperto sa edukasyon ng samahang UNICEF,
    Akala ko noon, kaya kong makamit ang bala nang nais
    Nang ako'y tapikin: "Anak o karera?" ang tanong ng langit.

11. Komo ako noo'y nagbubukas pa lang sa proyektong tangan
    Pag ako'y umuwi, sa puwesto ay tiyak akong papalitan,
    Kaya't minabuting sa aking tungkulin ako ay magbitaw
    Mahalaga pa rin ang aking pamilya kaysa anong bagay!

12. *Sa dalawampung taon* [10] *ang mga anak ko ay nangagsilaki*
    Na ako'y malayo, walang nakantahan at naipaghele,
    Ngayon ang sandali para patunayan sa aking sarili
    Na ako ay ama at sa pamilya ko ay handang magsilbi!

13. Maraming pamilya'ng nagkawasak-wasak nang ito'y iwanan
    Ng ama o ina, upang magtrabaho sa labas ng bayan,
    Guhit ng tadhana bagang masasabi itong kahirapan
    Nitong Pilipinas dahilan sa punong mga salanggapang?

---

8   Ang Pacific Western University ay isang pamantasan sa Los Angeles, CA. Dito nagtapos ang awtor sa kursong Doctor of Philosophy (Ph.D. in Educational Administration) noong ika-15 ng Nobyembre, 1992. Limampu't apat na taon na ang awtor nang magtapos sa Ph.D.

9   Sa Somalia, East Africa siya unang nadestino bilang *education officer* ng UNICEF (1993-1994). Siya ang nagbukas pamuli ng "Primary Education" sa Somalia, na natigil nang halos sampung taon, dahil sa giyera-sibil. Malaking hirap ang dinanas niya sa proyektong ito: *"walang eskwelahan; walang guro, walang aklat; at, walang pera ang UNICEF para itustos sa mga pangangailangan."* Sa tulong ng reberensiya sa Panginoon, personal na disiplina, karakter at indibidwalidad—nagtagumpay din siya, at sa wakas ay muli niyang naibalik ang mga batang Somali sa loob ng paaralan.

10 Dalawampung taon na nag-OFW ang awtor sa iba't ibang bansa. Lumaki ang mga anak na malayo siya at dahil doon ay mailap din sa kanya ang kalooban ng mga anak. Kaya, nag-desisyon siyang iwanan ang rurok ng tagumpay upang magabayan nang lubusan ang pamilya. Gusto niyang maging ama!

BALIKATAN NG AMA AT INA [11]

1.
Dalawampu't apat ng Hulyo, taon ng *nineteen-ninety-four*
nang sa NAIA [12] ay dumatal
Bandang ikatlo ng hapon noong ako ay pumila
sa "Baggage Claim" [13] ay naghintay,
Nagdaan ang isang oras, bagahe kong dala-dala'y
nanatili sa kawalan
Ako'y agad na nagtungo sa "Claim Section" [14] ng bagaheng
sakay ng Philippine Airlines;
Matapos na rebisahin ng empleyadang babae
ang tala ng mga sakay
Sabi niya: "Bagahe n'yo ay naiwanan sa Hongkong,
bukas na lang ho balikan."

2.
Kagyat akong nakadama ng pait sa aking dibdib
sa serbisyong-Pilipino
Marami nang paliparan ang akin ding naraanan
ngayon lang nagkaganito,
Masama ang aking loob nang lumabas sa pintuan
kinakamot yaring ulo
Tinawag ko'ng isang taksing nakaparada sa labas:
"manong, sa CGH [15] tayo!"
Habang tinatakbo namin ang matrapik na lansangan
ang isip ko ay magulo
Labis ang panghihinayang sa iniwang katanyagan
at sa ganda ng trabaho.

3.
Alas-sais na ng gabi nang ang taksi ay pumasok
sa bakuran ng ospital
"Magkano ho?" ang tanong ko sa drayber na nakaabang,
nakasahod na ang kamay,
"Sanlibo ho," yaong sagot, ang tinuran n'yang halaga
ay agad kong ibinigay
Di na ako nagreklamo—sa isip ko'y mas maigi
ang maholdap ka nang legal;
Agad akong napatungo sa opis ng impormasyon
at nagtanong na magalang:
"Miss, saan po ba yaong kuwarto ng anak kong ang pangalan
ay Marcellus T. Catahan?"

---

11   Sinulat: August 20, 1994. Ito ay larawan ng tulungan o balikatan ng ama at ina para sa mga anak.

12   Ang NAIA ay daglat ng: "Ninoy Aquino International Airport." Ika-24 ng Hulyo, 1994 nang ang awtor ay umuwing permanente sa Pilipinas—matapos ang 20 taong pagtatrabaho sa iba't ibang mga bansa. Nagbitiw ang awtor sa puwestong *education consultant* ng UNICEF-Mozambique dahil naglason ang maysakit na anak na si Marcellus.

13   Ito ay ang lugar sa airport kung saan kinukuha ang bagahe ng mga bagong dating na pasaheros mula sa "conveyor" na awtomatikong umiikot.

14   Ito ang opisinang pinupuntahan ng mga pasaherong nawawala ang mga bagahe.

15   Ang CGH ay daglat ng: "Chinese General Hospital."

4.   Hindi man lamang sumulyap ang babaing nakaputing
nagkakalkal ng papeles
Ang tanong kong binitiwa'y wari bagang di inino,
dili kaya'y di nadinig,
"Oh, Diyos ko . . . mahabag Ka, Diyos Amang nasa langit,"
ang himutok kong parinig
Saka lang siya tumingin, na sa mukha ay alangan
ang matawa o magalit;
Pamuli n'yang itinanong ang pangalan ng anak kong
hinahanap na maysakit
"Sa *fifth floor* ho, *Room 503*," ang maikli niyang hayag,
ako'y dagliang umalis.

5.   Binuksan ko nang marahan ang pintuan niyong kuwarto
ng anak kong si Marcellus
Natambad sa paningin ko ang yayat na katawan n'ya
ang baraso ay may "dextrose," [16]
Mama niya'y nakaupo at sa tabi'y nagbabantay
sa anak na natutulog
Nang ako ay mapagsino yaong anak na maysakit
ay ginising nang payugyog;
"Mao [17] anak, gumising ka, narito na ang papa mo,"
ang balita n'yang mairog
"Papa, ano'ng pasalubong?" ang salita ng anak kong
waring isang batang musmos. [18]

6.   Kaagad kong inilabas magmula sa "hand-carry bag" [19]
isang pagkagandang "walkman" [20]
Kinabitan ko ng "headphone" ito'y aking pinatugtog
sa tainga n'ya inilagay,
"Dinig mo ba yaong tugtog, maganda ba, aking anak?"
tanong lipos-pagmamahal
"Maganda po, salamat po," sagot ni Mao na sa mukha
ay bakas ang kasiyahan;
Makaraa'y kinuha ko isang tsoklateng "toblerone" [21]
ito'y aking binalatan
Isinubo ko sa kanya, kinagat n'ya nang malaki
tumulo ang kanyang laway. [22]

---

16   Ang "dextrose" ay karaniwang ginagamit sa isang maysakit para palitan ang "fluid" o tubig na nawala sa katawan. Ito ay nasa bag, may tubong plastic na may karayom sa dulo, upang doon idaan ang gamot na para bang ineksyon.

17   Mao ang palayaw ni Marcellus—ang espesyal na anak ng awtor.

18   Ang maysakit na schizophrenia ay parang bata ang isip. Kaya, kaagad ay pasalubong ang hinanap ni Mao sa ama, imbes na magtanong ng ibang bagay.

19   May "hand-carry bag" ang awtor dahil kadarating lamang mula sa Mozambique, Africa.

20   Ang "walkman" ay maliit na transistor radio. May "headphone" na isinusuot sa magkabilang tainga ng gagamit para siya lamang ang makarinig.

21   Ang "toblerone" ay isang masarap na tsokolateng produkto ng Switzerland, Europa.

22   Bahagi ng sakit ni Mao ang pagtulo ng laway, lalo na kung may nginunguya sa bibig.

7.   Di nagtagal ay dumating yaong anak kong dalaga (isa ring nars sa CGH)
     Mainit niya 'kong niyakap: "Salamat at umwi kayo,
     kawawa'ng aking kapatid."
     Ang sagot ko: "Oo anak, magmula nang tumawag ka
     di na ako mapa-idlip,
     Kaya ako ay narito upang hindi na pamuling
     sa piling n'yo ay umalis;"
     "Mama, "day-off" ko nga pala . . . um'wi na kayo ni papa,
     bukas na lang po bumalik
     Bahala na ako rito, si papa ay tiyak na pagod
     sa biyaheng kainip-inip."

8.   Bago kami patuluyang umuwi sa aming bahay
     niyaya ko sa restoran
     Maybahay kong labindalawang taon din ang nakalipas
     na kami'y nagkahiwalay,
     Ito'ng isa sa dilema ng maraming OFW
     sa labas ang hanapbuhay
     Naghiwalay kami noon pagkat ako ay nagalit
     sa kanyang kapabayaan;
     Pangalawa kong dalaga'y nabuntis ng may-asawa
     na hindi n'ya napigilan
     Malabis ko 'tong dinamdam at siya ang sinisi ko
     sa nangyaring kasawian.

9.   "Mabuti't pinayagan ka na umuwi ng 'kabit' mo,"
     ang pasaring n'ya sa akin
     "Hindi ako pinayagan—ako'ng nagpilit umalis,"
     ang sagot kong may panimdim,
     "Magagalit 'yon sa iyo, sana'y di ka na umuwi,"
     nananarok ang damdamin
     "Hindi na s'ya magagalit—tapos na sa 'min ang lahat,'"
     ang sabi kong mataimtim;
     "Sa kalalagayan ni Mao, higit akong kailangan
     na sa inyo ay pumiling,
     Gusto ko ang maging ama—sa anak kong nasa bingit
     ng panganib at hilahil."

10. *"Tagumpay ng mga anak ay nasasa balikatan*
     nitong ama at ng ina
     Hindi sapat ang subaybay ng magulang na iisa,
     kailangan ang ikalawa,
     Pakiusap ko sa iyo ay ating nang kalimutan
     ang madilim na pahina
     Nitong ating kasaysayan, bilang isang sawimpalad
     na nawasak ang pamilya,
     Muli nating pagtulungan na sa guho'y makabangon
     habang mayro'ng panahon pa."
     At nang kami ay umuwi, magkahawak na ang kamay
     may panibagong pag-asa!

"ANG TUPANG NALIGAW" [23]

1.   Ako'y isang pobreng pastol sa tigang na kaparangan
anim ang tupang alaga [24]
Araw-gabi'y binubusog ko sila ng pagmamahal
at pagsuyong darakila,
Subalit ang pagmamahal ay di sapat na sustento
upang ganap na tumaba
Dapat may bahay at damit, edukasyon at pagkain
pagmamahal na sagana;
Isa ito sa dilema ng maraming Pilipinong
ang pamilya'y maralita
Kailangan pang lumabas at doon maghanap-buhay
sa silong ng ibang bansa.

2.   At gayon nga ang naganap—taong *nineteen-sevety-five*
ako'y kagyat na lumisan
Mga tupang alaga ko ay lubusang 'binulaos
sa tigang na kaparangan,
Natupad ko ang pangarap na sila ay maibili:
bahay na masisilungan
Ng **damit** at **edukasyon** at masarap na **pagkain**
na basikong kailangan;
Huli na nang matanto kong ito palang **pagmamahal**
ay mas importanteng bagay
Dito ay nagkulang ako—hindi sila nalukuban
no'ng kanilang kabataan.

3.   At masaklap ang nangyari, nagwala at napaligaw
ang tupa kong ikalawa [25]
Nasira ang pag-aaral, sinagpang ng isang lobong [26]
maitim ang kaluluwa,
Palibhasa ay malayo ang pastol na makandili
nawala ang kanyang giya
Ang anak ko ay niluray—makaapat na anakan
ng lobong nagsamantala;
Nang hindi na makatiis sa hirap na dinaranas
ang anak kong sinisinta
Isang liham ng patawad at lubusang pagsisisi
ang sa aki'y pinadala.

---

23   Sinulat: October 24, 1994.

24   Ang ibig sabihin ng, "anim ang tupang alaga" ay anim ang anak ng awtor.

25   Ang anak na tinutukoy dito ng may-akda ay ang ikalawang anak na dalaga. Nag-aaral ang dalaga sa UST at kumukuha ng kursong "Accounting," subalit hindi nakatapos, dahil nalinlang ng isang may-asawa. Mabait ang asawa ng awtor at sunod ang layaw ng mga anak kaya, nangyari ang kapahamakang hindi inaasahan. Labis itong dinamdam ng awtor, subalit wala siyang magawa. Nasa ibang bansa siya at naghahanap-buhay para sa kinabukasan (?) ng mga anak.

26   Ang "lobo" na tinutukoy ng awtor ay isang may-asawa na walang-awang sumira sa buhay ng kanyang anak na dalaga. Apat ang naging apo ng awtor na kinakandili niya ngayon.

4.	"Papa, una'y pang-unawa ang pamanhik ko sa inyo,
	pangalawa ay patawad
	Sa ginawang kasalanan, nasadlak sa madlang dusa
	ang anak mong sawimpalad,
	Lubos akong nagsisisi, sana ako'y matulungan
	sa hirap na dinaranas
	Kailanma'y di ko ninais na ako'y mapariwara
	at maligaw nitong landas;
	Hingi ko po ay tulutang makipisan kaming muli,
	tahanan n'yo ay ibukas
	Di ko kayang balikatin ang mabigat kong problema
	sa apat kong mga anak.

5.	"Tatlo po sa inyong apo ay bukas na'ng pag-iisip,
	dapat nasa paaralan
	Karapatang edukasyon ay hindi ko maihandog
	sa tindi ng kahirapan,
	Ang kita ko sa trabaho'y sapat lamang sa gastusin
	at pagkain araw-araw
	May tira man ay pambayad sa maliit na apartment
	na ngayo'y aming tahanan;
	Kung kami po ay ampunin at payagang makitira
	sa bahay ay makipisan
	Ang renta ko sa apartment ay puwede nang magamit ko
	sa kanilang pag-aaral."

6.	Hindi ko na tinapos pa ang sulat ng aking anak,
	agad akong nagdesisyon
	Umarkila ng sasakyan—alagang tupang naligaw
	mairog na sinalubong,
	Lumuluha ang anak ko: "Papa, di ko akalaing
	bigyan ng pagkakataon
	Na ako ay mapatawad sa nagawang kasalanan
	at sinayang na panahon."
	Waring pastol-parabola, [27] **anim ang tupang alaga**
	na ang isa'y naparool
	Nang muli kong matagpuan, isinaklay sa balikat
	at sa bahay itinuloy!

_____

27   Sa Aklat na Luke: 15.3-7 ay nangaral si Hesus sa mga kolektor ng buwis at sa iba pang makasalanan. Narinig Siya ng mga Pariseos at mga guro sa batas na nagsabing, si Hesus daw ay nakikihalo sa mga makasalanan at kasama-sama pa pati sa pagkain. Kaya, isinalaysay ni Hesus ang isang parabola—isang kuwentong nagbibigay-aral. Ang parabola ay tungkol sa isang pastol na may 100 tupa. Nawala ang isa, kaya iniwan ng pastol ang 99 na tupang alaga para hanapin ang isang "tupang naligaw." Nang ito'y makita, buong kaligayahang isinaklay ng pastol sa kanyang mga balikat at umuwi. Tinawag ang mga kaibigan at kapitbahay para ipagdiwang ang pagbabalik ng naligaw na tupa. Itinulad ni Hesus ang naligaw na tupa sa isang taong makasalanan na nagsisi. Sa tuwirang salita, ang bawat taong magsisi sa pagkakasala ay naghahatid ng malaking katuwaan sa Panginoong Diyos.

"THE CUCKOO NEST" [28]

1.
Iniwan ko sa "on" ang "Toshiba Laptop" sa mesang kainan
At nagmamadaling nagtungo sa banyo upang magpatighaw,
Nang ako'y bumalik yaong kompyuter ko ay wala nang ilaw
Labinlimang "hairpin," nasiksik sa "Drive-A," ang aking tinanggal;
Nang aking testingin itong kompyuter ko'y ayaw nang umandar
Sa laki ng galit, apo kong si Tiza'y [29] napagdiskitahan.

2.
Dalawang hagupit ng aking sinturon ang kanyang tinanggap
Napahiyaw siya sa sakit ng palo't humagulhol agad,
Di kaginsa-ginsa'y biglang lumagabog at aking namalas
Yaong "mini-compo" sa kinalalagya'y bumagsak/nawarak;
Sa di kalayuan, itong si Marcellus [30] mata'y nagliliyab
Pinagsasampal ko, hanggang mahandusay sa sementong lapag.

3.
Nang siya'y bumangon patakbong nagtungo sa kaniyang silid
Habang ako naman sa aking kompyuter ay muling nagbalik,
Ang kimkim na galit ay lalong nag-alab nang hindi mapilit
Na mapagana ko ang aking kompyuter . . . sinira ng lintik!
Di karingat-dingat ay aking nadinig ang sigaw ni Vincent: [31]
"Papa, sunog . . . sunog!" na itinuturo ang kuwartong maliit.

4.
Pahagibis akong tumakbo sa kuwarto at laking gilalas
Kama ni Marcellus ay nasusunog na at naglalagablab,
Agad kong binasa sa tubig ang unan at pinaghahampas
Ang init ng apoy na nagtatangka nang noon ay kumalat;
Nang aking mahupa, ako'y nakahinga't laking pasalamat
Muntik nang matupok bunga ng dal'wampung taong paghihirap! [32]

5.
Ang unang hinanap ng mga mata kong noo'y nanlilisik
Itong si Marcellus na nakasalampak sa sulok ng silid,
Akmang bibirahan ng suntok at tadyak nang aking masilip
Mga luha niya'y umaagos—parang tahimik na batis;
Bigla 'kong napatda, kagyat na sinurot ang tulirong isip:
"Sino ba talaga sa inyong dalawa'ng tunay na may sakit?"

---

28 Sinulat: July 24, 1995. Ang "The Cuckoo Nest" sa tulang ito ay ang "Ward-7" ng Psychiatry Department sa Philippine General Hospital (PGH). Matagal na ipinagamot dito si Marcellus (Unang pasok: July 11-August 30, 1995). Dati ay sa Chinese General Hospital ipinagagamot si Mao pero, mas magastos doon, kaya sa PGH na ipinasok ng awtor ang anak.

29 Si Tiza ay apat na taon, isa sa apat na apo ng awtor na nakatira sa kanilang bahay. Siya ang nagsiksik ng 15 "hairpin," o ipit sa buhok, sa Drive-A ng kompyuter.

30 Si Marcellus ay edad bente-uno at may "schizophrenia," isang uri ng malubhang sakit sa utak. Kapag nakakita ng bayolensiya ang isang "schizophrenic," nagiging bayolente rin ito at nakagagawa ng marahas na bagay—gaya ng pagsunog sa kanyang kama.

31 Si Vincent ay edad bente-tres na anak ng awtor at isa ring batang-espesyal. Siya ay "autistic," isang klase ng sakit sa utak na may sariling mundo—kinakausap ang sarili kahit nag-iisa.

32 Sa 20-taong pagiging OFW, tanging ang bahay at lupa ang naipundar ng awtor. Ang lahat ng kanyang naipon ay nagastos sa pagpapagamot sa dalawang anak na espesyal sa Amerika.

6.   Puso ko'y nabagbag, siya ay niyakap nang aking lapitan
        "Anak, patawarin sa aking ginawang sa iyo'y pagsampal,
        Hindi baga ikaw ang tunay na sanhi at tanging dahilan
        Kung kaya umuwi at ang trabaho ko ay aking iniwan?"
        Matapos aluin, siya'y pinaligo't aking dinamitan
        At kami'y nagtaksi tungo sa Philippine General Hospital.

7.   Limang oras kami sa "Emergency Room" mata'y nasa langit
        Nang magkabakante doon sa "Ward-7," Psychiatry Department,
        At sa "Bed No. 5" itong si Marcellus ay suwerteng nasingit
        Matapos pirmahan ang katakot-takot na "admission papers;"
        Labindalawang kama ang nagsisiksikan sa kuwartong maliit
        Okupadong lahat—sa dami ng Pinoy na baliw ang isip!

8.   Tabi ni Marcellus ay binatang-Bicol, nasa "Bed No. 4"
        Siya'y nakaupo sa gilid ng kamang pakuya-kuyakoy,
        Nasa silyang harap ang isang doktora—may "Clinical Session:" [33]
        "Pa'no ka sinuntok . . . malakas ba'ng suntok ng papa mo, Bonbon?" [34]
        Walang anu-ano'y lumipad ang suntok—mukha ay nasapol,
        Bagsak ang doktora: "Ganyan po ang suntok ng papa kong maton!"

9.   Nasigaw ang ina: "Bon, bakit sinuntok itong si Doktora?"
        Ang sagot ni Bonbon: "Hindi iyon suntok—iyo'y isang mustra,
        Tinatanong niya kung ga'no kalakas ang suntok ni papa
        Kaya minustra ko ang lakas ng suntok nang madama niya."
        Sa nangyaring iyon ang Clinical Session ay biglang nasara
        Ginapos si Bonbon, 'tinali sa apat na sulok ng kama.

10.   Alas-otso-media, matapos pumila sa gamot ang lahat
        Pinatay ang ilaw para patulugin ang pasyente ng ward,
        Ang nanay ni Bonbon sa aki'y lumapit at nakipag-usap
        Matagal ding kaming nagka-istoryahan sa gitna ng anas;
        Si Cristina [35] pala, sa Saudi Arabia'y anim na taong "nars"
        Asawa'y nilisan itong sina Bonbon at nangibang-pugad.

11.   Dito nagsimula'ng kalbaryo ni Bonbon hanggang masiraan
        Kaya't si Cristina'y kagyat na umuwi, trabaho'y iniwan,
        Ilang 'Bonbon' kaya ang katulad niyang hindi nakayanan
        Namuhay na dukha sa isang magulo't wasak na tahanan?
        Kung ang Pilipinas ay maunlad sana sa pangkabuhayan
        Ang Bonbon/Marcellus ay tiyak na sisibol na iilan lamang!

---

33   Ang "Clinical Session" ay oras ng panggagamot ng doktora sa pasyente; kasama na rito ang pagtatanong ng doktora para malaman ang dahilan ng sakit ng isang pasyente.

34   Si Bonbon ay isang binatang taga-Bicol na 18-taon ang gulang. Dati ay nars ang nanay niya sa Saudi sa loob ng anim na taon. Nagseselos ang tatay at madalas gulpihin si Bonbon kapag nalalasing. Hanggang sa nang lumaon, nakiapid ito sa iba atiniwanan sina Bonbon at ang nakatatandang kapatid na babae.

35   Cristina ang pangalan ng mama ni Bonbon.

SI BONBON: ANG INBENTOR [36]

1.
Tinanggal ang tali ng binatang-Bicol kinaumagahan
Sila ni Marcellus agad nagkalapat sa hapag-almusal,
Sabi ni Cristina: "Bonbon, isama mo sa'yong pamamasyal
Sa kuwartong katapat, ipakilala mo ang BF [37] mong si Mao;"
Ang tapat na kuwarto'y siya palang lugar ng kababaihang
May-sira ang isip, sa hirap ng buhay, ang unang dahilan.

2.
"Ibig mong sabihin ang kuwartong katapat ay Psychiatric Ward din?"
"Oho, iyo'y silid ng mga babaing mayroong kililing."
Sunod na tanong ko: "Hindi ba problema sa gabing madilim,
Baka mamulatang babai't lalaki ay magkakasiping?"
Wala kasing harang na makasasagka sa maling naisin
Sa tukso ng laman ay walang pintuan na makapipigil.

3.
Natawa si Bonbon na sa amin pala noo'y nakikinig:
"Isang gabi nga po ay nagising ako sa tindi ng init,
Nang ako'y dumilat ay biglang nagulat sa aking namasid
Nasa ibabaw ko yaong kaibigang si Rosang domestik; [38]
Sabad ni Cristina: "Ito ho'y totoong nangyari sa sulit
'To kasing si Bonbon, sanay sa palusot at maraming madyik."

4.
Hamon ni Cristina: "Hala nga Bon anak, iyong isalaysay
Ang lahat ng madyik at mga imbensiyong iyong natuklasan,"
Agad na bumira si Bonbon ng bida sa dilang balabal:
"Ang agimat ko po ay natagpuan ko sa dalampasigan;
Ito po ay batong si 'Nardong Putik' [39] lang ang unang may tangan,
Kapag isinubo, di ka makikita ng iyong kalaban."

5.
"Sa dalampasigan ay may tatlong batong ubod nang gaganda
Na napulot ako habang naglalakad nang isang umaga,
Pagdating sa bahay ang isa'y nilulo't tinanong si mama:
"Kita mo ba ako?" at siya'y sumagot: "Oo Bon, bakit ba?"
"Di ito'ng agimat, sabi ng isip ko't 'sinubo'ng ikalawa
Pero, kita pa rin—kaya ang pangatlo ay aking tinira."

6.
Naintriga si Mao, kung kaya tinanong kaagad si Bonbon:
"Ano ang nangyari sa ikatlong bato nang iyong ilulon?
Ikaw ba'y naglahong katulad ni Nardo—naging imbisibol?"
"Hindi," ani Bonbon. "Nasaan ang madyik?" ang ulit na tanong;
"Mao, makinig ka . . . ang madyik ng bato ay aking naturol
Nang aking idumi—kasama'y bulate na magkakabuhol."

---

36   Sinulat: July 29, 1995. Ang tulang ito ay karugtong ng: "The Cuckoo Nest." Sa Ward-7 din ng Psychiatry Department, PGH ang tagpuan.

37   Ang BF ay daglat ng: "best friend." Naging matalik na mag-BF sina Bonbon at Mao. Madali silang nagkalapit ng loob, dahil pareho silang pasaway.

38   Si Rosa ay isang dalagang taga-Laguna na 17 taong gulang. Dati ay "domestic helper" siya sa Hongkong. Minaltrato daw siya ng "employer" kaya nasiraan ng bait. Umuwi nga sa Pilipinas at ngayon ay nagpapagamot sa PGH. Malapit si Rosa sa binatang-Bicol, at isang gabi nga ay nahuli ito ng mga nars na nasa ibabaw ng natutulog na si Bonbon. Walang malisyang naganap sa dalawa. Nagawa lamang ito ng dalaga dahil sa malabis na pagmamahal sa kaibigang binata.

39   Si Nardong Putik ay isang karakter na may pambihirang galing. Naisa-pelikula ang buhay nito na ang titulo ay "Nardong Putik" din. Ginampanan ito ng aktor-pulitiko na si Ramon Revilla, Sr..

7.   At naghagikgikan, apat na masayang mga kaluluwa
        Sa lupit ng buhay ang tanging kalasag ay lutong ng tawa,
        "Sige Bon, ang tungkol sa gamot ng ate ang iyong ibida."
        "Ganito po yaon," ang binatang-Bicol ay muling umentra;
        "Ang ate ko noon . . . siya'y nagkasakit nang wala si mama
        Malayo ang doktor at ni-albularyo ay walang makita."

8.   "Bigla kong naisip ang payo sa radyo ni 'Ka Ernie Baron' [40]
        Ako ay naglaga niyong pito-pito [41] na dahon ng kahoy,
        Nang ito'y maluto, sinala sa baso para ipainom
        Sa aking kapatid na ilang araw nang nilalagnat noon;
        Mahigpit kong pigil yaong kanyang ulo habang dinuduldol
        Ang basong may laman ng gamot ay pilit ipinapainom.

9.   "Ngunit di sumuko ang mahal kong ate nang gayon na lamang
        Malakas na bigwas ang pinawalan n'ya—ako'y napabitaw,
        Siya'y nagtatakbong malayong-malayo sa dalampasigan
        Lumabas ang sakit at biglang gumaling nang siya'y gisawan;
        Ako ay humanga sa bisa ng gamot, datapwat nabaghan
        Hindi n'ya nainom, subalit gumaling ang sakit na taglay?

10.   "Dahil tinanggihan ni ate ang gamot, naintriga ako
        Kataong dumating na kumakarengkeng alaga kong aso,
        Agad sinunggaban at binaliti ko yaong kanyang ulo
        Pinilit ko siya na laguking lahat ang laman ng baso;
        Katulad ni ate, kagyat nagpapalag at nagwala ito
        At nang makaalpas kumengkeng palayo, karipas ng takbo!

11.   "Sa aking namalas, lalong pagkalito ang aking nadama
        Si ate, ang aso—bakit ang gamot ko'y tinakbuhan nila?
        Kaya ginawa ko, sa laman ng baso, ako ang tumira
        Heto ako ngayon—dito sa PGH—sirang bumalandra!" [42]
        Ilan kayang Bonbon ang mag-iimbento ng gamot na tawa
        Na tanging panlunas sa dusa't pighati ng bayan kong sinta?

---

40 Si Ka Ernie Baron (SLN) ay sikat na "radio announcer" na ang kampanya ay ang paggamit ng halamang-gamot sa maraming uri ng sakit.

41 "Pito-pito" ang tawag sa halamang gamot na ipinapayo ni Ka Ernie. Ito ay mga dahon ng pitong klase ng iba't ibang punong-kahoy na inilalaga. Ang katas ng nilaga ay nakagagaling, di-umano, sa maraming uri ng karamdaman ng tao.

42 Hindi totoo ang imbentong gamot na sinasabi ni Bonbon. Gawa-gawa lamang ito ng mayaman niyang kaisipan na pilit lumalaban para maginhawahan sa mga dusang tinataglay.

MGA SAWIMPALAD NA OFW [43]

1.
    Habang naglilibot sina Mao at Bonbon sa kuwartong katapat
    Kami ni Cristina ay nagbibidahan sa marahang lakad,
    Hanggang napatuon sa mga pasyente yaong pag-uusap
    Isa-isa niyang binigyang deskripsiyon—mga sawimpalad;
    (Ang mag-ina pala'y may isang buwan na sa Psychiatric Ward
    Kaya kilala na lahat ng maysakit, komo siya ay nars).

2.
    "Bente-otso anyos ang binatang si **Joe**, nasa 'Bed No. 10'
    Apat na taon s'ya sa Saudi Arabia na "construction worker,"
    Di niya nakaya init ng disyertong sa lama'y matiim
    Siya'y nagkasakit, sa isang ospital doo'y nagpatingin;
    Pinainom siya ng kung anong gamot, sa halip gumaling
    Siya ay lumala't balik-Pilipinas—mayro'n nang kililing.

3.
    "Si **Peter** ho naman ay trenta anyos na, nasa 'Bed No. 9'
    Dating sundalo s'ya sa Philippine Army subalit nag-"resign,"
    Sa bansang Italia siya'y naging "cook" sa isang restoran
    Limang taon siya na nangulila sa pamilyang naiwan;
    Nalulong sa droga dahilan sa lungkot at hindi nagtagal
    Siya ay bumalik na may topak na rin yaong kaisipan.

4.
    "Binata si **Romy**, labingwalong taon, nasa 'Bed No. 8'
    Ang ama'y "technician" sa Toyota-Japan at di na bumalik,
    Ayon sa balita'y isang Pilipina ang naging ka-talik
    Pamilya'y nilimot, natigil si Romy na 'second-year college;'
    Sa hirap ng buhay at dahil sa iwing mga hinanakit
    Naboyong si Romy at ngayon ay miyembro sa "ward" ng makulit.

5.
    "Sa 'Bed No. 7' . . . si **Joel** ay batang kinse anyos lamang
    Mama niya ay nars at nagtatrabaho sa bansa ng Saipan,
    Nasa Pilipinas ang ama ni Joel at sumusubaybay
    Sa apat na anak—nang biglang nagbago at nangibang-bahay;
    Hindi n'ya nakaya'ng biglang pagkawasak ng abang tahanan
    Kagaya ni Bonbon, ang batang si Joel kagyat na bumigay."

6.
    Sa marahang lakad namin ni Cristina'y nakarating kami
    Sa kabilang kuwarto at ito na ang ward ng mga babae,
    "Sa 'Bed No.1' ho, siya naman ay si **Jean**, isang Japayuki
    Bente-kwatro anyos—maganda, makinis, mistisa ang sabi;
    Dalawang taon lang nang siya'y bumalik, litang na ang pobre
    Sumisigaw siya basta may tumabing sinumang lalaki."

---

43   Sinulat: August 19, 1995. Ang tulang ito ay karugtong ng: "Si Bonbon: Ang Imbentor." Nakita ng awtor na maraming Pilipino OFW ang nakatira sa "The Cuckoo Nest," na naging baliw at sawimpalad sa hangad na kumita sa ibang bansa—na ang naging kapalit ay ang pagkawasak ng kanilang buhay at ng mga naiwang membro ng pamilya.

7.   "Sa 'Bed No. 2' ho, iyon si **Anita**, bente-otso anyos
Dati siyang titser sa isang haiskul doon sa Malolos,
Nag-"domestic helper"[44] sa bansang Singapore para ipagamot
Ang kaniyang inang may kanser sa kolon at sakit na tuyot;
Ngunit sawimpalad, balita'y hinalay ng bos na malikot
Kapatid na madre yaong nagbabantay sa utol na irog.

8.   "Si **Virginia** naman, nasa 'Bed No. 3'. . . isa siyang muslim
Hayun . . . nakaluhod sa sementong lapag nagdarasal mandin,
Abhu Dhabi Airport ang pinanggalingan bilang isang "salesgirl"
Nakaisang taon, nang siya'y umuwi . . . isang *Sisa* na rin;
Ang lagi n'yang sigaw: *'Layuan mo ako, huwag mo 'kong anuhin!'*
Tsismis ng maraming kumakalat dito ay nagahasa rin."

9.   Bigla kong pinutol yaong paglalahad nitong si Cristina:
"Pa'no mangyayaring may magsamantala doon kay Virginia?
Siya'y isang muslim, at Muslim ang bansang kinalalagyan n'ya
Tataksilin baga siya ng kapatid sa puso ni Allah?"
Sagot ni Cristina: *"Sa alinmang gubat may ahas na sadya
Kahit ika'y muslim, lilinggisin ka rin pag gutom ang sawa!"*

10.   "Gaya ho ni **Lulu**, nasa 'Bed No. 4' . . . nag-iisang anak
Nars ang kanyang ina at sa US naman nagpapakahirap,
Ang bulung-bulungan, mismong itong ama ang siyang nang-ahas
Komo ina'y wala, sa anak 'binuhos ang lahat-at-lahat.
Kung walang mangyaring masama sa OFW[45] sa labas
Wala ring panalo, pamilyang iniwan ay puwedeng mawarak!

11.   "Iyon ho, si **Lorna**, sa may gawing-dingding, labinlimang taon
Bagamat "under-age," malaki ang bulas kaya nakasulong
Sa Korea'y nag-DH upang ang pamilya sa hirap iyahon
Isang taon lamang, ang puri'y nalugsong wala sa panahon;
Natigib ng dusa ang mga magulang na siyang nanulsol
Sising-alipin man, di na magbabalik muli ang kahapon!"

12.   Marami pa sanang ipakikilala yaong si Cristina
Ngunit ang dibdib ko'y lubhang nag-aalab, waring sasabog na,
Magalang kong sabi: "Halika na muna, tayo'y magmeryenda
Sa labas ng pinto'y may mga kakanin na itinitinda."
Libong OFW—nawalan ng bait sa hangad kumita
Ng perang kapalit ay kahambal-hambal na sirang pamilya!

---

44   Ang "domestic helper" o DH ay katulong sa bahay. Maraming mga propesyonal na katulad ng *teacher, accountant, social worker* at iba pa ang nagpapakababa na magtrabaho bilang katulong sa Singapore, Hongkong, Saudi Arabia at sa marami pang bansa para lang kumita ng salaping maisusustento sa naghihirap na pamilya. Isa ito sa dahilan kaya mababa ang tanaw ng banyaga sa mga Pilipinong OFW.

45   Ang pagiging OFW ay parang sugal na mahirap manalo. Kung walang mangyaring kasawian sa OFW sa pagtatrabaho sa labas, puwedeng ang iniwang pamilya naman ang mawarak.

"DAMON AT PYTHIAS" [46]

1.
Isang lingo ang lumipas na puspos ng sigla't saya
Sina Bonbon at Marcellus oras-oras magkasama,
Sa "Education Therapy," [47] o pagtungo sa kubeta
Hawak-kamay silang lagi, at minsa'y magka-akbay pa;
Magkasabay kung kumain sa "dining room" ang dalawa
Habang sila'y sumusubo, sa tuksuha'y walang bawa.

2.
Minsan ay adobong pusit at gisadong sitaw ang ulam
Umentrang muli si Bonbon sa kaniyang kakulitan:
"Alam ko, ang gisadong sitaw ay 'pampahaba' ng buhay
Ang adobong pusit kaya ay 'pampa-ano' naman, Mao?"
Ani Mao ay: "Pampatigas!" at kagyat na nagtawanan
"Heee . . . magtigil na nga kayo!" Si Cristina ang sumaway.

3.
Di nagpaawat si Bonbon: "Mama, sa hapuna'y manok
Ang ulam na ihatag mo, para si Mao—tumilaok,"
"Kahit pansit na lang sana na 'pampahaba' ng buhok
Si Bon—'maikli' ang buhok," si Mao naman ang nangharot;
Kagyat akong napangiti, si Cristina'y nasimangot
Bagamat sa mukha niya ay aliwalas ang dulot.

4.
Tukso, tawa at kantiyawan ng mag-BF na pasaway
Bigla lamang napatigil nang si Cristina'y nagsaysay:
"Bukas nga pala ng hapon kami ay lalabas na raw
Pumirma na yaong doktor, si Bonbon ay pinayagan."
Napatigil sa pagsubo't biglang nayanig si Mao
Mabilis na tumalilis—sa "Bed No. 5" ay nahambal.

5.
Tumutulo yaong luhang may kasalit na paghikbi
Ano na ang mangyayari pag si Bonbon ay umuwi?
Sino pa ba ang papansin at sa kanya'y magtatangi
Sino pa ba'ng magpapalit sa lungkot n'ya ng pagngiti?
Inalo siya ni Cristinang nanginginig yaong labi:
"Tuwing Education Therapy, si Bon ay babalik muli."

6.
Labis akong naaawa sa ikinikilos ni Mao
Sa Ward-7, ayaw niyang ang katoto ay lumisan,
Buklod nila'y wari bagang Damon–Pythias ang kabagay
Si Pythias ay nahatulan—ng hari—nang kamatayan;
May bagay na mahalagang gagawin bago mamatay
Si Damon ang nagpakulong—tinubos ang kaibigan!

---

46   Sinulat: September 15, 1995. Ang tulang ito ay karugtong ng "Mga Sawimpalad na OFW." Sina Damon at Pythias ay magkaibigang matalik ayon sa Metolohiyang-Griyego. Hinatulan ng hari ng kamatayan si Pythias pero, mayroon pa siyang gustong gawin bago mamatay. Si Damon ang nagpakulong muna, hanggang sa bumalik si Pythias. Pinatawad din si Pythias ng hari nang siya ay muling nagbalik.

47   Sa "Education Therapy" ay natututo ang mga pasyente ng simpleng gawain habang naglilibang.

7.   Minsan pa nga ay napansin ni Cristina ang dalawa
        Ubod-himbing si Mao at Bon na magkadantay ang paa
        Sa kama ay magkasiping—parang bagang mag-asawa
        Di napigil magkomento ang butihing si Cristina:
        "Manong,[48] sa nakikita ko, labis akong nagtataka
        Di pala-barkada si Bon pero, agad nag-klik sila?"

8.   Ang tugon ko: "Kahit si Mao ay mapihikang totoo
        Mapili siya sa paghanap ng matalik na katoto,
        Ibinigay sa kanya ni Bon ang halaga bilang tao
        Ang atensiyon/pagmamahal—inaalok kahit ano;
        Pinatunayan ni Bonbon na si Mao ay hindi gago
        Kaya't si Mao, nagmahal din kay Bonbon nang kapareho."

9.   Bunghalit ng awit si Bon sa oras ng Evening Social [49]
        Kaibigan sa Ward-7, taos-pusong hinandugan:
        "Ang aking buhay/Maikli lamang oh, Mao
        Kung kaya kailangan/Pagsuyong wagas kailan pa man
        Ang sumpa ko sa iyo ay tunay/Ikaw lamang ang aking
        Kaibigan/Magpakailan man!" [50]

10.   At gumanti ng "rap" [51] si Mao, na "Andrew-E" ang binirit
        Para kay BF na Bonbon ay may payo sa pag-alis:
        "Bon, humanap ka ng panget/At mahalin mong tunay
        Humanap ka ng panget/Humanap ka ng panget!"
        Ang lahat ng nanonood sa tawa ay napaihit
        Naputol lang ang biritan, "medication" [52] ang pumalit.

11.   Nang gabing 'yon sa pagtulog magkatabi ang dalawa
        At nag-usap si Bon at Mao nang sumapit ang umaga,
        Tanong ni Mao: *"Paglabas mo, uwi ka ba ng probinsiya?"*
        Tugon ni Bon: "Hindi . . . sa kapatid lang ni mama,
        Major sa Fort Bonifacio." [53] *"Ano na ang major baga?"*
        "Eh, 'major' siya sa Army!" *"Akala ko . . . 'major problem' na!"*

12.   Tuloy sila sa biruan: "Mao, ako man ay 'major' din
        Pero, ikaw ay 'general,' mas mataas ka sa akin,
        Mas matindi ang katok mo—general ka—*general problem!"*
        Kabukasa'y may umiyak, humikbi . . . si Bon ang dahil;
        Mantakin mo, nagmahalan ang may "hogeng" [54] sa Ward-7
        Sa labas, nagpapatayan ang "matino"—sino'ng baliw?

---

48   Lapat na ang loob ni Cristina sa awtor. "Manong" na lamang ang tawag. Hindi na ito nangho-ho.

49   Minsan sa isang linggo ay may Evening Social ang mga pasyentes, kung saan ay binibigyan sila ng oras na ihayag ang damdamin tungkol sa gamutan o anumang problema sa ospital.

50   Ito ay bahagi ng isang lumang awit na pinasikat ni Rico J. Puno.

51   Ang "rap" ay kantang palundag-lundag na uso sa kasalukuyang panahon, na pinatanyag ni Andrew E.

52   Ang "medication time" ay ang oras ng pagbibigay ng gamot, mula 8:00 p.m. to 8:30 p.m.

53   Ang Fort Bonifacio ay isang kampo ng militar na nasasakupan ng Makati City.

54   Ang ibig sabihin ng "hogeng" ay baliw o may sakit ang isip.

"ANAK NA HINDI PALUHAIN" [55]

1.   Pagkaalis nina Bonbon,
          pumila na si Mao sa rasyong hapunan
       Sunod si Peter at Romy
          na si Bon pa rin ang pinag-uusapan,
       At nagtuloy silang tatlo
          sa "dining room," kumain nang sabay-sabay
       Unang nakatapos ni Mao,
          nagtungo sa kama't nahigang matamlay;
       Pumikit siya na balisa,
          ikinabit ang headphone ng bagong walkman
       Na ang tanging nasa isip
          iniwan siya ng mahal na kaibigan.

2.   Ako naman ang kumain
          kasama ng ilang bantay sa dining room
       Pagkatapos na uminom
          ay humitit sa lugar ng "smoking zone," [56]
       Di pa nagkakalahati,
          si Romy [57] ay humahangos na bumulong
       "Si Mao po ay naglalaslas
          ng pulso—gamit ay plastik na tinidor."
       Hangos kong tinakbo si Mao,
          may dugo na ang pulso niyang kinukulkol
       Inagaw ko ang tinidor,
          isang suntok sa mukha ko ang sumapol.

3.   Nanghingi ako ng tulong
          sa "reception," sa mga nars na lalaki
       Dalawang nars ang gumapos,
          tinali s'ya sa kamang apat na poste,
       Malakas ang sigaw ni Mao,
          tinatawag si Bonbon—ang kaurali
       Para mapigil ang dahas
          binigyan s'ya ng gamot na pang-kalmante;
       Panununtok ni Marcellus,
          ilang beses nang natiim sa sarili,
       Kahit may topak ang anak,
          dapat sundin ang "parental authority." [58]

---

55   Sinulat: September 30, 1995.

56   Ito ay isang lugar sa labas ng ospital na pinapayagan ang paninigarilyo noon.

57   Si Romy ay isa sa mga pasyente sa Ward-7. Malapit na magkaibigan din sila ni Mao.

58   Ang "parental authority" ay tradisyunal na kapangyarihan ng magulang na disiplinahin ang mga anak para matuto ng wastong moralidad na: takot sa Diyos; istriktong disiplina; mabuting karakter, at paggalang sa nakakatanda at iba pa. Hindi nagawa ng awtor ang istriktong pagdisiplina kay Mao at sa iba pang kapatid, sapagkat lumaki sila na nasa malayong lupain at naghahanap-buhay ang ama.

4.
    Sa pamilyang Pilipino
        nalakhan ko'ng karapatan ng magulang
    Ito ay lumang tradisyon
        ang matanda ay marapat na igalang,
    Maliit pa akong bata
        hinutok na sa disiplinang marangal
    Kasama ang moralidad,
        wastong ugali't matapat na paggalang;
    Katungkulan ng magulang
        na ituro sa anak ang tamang aral
    Twenty-years akong nawala, [59]
        sa mama niya . . . wala kayang natutunan?

5.
    Tagumpay ng isang anak,
        balikatan nitong ama at ng ina
    Ang subaybay nitong isa
        ay di sapat—kailangan ang ikalawa, [60]
    Kapag ina ay mabait,
        ang pagluha nitong anak ay di kaya
    Anak na di paluhain
        pag naglaon, patatangisin ang ina; [61]
    Likong kahoy na baluktot,
        marapat lang na hutukin nang maaga
    Pag lumaki at tumayog,
        ang paghutok o pagtuwid—maliwag na! [62]

6.
    Nagsilaki'ng aking anak,
        wala ako't nagsakripisyo sa labas
    Nakaraan ang tsansa kong
        habang bata, sila'y aking mapaiyak,
    Pagtutuwid nitong mali,
        puwit nila'y di nalatayan ng hampas
    Pa'no sila magtatanda,
        ngayon pa bang makukunat na ang balat?
    Ang nangyari sa buhay ko
        ay dilemang mararanasan ng lahat
    Kapag hindi mo naporma
        disiplina at karakter sa'yong anak!

---

59   Dalawampung taon na nagtrabaho sa labas ng Pilipinas ang awtor. Lumaki ang mga anak na malayo siya, kaya di nasubaybayan ang pormasyong-moral ng mga bata habang lumalaki. Mabait ang kanyang maybahay at hindi gaanong nadisiplina ang anim na anak.

60   Karaniwan sa isang pamilya, hindi sapat ang subaybay ng ama o ina para magtagumpay ang mga anak sa anumang larangan ng buhay. Malaki ang nagiging bentaha kapag dalawa ang sumusubaybay sa anak—ang ina at ama.

61   Kapag hindi nadisiplina nang husto ang bata, lumalaki ito na walang galang sa mga magulang. Mula sa pagkabata ay dapat na imulat ng magulang ang paggalang at pagsunod sa Diyos, wastong disiplina at magandang karakter at indibidwalidad.

62   Kapag malaki na ang anak, mahirap nang disiplinahin. May sarili na itong desisyon.

"MASAKIT NA IWA" [63]

1.   Sina Cristina at Bonbon kinabukasa'y dumating
May Education Therapy ang dalawang de-kililing,
Habang sila'y nasa klase, nagbidahan kaming tambing
Upang kahit na sandali ay maibsan ang hilahil;
Sabay-sabay kaming apat sa dining room nang kumain
Dalawang magkaibigan—sa kulitan, sige pa rin.

2.   Sa sunod na tatlong araw bumabalik ang mag-ina
Nang si Cristina'y magsabing—uuwi na sa probinsiya,
Malungkot siya dahil anak na dalaga ay kinuha
Ng ama, na parang "hostage" [64] upang magbalikan sila;
Ngunit ayaw na talagang makisama ni Cristina
Di lang sampung beses silang naghiwalay at nagsama.

3.   Salakab ko: "Baka naman may bago kang manliligaw."
"Naku manong, walang-wala—ito pa nga ang dahilan,
Selos-nang-selos ang loko, na ako'y may lalaki raw
Kinukulit niya ako, kaya ako'y hihiwalay!"
Awang-awa si Cristina sa aba n'yang kalagayan
May masakit na iwa na sa buo niyang katauhan.

4.   Tunay sa buhay ng tao, lahat ay di makakamit
At hindi mo matatamo ang ligayang ninanais,
Ang payo ko: "Kung talagang walang daang magagamit
Upang kayo ay magsama nang may ligaya at tamis;
Maghiwalay nang maayos—walain sa puso ang galit
Ilayo ang mga anak sa madlang dusa't pasakit."

5.   Umiiyak si Cristina nang kami ay maghiwalay
Naaawa sa sarili—naaawa pa rin kay Mao,
Pero walang magagawa, dapat tuloy din ang buhay
Matapos ang isang linggo ako'y tumanggap ng liham;
Umuwi na pala sila sa kanilang lalawigan,
Na kasama ay si Bonbon—ang dalaga ay iniwan.

6.   Magtatapos ang Agosto nang si Mao ay ipa-"release" [65]
Niyong si Doktor Andrada ng pagamutang PGH,
Sa laki ng binayaran, ang bulsa ko ay nasaid
Habag na 'ko sa sarili, sa pinsala kong sinapit;
Malalim na itong iwa sa lito kong pag-iisip
Sakripisyo ko bang ito'y dadalhin ko hanggang langit?

---

[63]   Sinulat: October 20, 1995.

[64]   Ang anak na dalaga ni Cristina ay pinipigil ng asawa na parang isang hostage. Ginagawa ito ng asawa para mapilit si Cristina na magsama silang muli, bilang pamilya. Subalit ayaw nang talaga ni Cristina na sila ay magkabalikan.

[65]   Pinayagan ng doktora na makauwi sa bahay si Mao.

"COMPADRAZGO" [66]

1. Sa gastos na walang ampat ni Marcellus sa ospital
        nasaid na ang bulsa ko
    Kaya sa "Department of City Schools, Quezon City"
        ay nag-aplay ng trabaho,
    Nang mabasa ang "resume," [67] anang "Personnel Manager:"
        "Dating UN [68] pala kayo
    Bakit trabahong maganda pati suweldo ay iniwan,
        at hahanap ngayon dito?"

2. Nilahad ko'ng kaso ni Mao, dilema ko sa pamilya
        at gusto kong maging ama: [69]
    "Lumaki ang mga batang hindi ko nasubaybayan
        nais lukuban ko sila,
    Sa mataos kong hangaring mapagsilbihan ang anak
        iniwan ko ang karera
    Pa'no na ang mangyayari, ngayo'y walang kakayanan
        na tustusan ang pamilya?"

3. Ang sabi n'ya: "Di ko kayo matatanggap bilang guro
        kahit ito ay gustuhin
    Kayo ay "over-qualified," nakatapos ng Ph.D. [70]
        at di titser na sipunin,
    Mayro'ng "professional ethics" [71] na sa ating kagawaran
        ay marapat lang na sundin
    Bukod sa "over-age" kayo—di nababagay sa inyo
        ang puwesto ng isang titser!"

4. Dagdag niya: "Di rin kayo magagawang matulungan
        at mahirang na prinsipal
    Kahit pa sa California [72] nagtapos ng pag-aaral
        at sikat ang pamantasan,
    Magmula sa "department head," hanggang puwesto ng prinsipal
        ay reserbado na at laan
    Sa lahat ng "protehido" nitong mga pulitikong
        iniluklok nitong bayan."

---

66   Sinulat: October 30, 1995.

67   Ang "resume/curriculum vitae" (CV) ay maikling tala sa buhay ukol sa pinagmulan, kasarian, edukasyong natapos, karanasang propesyonal at iba pa.

68   Ito ay ang United Nations, pandaigdigang samahan ng mga bansa. Dito dating nagtatrabaho ang awtor bago bumalik nang permanente sa Pilipinas.

69   Iniwan ng awtor ang puwestong "education officer" sa UNICEF, dahil gusto niyang lukuban ang mga anak na nawalay sa kanya nang 20-taon.

70   Ang Ph.D. ay "Doctor of Philosphy" o Doktor ng Pilosopiya. Ito ay isa sa pinakamataas na antas ng pag-aaral, at narating ito ng awtor dahil sa sariling pagsisikap.

71   Ito ay ang panuntunan sa propesyon na naglalagay sa isang naghahanap ng trabaho sa tamang puwestong dapat na kalagyan.

72   Sa Pacific Western University sa Los Angeles, California, USA nagtapos ng Ph.D. ang awtor.

5.   At ako ay tinanong pa: "Mayro'n baga kayong 'ninong'
            may 'padrino' o 'kapitan?' [73]
     Mandi'y iniwa ang dibdib—bigla akong nasulasok
            sa sistemang umiiral,
     Sa kabila ng natipong karanasan ko sa UN
            ako'y kanyang tinanggihan
     Para akong nainsulto, ito baga'ng mahihita
            sa sarili ko pang bayan?

6.   "Tunay nating kalakaran: *It is not 'what' you know,
            but 'whom' you know . . .*
     Dunong mo sa Pilipinas ay hindi mo magagamit
            sa paghanap ng trabaho,
     Kung may ninong at padrino—trabaho mo ay darating
            mabilis sa alas-kwatro
     Magbalik kayo sa UN, dili kaya ay mag-bisnis
            ito ang tangi kong payo."

7.   Ang katutubong konsepto ng terminong "compadrazgo"
            ay emerhensiyang tulungan [74]
     Ang padrino'y pinipili ng magulang ng tahanan
            nang sa gipit—may sandalan,
     Ninong silang nag-a-anak sa supling na bibinyagan,
            kukumpila't ikakasal
     Obligasyon ng padrinong inanak ay kupkupin
            pag nawala ang magulang.

8.   Konsepto ng compadrazgo ay totohanang maganda
            pero ngayo'y nababoy na
     Ginamit ng magahamang pulitikong nagpalawak
            ng sosyal na impluwensiya,
     Panalo ng pulitiko sa eleksiyo'y sigurado
            kung libo ang kumpadre niya
     Kinukumpare ang lahat ng lider sa buong bayan
            ultimong namamasura.

9.   Bobo man ang pulitiko, 'papakamatay ang lider
            pagkat kumpadre niya ito:
     "Kakamutan kita padre, at kamutan mo rin ako
            kapag ikaw ay manalo."
     Tanaw sa utang-na-loob ay katutubong kultura
            nitong Lahing-Pilipino
     Pag nanalo'ng pulitiko, hindi ito makatanggi
            sa kumpadre—lalo't "beho." [75]

---

73   Ang ninong, kumpadre, padrino o kapitan ay ang mga taong may malawak na impluwensiya sa politika, ekonomika at sosyal na sistema ng lipunan.

74   Ito ay tulungan sa oras ng kagipitan lamang, at hindi sa ordinaryong situwasyon.

75   Ang "beho" ay salitang balbal na ang kahulugan ay "matanda." Noong unang panahon, ito ang madalas na gamiting salitang-pang-uri sa mga dayuhang Intsik.

10.   Kapag nasa sa poder na, lalapit na'ng mga lider
            sa kandidatong nanalo
        Hihilingin na mapuwesto ang anak o kamag-anak,
            manghihingi ng balato,
        Sa sangay nitong gobyerno't mga pribadong kampanya
            dadagsa ang protehido
        May tulong na hihilingin para binyag, kasal, libing
            at iba pang panloloko.

11.   Dahil nabago na ngayon konsepto ng compadrazgo,
            kandidato'y gumagastos
        Ang "Country Development Fund," [76] mga pondo ng proyekto
            naglalaho't natitimbog,
        Nalilipat itong pondo sa proyekto, na ang pera
            ay madaling makurakot
        Ang pagsunod sa konsepto nitong bagong compadrazgo:
            korapsyon ang dusang dulot!

12.   Nagbabalik sa isipan . . . ang konsepto ng tatang ko
            sa terminong compadrazgo
        Sa nayon kong sinilangan siya'y lider de-primera
            ng alkaldeng kandidato,
        Ngunit hindi kailaman siya nanghingi nitong pabor
            sa alkaldeng laging 'nalo
        Katuwiran ng tatang ko: "Iyo'y isang obligasyong
            tumulong sa kumpadre ko." [77]

13.   "Ang kumpadre kong alkalde ay tunay na lingkod-bayan
            at di isang magnanakaw
        Sa lahat ay tumutulong upang buhay ay umunlad . . .
            suporter o kalaban man,
        Ang pagtulong ko kay mayor, malugod kong ginagawa
            bilang serbisyo sa bayan
        **Ang diwa ng compadrazgo ay banal na obligasyon
            sa taong may kabanalan!"**

---

76   Ang "Country Development Fund" (CDF) ay pondong nakalaan para sa mga proyektong magpapaunlad sa iba't ibang lugar sa bansa. Karaniwan, ang pondo ibinubulsa lang ng mga magnanakaw sa gobyerno. Ang korapsyong ito ay talamak na at parang naging isang kalakaran sa ngayon. Ang pangungurakot o korapsiyon ng mga tiwaling pulitiko ang sanhi sa patuloy na paghihirap ng ng mga Pilipino.

77   Si Ex- Mayor Mario Garcia (SLN) ng Cabanatuan ang tinutukoy dito ni Mr. Margarito Catahan (ang ama ng awtor). Kumpare niya si Mayor Garcia at kung ilang beses na nanalong alkalde, pero hindi siya kailanman humingi ng tulong—halimbawa'y ang maipasok ang isang anak sa serbisyo-publiko. Para sa ama ng awtor, obligasyon niyang tulungan ang kumpadre sa oras ng matinding pangangailangan—halimbawa ay ang magtagumpay sa eleksiyon. Ang pagtulong niya kay Mayor Garcia ay walang hinihintay na gantimpala. Para sa kanya, ang "compadrazgo" ay pagtutulungan sa oras lamang ng emerhensiya o kagipitan.

SI "RIZAL" AT SI "DEL PILAR" [78]

1.
Nalagas ang pitong buwan sa dahon ng kasaysayan
Ang buhay ko ay nilukob ng matinding kahirapan,
Halos di ko na mabili "maintenance medicine" [79] ni Mao
Ang trabaho ay mailap, wala akong mapasukan;
Samantalang ang korapsyon patuloy ang pagbalatay
Sa Public Works, Education, Health, Custom at sa BIR. [80]

2.
Isang araw ay nanghingi si Mao ng pera sa akin
Gusto niyang magpalamig at mag-sine raw sa SM,
Hindi ko siya pinayagan, sa pangambang do'n abutin
Ng pagsumpong nitong sakit na pataksil kung dumating;
Masama ang kaloobang sa silid n'ya ay humimpil
Matapos ang isang oras . . . may narinig akong daing.

3.
Tinakbo ko ang kuwarto niya at ako ay nataranta
Nakita ko si Marcellus na nakatumba sa kama,
Waring binabad sa suka putlang-putla ang mukha n'ya
Naghihirap, dumaraing, hinahabol ang paghinga:
"Anak, bakit . . . ano'ng nangyari?" sabay-yakap ko sa kanya
Umungol lang at dumilat, at pinikit yaong mata.

4.
Sa loob ng isang oras, taksi nami'y nakarating
At tumigil sa "PGH Ambulatory Medicine,"
Agad pinainom si Mao ng "barium charcoal" [81] sa turing
Mga kamang bakal doon—walang unan, walang sapin;
Sangkatutak ang pasyente sa "Ozone Disco" [82] nanggaling
Ang ward ay parang palengke—puno ng ungol at daing.

5.
"Toxicology Department" [83] ang kinasadlakan ni Mao
Sa "payward" ay nagtagal s'ya sa loob ng limang araw,
Nang humupa ang peligro, sa Ward-7 inilagay
Alas-otso ng umaga, sa "Bed No. 4" ay nalugar;
Ang mga pasyente noon, durugista'ng karamihan
Sa "Dapitan" ay naroon at nakagapos si "Rizal." [84]

---

78   Sinulat March 25, 1996. Ang tulang ito ay karugtong ng: "Compadrazgo." Matapos ang pitong buwan, mula nang makalabas si Mao sa PGH, muli siyang nagtangkang magpakamatay sa pamamagitan ng "overdose" na pag-inom ng gamot na "resperdal" (gamot sa utak). Kaya, balik-PGH uli si Mao. Dito niya nakasama muli ang ibang pasyenteng tulad niya (Pangalawang pasok: March 19 – May 16, 1996).

79   Apat na klase ang "maintenance medicine" o gamot na pang-araw-araw ni Mao. Sa gamot lang ay mahigit nang apat na libong piso ang gastos buwan-buwan.

80   Sunod-sunod ang korapsyon sa mga ahensiya ng gobyerno na nalathala sa pahayagan noon.

81   "Barium charcoal" ang karaniwang gamot na binibigay sa kaso ng "medicine overdose."

82   Nasunog noon ang "Ozone Disco" sa Quezon City at maraming pasyente ang idinala sa PGH.

83   Sa "Toxicology Department, PGH" ginagamot ang mga pasyenteng naglalason.

84   Ang trip ng pasyenteng nakagapos sa "Isolation Room" o "Dapitan" ay siya si: Dr. Jose P. Rizal.

6.   "Bakit n'yo 'ko iginapos?" si Rizal ay nagtatanong
            "Pag di ako pinawalan, sa Espanya'y magsusumbong,
            Sa PGH at bayan ko, dalawa ang krisis ngayon
            Na salot at sumasakal sa lalamunan ng Pinoy;
            Una'y pagdami ng tao—animnapu't walong milyon [85]
            Kabuhayang bansa natin ay limitado at sahol.

7.   "Sa PGH naririto ang problemang ikalawa
            Ang pagdami nitong "lamok" bakit hindi n'yo makontra?
            Sa pagsipsip nitong dugo ng bayan kong sinisinta
            Pilipino'y buto't-balat, di na halos makahinga;
            Kaya, kayong nagbabantay . . . alerto lagi tuwina
            Sa karimlan nitong gabi'y idilat lagi ang mata!"

8.   Huminga s'ya nang malalim at pamuling nagpatuloy:
            "Sa pagdami nitong tao, tanging lunas ay kastrasyon,
            Putulin ang tanging ugat na ang epekto ay sanggol
            Para ganap na makontrol paglaki ng populasyon;
            Kapag ako ang nanalo sa susunod na eleksiyon
            Gagawa ako ng batas, bilang paham na senador. [86]

9.   "Isusulong ko ang batas na ang lamok ay payagan
            Na maging OCW, [87] itapon sa ibang bayan,
            Sa halip na Pilipina, mare-"rape" ay lamok na lang
            Nang sa gayon, may kililing sa PGH ay dumalang."
            Ang iba pang sasabihin ni Rizal ay nahangganan
            Tatlong nars ang nagsilapit at siya ay pinawalan.

10.   Nagdaos ng Evening Social [88] pamuli nang gabing yaon
            Naghilera ng upuan sa harap ng "Reception Hall" [89]
            Si Mr. Rodolfo Vial [90] ang nars na may obligasyon
            Na maglahad ng tuntunin sa pasyenteng nagtitipon;
            Maya-maya ay kinuha ni Rizal yaong "microphone" [91]
            Ang konsepto sa problema nitong baya'y itinuloy.

---

[85]   Mahigit na animnapu't walong milyon pa lang ang populasyon noong mga panahong yaon.

[86]   "Rizalino" ang tunay na pangalan ni Rizal. Trenta'y-singko ang edad at nakatapos ng "Master in Business Administration" sa UP. May-kaya ang pamilya; mayroong "department store" sa Makati, at dalawang "beer houses" sa Roxas Boulevard. Pangarap niyang maging senador, pero nasira ang ulo dahil sa droga, na naging dahilan ng paghihiwalay nila ng asawa.

[87]   OCW ang daglat ng: "Overseas Contract Workers." Ito ang tawag dati sa mga Pilipinong trabahador na nandarayuhan. Nang lumaon ay pinalitan at ginawang Overseas Filipino Workers (OFW), para masabi na may ginagawa ang mga lider-gobyerno.

[88]   Ang Evening Social ay idinadaos palagi sa gabi bago uminom ng gamot ang mga pasyente sa alas-otso. Binibigyan ng pagkakataon ang mga pasyente para ihayag ang mga saloobin tungkol sa gamutan at iba pang problema sa loob ng ward.

[89]   Ang "Reception Hall" ay lugar-tanggapan ng mga bagong pasyente. Katapat nito ang Ward-7.

[90]   Si Mr. Rodolfo Vial ay isang "senior nurse" sa Psychiatry Department ng PGH.

[91]   May mikroponong ginagamit sa Ward-7 kapag nagdaraos ng Evening Social para marinig ng lahat ng pasyente ang sinumang nagsasalita.

11.   Muli niyang tinalakay populasyong dumarami
       Milyones ang nagugutom walang kayang isustini,
       Ang pagkapal nitong lamok [92] ay pamuling binusisi
       PGH Administration ang kaniyang sinisisi;
       Ngunit biglang napapatda—may tumabig na lalaki
       Mikropono ay inagaw, si Rizal ay napa-ese.

12.   "Heee . . . dakdak ka nang dakdak, hindi ka dapat magtagal
       Ang gamit ng mikropono dapat ay salit-salitan!"
       Bigla noong nagkagulo at gayak nang magbanatan
       Nang si Mr. Rodolfo Vial sa kanila'y namagitan;
       Tanong niya: "Hey, Del Pilar [93] bakit tinabig si Rizal?"
       Si Del Pilar: "Papa'no nga, sobra na ang kanyang yabang!"

13.   Galit na dinuro-duro ni Del Pilar ang kabaka
       "Sino ka ba . . . Rizal ka lang, eh ako—kilala mo ba?
       Hoy, si Del Pilar ito!" at muling susugod sana
       Nang siya ay pagtulungan ng mga narses at guwardiya;
       Si Del Pilar ay ginapos, sa Dapitan idinala
       Nagagalit, nagwawala, nandudura't nagmumura.

14.   Katulad ng karaniwang nangyayari pag may away
       Evening Social ay nahinto, naaga'ng medication time, [94]
       Sige pa rin yaong galit at pagsigaw ni Del Pilar
       Patuloy na hinahamon ng suntukan itong Rizal;
       Di naglaon yaong ilaw sa Ward-7 ay pinatay
       Nagdilim ang buong silid—ang lahat ay nagtulugan.

15.   Alas-kuwatro ng umaga noong ako ay magising
       Nakita ko si Del Pilar pabalik na sa Ward-7,
       Siya pala ay laya na at sa Dapitan nanggaling
       Bigla akong napapatda nang marinig na tawagin:
       "Hoy, Del Pilar, daan muna—kain tayo ng 'fried chicken'
       Narito na ang kape mo!" si Rizal ang naghahain?

16.   Nakita ko si Del Pilar na lumapit nang marahan
       Nang sila ay magkadiit, nag-"high-five" [95] sila ni Rizal,
       Pagkatapos ay nagsalo at kanilang nilantakan
       Ang "fried chicken" na hinanda ng mahigpit na kalaban;
       Sa Ward-7 pag kagalit—"fried chicken" ang nakaabang
       Sa labas ay tiyak na "baril" itong handa sa kaaway!

---

92   Sinisisi ni Rizal ang pagpapabaya ng PGH Administration sa pagdami ng lamok sa Ward-7. Sa malalim na interpretasyon, ang tinutukoy na mga "lamok" ni Rizal ay ang dumaraming mga korap na opisyal sa mga ahensiya ng gobyerno—kasama na ang namamahala sa PGH.

93   Ang tunay na pangalan ni Del Pilar (isa sa tauhan sa tulang ito) ay Marciano Del Pilar. Komo lehitimo din siyang taga-Plaridel, Bulacan, ang trip niya ay siya si "Marcelo H. Del Pilar," na isang Pambansang Bayani ng Lahing-Pilipino.

94   Medication time" ay idinaos agad kahit wala pa sa oras dahil sa away nina Del Pilar at Rizal.

95   Ang "high-five" ay pagsasalpukan ng mga kamay ng dalawang tao sa itaas bilang malugod na batian.

ISANG IMBITASYON [96]

1.   Namalas kong kumakain sina Rizal at Del Pilar
    Bawat isa ay limot na ang hinampo sa isipan,
    Nang sa walang ano-ano may narinig silang sigaw:
    "Hoy, Del Pilar, Pareng Rizal—ako'y inyong nalimutan!
    Ako ay si "Bonifacio," [97] nanggaling sa Kalookan
    Baka naman maaaring sa pagkain ay isiwang?"

2.   Nang lumingon ang dalawa, si Bonifacio'y nakita
    Turo-turo itong tiyan ang bibig ay nakanganga,
    Sikmura ay kumakalam—ang nais na ipadama
    Tumanaw lang si Del Pilar, waring hindi alintana;
    Ang mabait na si Rizal sumenyas nang paanyaya
    Ang gutom na Bonifacio'y isang saglit—kasalo na.

3.   Sa "Andok's jumbo fried chicken" ay nagpiging yaong tatlo
    Si Del Pilar ay kaagad nagtanong kay Bonifacio:
    "Kung ikaw si Bonifacio, pa'no nakarating dito,
    Di ba ika'y nakatayo sa tuktok ng monumento?"
    Sagot niya: "Minsa'y mayro'ng helikopter na dumayo,
    Nilundag ko at sumabit kaya ako'y nandirito!"

4.   Dagdag niya: "Hinahanap ko ang lilong magnanakaw
    Na dumambong sa 'itak' [98] ko nang hindi ko namalayan,
    Ako noo'y nakatulog nang dahil sa kapaguran
    Ang itak kong nakataas, nakuha sa kanang kamay;
    Pangalawang beses na 'tong ang itak ko ay natangay
    Ang duda ko'y iniipon . . . may napipintong labanan?"

5.   Ani Rizal: "Hinuha mo'y may labanang napipinto
    Pulitiko ba sa inyo, hindi pa rin magkasundo?"
    Si Del Pilar: "Ang pataya'y kultura pa ng ninuno
    Sa Lupaing-Pilipinas patusuhan ang mamuno;
    Kapag ika'y hindi tuso, ang trono mo ay guguho
    Sa Tala ng Maragondon [99] mabubuwal ka't babaho!"

---

96   Sinulat: April 7, 1996.

97   Ang tunay na pangalan ni Bonifacio ay "Miguel." Isa siyang "tricycle driver" at nalulong sa paggamit ng shabu. Komo taga-Kalookan, ang trip niya ay siya si: "Andres Bonifacio."

98   Pangalawang beses nang ninakaw ang itak ni Bonifacio sa Monumento noong taong 1996. Nagpapakita ito ng kawalan ng paggalang ng ilang Pilipino sa mga bayaning nabuwal sa parang ng digma.

99   Ang tinutukoy dito ay ang pagbaril kay Bonifacio (ng mga tauhan ni Emilio Aguinaldo) sa Bundok-Tala sa Maragondon, Cavite noong May 10, 1897. Ang dahilan ng pagkamatay ni Bonifacio ay agawan din sa liderato ng Katipunan—tulad ng pagpapatayan ng mga pulitiko sa ngayon para mapuwesto. Magulo ang pulitikang-lokal sa Kalookan noong taong 1996. Kaya, ang hinuha ni Bonifacio, ninakaw ang kanyang itak para gamitin sa labanan ng dalawang kampong nagbabangayan sa maruming pulitika.

6.   Si Rizal ay nagtataka: "Kung ang hanap mo ay itak,
                    Bakit dito sa PGH ka nag-'landing' at lumatak?
                    Ang suspek na mandarambong dito mo ba hinahanap?"
                    Ang sagot ni Bonifacio: "Hindi ko pa natitiyak;
                    Sinabitang helikopter [100] ay dito 'ko inilapag
                    Ako'y hinuli ng pulis . . . sa Ward-7 isinaksak."

7.   Si Del Pilar: "0210 [101] ba'ng numero ng helikopter?"
                    Bonifacio: "0210 nga, bakit tukoy mo ang "number?"
                    Si Del Pilar: "Helikopter mo'ng sinakyan—ako'ng drayber. [102]
                    Alam ko na . . . ikaw pala ang sakay kong nakabitin."
                    Napundi si Bonifacio: "Ang ibig mo bagang sabihin
                    Papunta lang sa PGH, sakay mo pa'ng helikopter?"

8.   Si Rizal ay napangiti sa palitan ng dalawa
                    At pabulong na nagsabing: "Ito'ng resulta ng droga,
                    Di ko sila masisisi sa paggawa ng istorya
                    Halusinasyon ng isip ang kanilang nadarama;
                    Harinawang ang lahat ng tulad nami'y mamulat na
                    Pagbibisyo ay iwasan at kalungin ang pamilya." [103]

9.   Sumagot kay Bonifacio ang pilotong si Del Pilar:
                    "Okey lang mag-helikopter kung papunta sa ospital,
                    Yaong mga Japayuki nang magtungo do'n sa Brunei [104]
                    Eroplano ng gobyerno ang kanilang sinasakyan;
                    Ang mga bos ng ahensiya ng ating pamahalaan
                    Libre-gaas, libre-kotse—libre pati pagnanakaw."

10.   At sa huli'y namalas kong nag-"high-five" pa yaong tatlo
                    Naubos na ang fried chicken at nahimod pati buto,
                    Si Del Pilar nang umalis ay kagyat na sumaludo
                    Kasunod niya ang nabusog—imbitadong Bonifacio;
                    Sa Ward-7 may bigayan, intindiha't salo-salo [105]
                    Sa labas ay may patayan kahit na lang sa trapiko!

---

100   Hindi totoong sumabit sa helikopter si Bonifacio. Trip lang niya ito.

101   Ang magiging pagbasa rito ay "o-tu-ten" (dili kaya ututin). Bahagi ito ng biruan o usapang-sira.

102   Dating "Air Force Trainee" si Del Pilar sa Nichols' Air Base. Nagkasakit ito sa utak kaya natiwalag, may dalawang taon pa ang ang nakalilipas.

103   Si Rizal ay nalulong sa droga at napabayaan ang dalawang anak at ang buong pamilya. Pati mga negosyo niya ay nagsisimula nang bumagsak kaya natututo na itong magdili-dili.

104   Isang isyu noong panahong yaon ang pagpunta sa Brunei ng mga Pilipinang "entertainers" na gamit ang sasakyang-panghimpapawid ng gobyerno.

105   Humanga ang awtor sa namasdang pagbibigayan, intindihan, malasakitan ng mga may sakit sa Ward-7. Isa pang nakatawag ng pansin sa awtor ay ang pagpapahalaga at pagdakila ng mga pasyente sa mga yumaong Bayani ng Lahi. Halimbawa ay ang pag-idolo ni Rizalino sa tunay na "Rizal" at ang paghahanap ni Miguel sa nawawalang itak ni "Bonifacio" na ninakaw ng mga taong walang moral. Ang pagbibigay ni Del Pilar sa anyaya ni Rizal ay isa ring simbolo ng kapayapaan at mabuting pakikipag-kapwa-tao. Kung iisipin, higit na marami ang may sira ang utak sa labas ng Ward-7, na karamihan ay matatagpuan sa Kongreso, Senado at City Hall.

1.
    Unang araw niyong Abril nang ganap na magsimula
        Semana Santang Kristiyano
    Kami ni Mao sa Ward-7 ay naroo't nakatigil
        mahigit nang dalawang linggo,
    Ang paggaling ni Marcellus ay mabagal na mabagal
        parang pagong sa progreso
    May sampung klaseng gamot na ang nasubok ipainom,
        sinusumpong pa rin ito;
    Kaya naman pagka gabi ako'y hindi natutulog
        nananatiling alerto
    Bukod dito, sobra'ng init at sangkatutak ang lamok
        na sisipsip sa dugo mo.

2.
    Nang madaling-araw na 'yon, alas-dos na nang umaga'y
        dilat pa rin yaring mata
    Nagmumuni-muni ako nang kagyat may lumagabog
        ako'y biglang napa-alsa,
    Nang lumingon sa kaliwa naturol ko'ng pinagmulan,
        si Cris [107] ang aking nakita
    Nasa loob ng kulambo, habang siya'y nakaluhod
        sa gitnang parte ng kama;
    Maya-maya: "Hoy diyablo, huwag mo akong tuksuhin,"
        malakas ang sigaw niya
    Inang bantay ay nagising: "Dumurugo'ng iyong noo
        Cris, anak . . . may nangyari ba?"

3.
    Habang ginagamot si Cris, muli itong nagsalita:
        "May manunuksong diyablo
    Sa hardin ng Hetsamane, sa bundok ng Pinatubo
        doo'y nagdarasal ako,
    Hinihingi ko sa Ama na sana ay patawarin
        sa sala ang madlang tao
    Nang sa walang abog-abog ay bigla kong naramdamang
        may pumukpok sa ulo ko;
    Sa nangyaring pamamaslang kaagad na nagpulasan
        labindalawang disipulo—
    Disipulong mga Aeta [108] iniwan ako sa laban
        at kumaripas ng takbo!"

---

106   Sinulat: May 15, 1996.

107   "Cris" ang palayaw ng pasyente sa Bed No. 6—isang kama ang pagitan sa kinalalagyan ni Mao. Ang tunay niyang pangalan ay 'Christopher.' Ang trip niya ay siya ay si: "Cristo." Dahil sa Panginoon isinunod ang kanyang pangalan. Bente-tres anyos si Cris, binata at nasa "first year college." Ang ama niya ay isang "seaman" na nag-"jump-boat" sa Denmark at tatlong taon nang hindi umuuwi. Balita ay nag-asawa na raw doon. Nagtatrabaho si Cris sa Jollibee sa Quiapo at may customer na humimok sa kanya na sumama sa "Bible Study." Di nagtagal ay naloko na ito. Sa PGH ay nakita na positibo sa shabu ang "urine test" ni Cris.

108   Ipinaglalaban sa "Pinatubo Area" ang reserbasyon ng mga Aeta noong panahong yaon.

4.   Anang inang lumuluha: "Cris, nasa Ward-7 tayo
                      anak, nananaginip ka
          Tayo ay nasa PGH, dito'y nagpapagamot ka
                      at walang Aetang kasama."
          Nang kaniyang maapuhap yaong tali ng kulambo
                      na sa wari ay lumarga:
          "Aba, eh bumagsak pala ang bakal na bentanilyang
                      sinabitan ko kanina?
          Ito'ng humampas sa noo, kung kaya mayroong dugo
                      at nagkasugat ka pala,
          Sige, tulog na anak ko para agad kang magising
                      sa pagsapit ng umaga."

5.   Ako'y hindi nakatiis, at mabilis na dumasig
                      sa matandang ina ni Cris:
          "Baka may maitutulong, kamusta ho'ng anak ninyo?"
                      ang paanas kong sinambit,
          "Okey na ho, nahila lang nitong tali ng kulambo
                      ang bentanilyang maliit
          Tumama sa kanyang noo, kaya siya nagkasugat
                      at ang dugo'y pumulandit."
          Samantala'y bumubulong at hindi rin tumitinag,
                      nakaluhod ang maysakit
          Wari manding nagdarasal, nakadaop yaong palad
                      nakatanaw pa sa langit.

6.   Maya-maya'y nagsalita: "Sinasabi ko sa inyo . . .
                      ang lahat ng nangyayari
          Ay kagustuhan ng Ama—Siya'ng Diyos nating lahat!"
                      ito'ng kanyang pamarali.
          "Cris, ngayo'y hatinggabi pa, matulog na aking anak,"
                      pakiusap ng babae
          "Hoy babae, makinig ka, kalungkutang kaakibat
                      ng puso ko ay malaki;
          Ang limatikong gobyerno'y nagpawala ng soldadong
                      may darakpin ngayong gabi
          Ipapako sa Golgota, kaya't huwag kang iidlip
                      bantayan mo'ng mangyayari!"

7.   "Kung ako ang hanap nila—hindi ako pahuhuli
                      hangga't ako'y may hininga
          Hangga't mayro'ng pariseos na ang layon ay mangamkam
                      sa Pinatubong reserba,
          Ang lupaing inaahas ng sakim na namumuno
                      ay pag-aari ng Aeta
          Sila'y aking disipulo na dapat kong ipagtanggol
                      sa utos ng aking Ama;
          Kasakima't kalupitan nitong tao ay talamak
                      kaya dapat kalusin na
          Ang sama ay may hangganan, nasaid na'ng mga luha
                      n'yaring aking mga mata!"

8. Ako'y waring naintriga at paanas na tinanong
        ang babaing nagbabantay:
    "Ilang buwan na ho ngayon na ang anak n'yong binata
        ang Cristo'ng napagti-tripan?"
    Sagot niya: "Mulang mag-"Bible Study" ang anak ko
        ay naluko at nabuwang
    Lagi niyang sinasabing siya ay nilulukuban
        ng Diyos sa kalangitan;
    Lalo nang mabalitaan na ang ama niyang 'seaman'
        sa Denmark—nag-asawa raw
    Kaya pala nawawala, mahigit nang tatlong taong
        hindi kami binalikan."

9. Bigla akong nabagabag sa istoryang napakinggan
        nasambit ang: "Maria-Josep!"
    Napakinggan pala ako ng maysakit na binata
        at nagbukas niyong bibig:
    "Maria-Josep," (kami yaong tinutukoy na dalawa)
        "Hayo, kayo . . . sa daigdig
    Ang salita nitong Ama ay tambing na ipangaral
        upang tao ay masagip;
    Ang sinumang gumagalang sa magulang at matanda
        ay kakasihan ng langit,
    Mamamayan, pag namuhay nang naaayon sa batas
        pagpapalaing masakit!

10. *"Ang gumawa ng mabuti ay tiyak na maliligtas*
        kahit pa nga di-binyagan
    At sinumang mangurakot sa kaban ng Inang-Bayan
        may impyernong naghihintay,
    Anumang masamang gawang salungat sa kabutihan
        ay may karmang nakalaan
    Sa oras ng paghuhukom ay tiyak na malilipol
        ang taong makasalanan!"
    Pagkatapos ng habilin, si Cris ay biglang tumayo
        at sa ina'y nagpaalam
    Sa banyo raw patutungo upang lahat niyang galit
        mailabas nang paduwal.

11. Naiwan kami ng ina at patuloy na nag-usap
        may sumigaw nang maglaon:
    "Sunog, sunog, gising kayo, ang kubeta'y nagliliyab
        si Cris daw ang namumusong,
    Tumakas na papalabas matapos na ang basura
        ay silaba't maging apoy!"
    Nananangis yaong ina na tumakbong papasunod
        sa anak na naboboyong;
    Sa Lupaing Pilipinas dumarami na ba ang Cris
        na ang buhay ay patapon?
    Pulitiko, kaiingat—tukoy lahat nitong Cristo
        ang taong may pagkabuhong!

ANINO NG WARD-7 [109]

1.
  Ang panahon ay mabilis—noo'y akinse ng Mayo
    dalawang buwan nang mahigit
  Hindi pa rin gumagaling at madalas nagwawala
    itong si Mao sa PGH,
  Maging si Doktor Andrada, sa kalagayan ni Mao
    ay labis na nag-iisip
  May pag-asa pa ba kayang gumaan ang pasang kurus
    sa buhay ko ay pasakit?
  Napansin kong si Marcellus maya't-maya'y nagtutungo
    sa palikurang malapit
  Siya'y aking minanmanan pagkat ako'y nagdududa
    sa kilos na parang paslit.

2.
  Bigla akong natigatig labis akong natulala
    sa namalas ko sa CR [110]
  Ang anak kong si Marcellus at si Roger na "bi-sexual" [111]
    sa akto'y karumal-dumal,
  Akma ko nang bibigwasan ng suntok ang diyablong bakla
    nang sumagi sa isipan
  Ang dalawa'y sadyang baliw—may sakit ang pag-iisip,
    abnormal ang kalagayan;
  Para hindi makamatay at masubhan yaong galit
    sila'y aking iniwasan
  Hangos ako sa doktora't nanghingi ng kanyang payo
    sa likmik [112] na nasaksihan.

3.
  Hiniling ko sa doktorang sa madaliang panahon
    pasyente ko'y mailabas
  Kailangang mailayo sa hibo ng kamunduhan
    ang may linggatong na anak,
  Nayag naman ang doktora at sinabi pa sa akin:
    "Pasensiya ho, sa naganap
  Nawala ho sa isipan na kayo ay pagsabihan,
    sa kay Roger ay mag-ingat."
  Kabukasan ng tanghali, makatapos ang pirmahan
    at mabayaran ang lahat
  Sa bahay ay nakauwi, nakatighaw yaring dibdib
    sa problemang dinaranas.

---

109 Sinulat: June 3, 1996. Ang tulang ito ay karugtong ng: "Isang Semana Santa." Akinse na noon ng Mayo at mahigit nang dalawang buwan si Mao sa Ward-7 ng Psychiatry Department ng PGH. Mabagal ang paggaling at madalas sinusumpong at nagwawala si Mao.

110 Ibig sabihin ng CR ay "comfort room" o kubeta.

111 Si Roger ay 45-anyos, taga-Bulacan at isang "bi-sexual" o bakla. May kaya sila sa kabuhayan. Sa kabila ng pagiging mahigpit ng mga magulang, lumaki pa rin si Roger na hindi normal. Sinisisi ni Roger ang mga magulang kaya siya nagkaganoon.

112 Ang "likmik" ay uri ng dumi o sukal na mabaho. Ito ang tanaw ng awtor sa karumal-dumal na ginagawa nina Mao at Roger sa comfort room.

4.   Dumaan ang mga araw, ang pag-unlad ni Marcellus
          ay mabagal na mabagal
     Kadalasa'y nasa silid nagsusugat ng baraso
          may lambong ang kaisipan,
     Patuloy na nananadya, sinisira'ng mga gamit
          salot na may kabwisitan
     Winasak ang "mini-compo"; winarak ang bentilador;
          "switch" ng TV ay tinanggal;
     Ang gripo ay laging bukas; sinira rin ang "fridgidaire;"
          kada-linggo—bago'ng "walkman,"
     At maging ang "audio-video," pati ang "tapes" na kasama
          lahat ng iyon ay bumigay.

5.   Noong una'y ilang beses na nagbuhat n'yaring kamay
          sa di mapigil na galit
     Siya'y aking nasapok na—nasuntok nang pagkalakas
          na may halong pagngingitngit,
     Ngunit wala ring epekto, hindi ko rin nawakasan
          yaong kanyang pamumwisit
     Nakuro ko'ng disiplina ay hindi matututuhan
          ng taong may sira'ng bait;
     Kaya mulang mapagtanto, kapag kausap ko si Mao
          sikolohiya yaong gamit
     Kailangan kong bumagay upang hindi makalait
          at nang hindi rin malait.

6.   Isang araw, kinausap ko si Mao nang mahinahon
          nang kami lang na dalawa:
     "Anak, ako'y matanda na—ubos na ang aking ipon
          magpagaling ka na sana,
     Hindi kita maiwanan, ni humanap ng trabaho
          ay hindi ko na makaya
     Pa'no tayo mabubuhay—isang kahig, isang tuka
          ang ating nakakapara?"
     Sagot niya: "Bayaan n'yo, ibabalik ko sa inyo
          ang nagastos ninyong pera
     Pag nagkatrabaho ako, iipunin ko ang kita
          babayaran kita, papa!"

7.   Ang sagot ko: "Eh, paano mangyayari'ng magtrabaho,
          palagi kang naglalaslas
     Kung may sugat sa baraso, wala kahit na sinumang
          bos na sa'yo ay tatanggap?"
     Sagot ni Mao: "Problema n'yo—bakit kayo nagdesisyong
          sa PGH ay lumabas?"
     Nahulo ko sa kaniya, ang anino ng Ward-7
          nakalambong pa ring ganap;
     **Ako'y kagyat na nanlata sabay hibik ko sa langit
          sa isipan ay natatak:**
     **Sinong "Simon Cireneo" ang mahabag na tutulong
          sa kurus kong pagkabigat?**

MAY WARD-7 ANG LAHAT [113]

1. Kahit pa nga taong normal ay may gawang kahibangan
            na mahirap na limutin
    Lahat ng tao sa mundo ay mayroong kanya-kanya
            na anino ng Ward-7,
    Ang kawalang-urbanidad na ginawa ng dalawang
            sina Marcellus at Roger
    Ay di agad mapaparam, hindi kabod malilimot,
            di kaagad malilibing.

2. Dalawang taon nang mahigit nang si Betsy [114] ay iwan ko
            doon sa bansang Mozambique
    Ang lahat ng karangyaan, tinalikuran kong ganap
            hinding-hindi na nagbalik,
    Ang gusto ko'y maging ama kay Mao na "schizophrenic"
            at kay Vincent na "autistic"
    Mga anak ko'y lumaki nang hindi ko napaghele
            sa pagtulog kahit saglit.

3. Paano ko malilimot ang Ward-7 sa buhay ko,
            sa kanya ko naranasan:
    Sa **Paris** ay nakaapak—naakyat ko'ng Eiffel Tower,
            namangka sa ilog ng Seine,
    Nakatuntong sa palasyo na ubod nang pagkaganda
            Louvre ang tanging pangalan,
    Nanood sa Opera House, at taimtim na nagdasal
            sa simbahan ng Notre Dame.
    Sa **Roma** ay nakita ko—ang Leaning Tower of Pisa;
            katakombang San Sebastian,
    Paliguang-Caracalla; ang labi ng Roman Forum
            at Colosseum na maluwang.
    Mga bansa sa **Europa**—narating ko ang Germany
            Netherland, Denmark at Switzerland,
    Italy, Sweden, France, Spain, kasama na ang Great Britain
            (na kung tawagin ay England).
    Lupalop ng **South America**—nalibot ko yaong Brazil,
            Equador at Argentina,
    Narating ko itong Chile, Peru at ang Venezuela,
            kasama na ang Colombia.
    Sa kontinenteng **Africa:** Sudan, Djibouti at Somalia,
            Kenya, Tanzania, at Zambia,
    Malawi, Mozambique, Angola, Botswana, Namibia,
            Zwasiland at South Africa.
    **Paano ko malilimot ang Ward-7 sa buhay ko
            habang ako'y may hininga?**

---

113   Sinulat: July 23, 1996.

114   Si Betsy ay isang Chilena na nakasama sa buhay ng awtor sa loob ng 12-taon sa Africa. Humiwalay siya kay Betsy at bumalik ng Pilipinas dahil gusto niyang maging ama (kina Mao at Vincent).

"KAYA MO 'YAN!" [115]

1.
Unang linggo ng Oktubre nang dumating at dumalaw
Sa akin ang kapatid kong Filipino-American, [116]
Matapos ang bati't yakap, nagbiro s'ya nang tahasan:
"Kuya, ika'y payatot na—handa na ba'ng iyong hukay?
Alam ko na ang dahilan kung bakit ka nagkaganyan
Marahil ay ininda mo ang rangya na tinalikdan?

2.
"Biro mo bang ika'y dating ginagalang na 'diplomat' [117]
Pero, heto ikaw ngayon sa lusak ng paghihirap,
Kaymarahil ito'ng sanhi ng labis mong pamamayat
Ngunit hindi ka na batang sa 'spilled milk' [118] ay iiyak;
Kagustuhan mong masakit, magbalik ng Pilipinas
Upang ika'y maging ama at makatulong sa anak!"

3.
Ang sagot ko: "Sa hirap na dinaranas ko sa ngayon
Paano ko malilimot tamis ng buhay kahapon?"
Sabi niya: *"Well, fair enough but, you decided it your own
Therefore your heart, mind and soul must also be completely home;"*
Ang dagdag pa: *"Tell me kuya, do you regret your decision?"*
Sabi ko'y: *"No, my decision is ultimate—though may be wrong!"*

4.
*"In that case then wake up, try do something productive
Put up an auto repair shop, or another form of business!"*
Ang sagot ko: "Madali 'yan kung may pondong magagamit
Pero lahat ng ipon ko ay naubos na't nasaid;
Mula pa sa pagkabata, pamangkin mong Mao at Vincent
Ay ginagastusan ko na—bente anyos nang mahigit."

5.
At napabuntong-hininga ang kapatid kong mayaman
Ang sinabi: "Okey kuya, kita'y aking babayaran,
Pati ang "Zenith Laptop" ko, saiyo ay aking iiwan
Para maging okupado ang isipan araw-araw;
Ako sana'y igawa mo ng silabong panuntunan
Niyong "Philippine History," [119] magsulat ka—kaya mo 'yan!"

6.
"Kaya mo 'yan," sabi niya na pamuli pang inulit
Bago siya nagpaalam at patuluyang umalis,
Parirala'y inilipad nang mataas yaring isip
Waring ito ay islogan na malimit kong marinig?

---

115   Sinulat: October 20, 1996.

116   Ang kapatid na binanggit ng awtor ay si "Nieves Catahan Villamin," isang Filipino-American na nakatira sa Calf-Canyon, California mula noong 1972. Ang "Pamilya-Villamin" ay may mahigit 40-ektaryang plantasyon ng ubas doon. Gumagawa na sila at nagbebenta ng iba-ibang klase ng "wine" o alak. Kaiba sa maraming Pilipinong lumisan sa bansa, sila ay naging maswerte sa buhay.

117   "Diplomat" ang kategorya ng lahat ng nagtatrabaho sa United Nations. Ganoon ang katayuan ng awtor noong konsultor pa siya sa Edukasyon ng UNICEF.

118   Karaniwan nang sinasabi na, iniiyakan ng bata ang gatas na tumapon, o "spilled milk."

119   Nagturo ng "Philippine History" si Nieves sa California Polytechnic University (COU) bilang kurso sa Araling-Etniko o "Ethnic Studies." Iginawa siya ng awtor ng "teaching guides" sa kursong nabanggit. Si Nieves ang kapatid na palaging tumutulong sa awtor sa problemang pinansiyal.

Isang taong "de-tabako" ang malimit na bumanggit
"Kaya mo 'yan!" (utuin ka—kaya dapat kang magtiis).

7.   Kaya mo 'yan—magbata kang kumakalam ang sikmura
          Nagbenta ka ng boto mo, isang korap na timawa,
          Masisisi mo ba ngayon kung naghihirap ang bansa
          Ikaw ang may kasalanan, ito'y di maitatatwa;
          Kung sabagay, ang totoo—pagpipilian ay wala
          Pare-pareho ang lahat na may pusong makuhila!

8.   Kaya mo 'yan—magdusa ka sa araw-araw na krimen
          Sa hayagang terorismo, sa lotto na "legal gambling,"
          Sa holdapan nitong bangko, "ransom," "kidnap" at sa "murder"
          Sa kawalan ng trabaho, walang bahay, ni pagkain;
          Sa korapsyon ng gobyerno, sa pagtaas ng bilihin
          Kaya mo 'yang pagtiisan—pagkat ikaw ay utuin!

9.   Kaya mo 'yan—pagkat may *Calendar Girl* sa "Dos-TV"
          EB Babes na halos-hubad at *Super Sirena* sa "Siete,"
          "Kung kaya mo . . . kaya ko rin!" may pelikulang nagsabi
          "Tatagal ka ba?" anang *modelo* [120] sa isang komersiyal na seksi;
          "Sakto!" ang sigaw ng nangangabayong *naka-bikini*
          "Ang saraaap!" anang *lasenggang* may halinghing sa pag-arte.

10.   At dispalinghado na rin ang musika [121] nitong Pinoy
          Ang sapatos daw ni Sion kapag nilagyan ng biton,
          Siguradong *kiki*-nis 'yon—para itong kantang-gunggong
          Habang sila'y ngumingiyaw nang palundag at patalon;
          Kaya mo 'yan Pilipino—kaya mo ang magpa-ulol
          Sa mga lider na korap, kahit sa habang panahon.

11.   Sa kaso kong partikular, makayanan ko pa kaya
          Ang magtiis ng pighati at malabis na dalita?
          Sa tindi ng dalamhati'y nasaid na itong luha
          Parang hindi ko na kayang si Mao ay batang alaga?
          Ah, gusto kong maging ama—aariin kong dakila
          Ang pagpasan nitong kurus hanggang doon kay Bathala!

---

120   Ang inilarawan sa saknong na ito ay ang mga malalaswang palabas at komersiyal sa TV na malaki ang impluwensiya sa kaisipan ng mga manonood—lalo na sa kabataan. Marami ang kabataang babae at lalaki ang nagpapaseksi sa komersiyal ng TV para sa mga lokal na produkto dahil sa "talent fee" o bayad sa paghuhubad. Kaya ang iba ay binansagan tuloy na "TF Princess" na ang ibig tukuyin ay prinsesa ng kalaswaan.

121   Dala ng modernong panahon, malaki na rin ang ipinagbago ng musikang Pilipino. Ang dating ubod-lambing na kundiman ay madalang nang marinig sa ngayon. Pinalitan na ito ng mga "rap music" na pati ang mga lirika ay bastos at walang kamunasan.

MULING PAGKILILING [122]

1.   Huling linggo ng Oktubre nang umulit ang kililing
        sa sakit ng utak ni Mao
    Nars na ate ay dumating mula sa Saudi Arabia
        na noon ay binilinan:
    "Bili mo ko . . . karaoke," pagkat si Mao ay mahilig
        na bumirit sa kantahan
    Ngunit siya ay nabigo dahil sa ang karaoke
        ay tantong may kamahalan.

2.   Nang malaman sa kapatid na hindi nito nabili
        ang habiling karaoke
    Siya ay dagliang nagmaktol at sa loob niyong banyo
        ay nagkulong yaong pobre,
    Naglaslas siya ng baraso at binasag ang kabinet
        at nang aking madiskubre
    Binuksan ko yaong pinto, at sa ilong ko'y sumapol
        isang dagok ni "Elorde."

3.   Nagliliyab yaong mata nitong baliw na anak ko
        sa matinding kapootan
    Kaya siya'y binaliti at kagyat kong iginapos
        ang dalawang mga kamay,
    Itinali ko sa kama at pahangos na lumabas
        at sa taksi ay nag-abang
    Alas-onse na ng gabi nang kami ay nakarating
        sa PGH ay dumatal.

4.   Ang anak kong may atake ay iginapos kaagad
        sa "Ambulatory Medicine"
    Siya ay nagpapalahaw nang nililinis ang sugat
        upang ito ay gamutin,
    Ang kama n'yang hinihigan ay kinalawang na bakal
        walang unan, walang sapin
    Sa ospital na PGH, kagyat mong mararamdaman
        ang hirap ng bansa natin.

5.   Matapos na malapatan ng gamot ang mga sugat
        si Marcellus ay tinanong
    "Medical history" niya'y isang oras na binuno
        ng "duty-nurse" na naroon,
    Makaraan ang "S.O.P." [123] ang nars ay may tinawagan
        sa nag-iisang telephone
    Mahigit na dal'wang oras, sa wakas ay dumating din
        isang "psychiatrist" na doktor.

---

122   Sinulat: November 6, 1996. Pangatlong "confinement" ni Mao sa PGH (October 22 – 24, 1996). Inilabas kaagad ng awtor ang anak at inilipat sa National Center for Mental Health (NCMH), o "Mental."

123   Ang S.O.P. ay "standard operating procedures" o panuntunan sa pagtanggap ng pasyente.

6.	Kaagad kong namukhaan manggagamot na dumating,
		dating doktor sa Ward-7
	"Ako'y si Doctor Bernardo, ano'ng nangyari sa kanya?"
		unang tanong niya sa akin,
	"May 'serious agitation' Doc, nagwa-'wild' ho siya ngayon
		binasag n'ya ang salamin
	Sinuntok niya ang ilong ko, pati labi ko'y pumutok,"
		ang sagot kong mataimtim.

7.	Tinutok ang "stethoscope" [124] sa tapat ng puso ni Mao,
		makaraan ay nagbadya:
	"Sa tingin ko'y kontrolado naman niya ang sarili
		maghintay lang sa umaga,
	Bibigyan ko s'ya ng gamot, kung ayos na ang 'behavior'
		kayo'y puwedeng umuwi na."
	Ang hingi ko: "Baka puwedeng ang anak ko ay ma-'admit'
		sa Ward-7 ay mapunta?"

8.	"Ang Ward-7 ay puno ho, walang bakante sa ngayon,"
		ang sabi ng psychiatrist
	Ang sagot ko sa kaniya: "Tinawagan kong 'Ward-7'
		sa bahay bago umalis,
	Sabi ng nars sa reception may bakante pa raw doktor
		si Mao ay puwedeng ma-'admit'
	Delikado ang lagay niya, kailangan ang 'confinement'
		at nang di makapanakit."

9.	"Sinong nars ho ang nagsabi na mayroon pang bakante?"
		ang usisa niyong doktor
	"Doktor, ako'y propesyonal, di ko hilig ang mag-tsimis," [125]
		ang sagot kong may patungkol,
	"Kung hindi mo ma-a-admit, ang maysakit na anak ko
		ilalabas ko na ngayon
	Bahala ka, pag sa bahay gumawa ng aliwaswas
		ikaw ang may sala roon."

10.	Napipilan yaong doktor at may ilan ding sandaling
		napakunot at nag-isip
	"Okey, kung 'yon ang desisyon bago kayo pauwiin
		pumirma ng 'affidavit,' [126]
	Na kayo ay bulontaryong naglabas sa anak ninyo
		di ko kayo pinaalis."
	Makaraan ay inabot yaong "ballpen" saka papel
		para ako'y may magamit.

124	Ang "stethoscope" ay isang instrumento na ginagamit ng doktor para pakinggan ang tibok ng puso.

125	Ibig ipamukha ng awtor sa doktor na hindi tamang banggitin pa niya ang pangalan ng nars na nakausap niya sa reception bago umalis ng bahay papunta sa PGH.

126	Kailangang pumirma ng "voluntary affidavit" (boluntaryong salaysay) para may ebidensiya ang doctor, kung sakaling magreklamo ang awtor sa bandang huli.

11.	Wala pang limang minuto'y ibinalik ko sa doktor
		ang "statement" kong ginawa
	Malinis ang pagkasulat, walang mali yaong Ingles
		na salita ng banyaga,
	Nang makita'ng pangalan ko—sa dulo ay may "Ph.D."
		napansin kong natulala
	Biglang nagbago ng tono at ang sabi: *Maghintay lang*
		may lalabas ho, mamaya."

12.	May panakot ang sabi ko: "Kung tiyak na may lalabas
		kami'y handa na maghintay
	Kundi naman sabihin lang, para ako'y mag-desisyon
		ang problema'y solusyonan,
	Baka akala mo doktor ibig ko lang magbakasyon
		sa Ward-7 itong si Mao
	Sa kondisyon niya ngayon ay alam ko'ng maaaring
		sunugin n'ya pati bahay!"

13.	"Sige na ho, relaks kayo, mainit yata ang ulo,"
		ang sabi n'yang mahinahon
	"Maghintay lang nang kaunti sa loob ng tatlong oras
		anak n'yo ay ipakakaon,
	Pupunta 'ko sa Ward-7 at akin nang aayusin
		ang sa kay Mao na 'admission'
	D'yan lang kayo, may darating na kukuha sa anak n'yo,"
		at lumisan yaong doktor.

14.	*Biro mo bang—kung di ko pa inilagay ang "Ph.D."*
		sa dulo ng aking ngalan
	Ay di pa mararamdaman ang mabigat na kondisyon
		at kalalagayan ni Mao?
	Gayunpama'y umaga na nang si Mao ay ipakao't
		sa Ward-7 inilagay
	Nakahinga nang maluwag yaring aking kalooban
		sa dusa kong tinataglay.

15.	Nakahiga si Marcellus sa kama n'yang "No. 7"
		nang may babaing lumapit
	"O ano Mao, kamusta na—balikbayan ka rin pala,"
		nakangiti niyang sambit,
	"Oo, Menchu [127] balik uli, mas gusto ko sa Ward-7
		dito ako'y matahimik."
	At sila ay nagbidahan na sa mukha ay may galak
		wala manding kahulilip;
	Sa totoong buhay pala ay tama ang kasabihan
		na malaon nang nalirip:
	"Kapag pareho ang pakpak, sama-sama'ng mga ibon
		ng lipad sa himpapawid!"

127	Si Menchu ay dalagang may sakit din. Naging magkaibigan sila sa Ward-7 noong Agosto, 1995.

"HINDI AKO SIRA!" [128]

1.   Nasa pagdidili-dili ang magulo kong isipan
              nang may lalaking lumapit
       "O pare ko, kamusta na—balikbayan rin ba kayo?"
              kilala ko yaong tinig,
       "Pareng Diego,[129] magmula nang magkasabay tayo noon
              ito'y pangatlo nang beses
       Si Menchu mo, ilan ulit na ba ngayong nagparoo't
              nagparito sa PGH?"

2.   "Apat na beses na ngayon mulang tayo'y magkasabay
              noong nakaraang taon
       Pero, si Menchu'y makulit—hindi pa rin maiwasan
              ang madalas na pagsumpong,"
       Ang tanong ko: "Ano kaya . . . tayo kaya ay ganito
              na lang sa habang panahon?
       Kung ito nga'y kapalaran—wala tayong magagawa
              kung mula sa Panginoon."

3.   At binakas ko kay Diego: "Pareho'ng buwan, pati taon
              nang sumilang si Menchu't Mao
       Kulang-kulang na Pebrero, taong *nineteen-seventy-three*
              noong sila ay iluwal,
       Suspetsa ko't suspetsa mo ay iisa ang dahilan
              kaya sila nagkaganyan
       Dahil sa 'family planning pills' na noon ay iniinom
              ng kanilang mga nanay."

4.   "Kapag si Menchu'y may sumpong, ako ay bugbog-sarado, "
              daing ni Diego sa akin
       "Parang Tyson [130] kung manuntok—di ko naman magantihan
              kahit ako ay gulpihin,
       Kaya plano ko sa ngayon pagbalik ko sa Palawan,
              isang bahay ang gagawin
       At doon ko ikukulong nang separado si Menchu
              upang kami'y di guluhin." [131]

---

128   Sinulat: November 11, 1996. Ang tulang ito ay karugtong ng: "Muling Pagkililing." Dalawang taon at kalahati na ang nagdaan mula nang magbalik sa Pilipinas ang awtor, na ang bawat araw ay inilaan lamang halos para sa pagpapagamot kay Mao. Ikatlong beses nang napasok si Mao sa PGH. Halos dalawang buwan ang tagal ng naunang dalawang "confinements." Hirap na ang awtor sa pagbabantay.

129   Diego ang pangalan ng ama ni Menchu. Taga-Palawan sila at sa PGH pinagagamot ang anak. Kaibigan na ng awtor si Diego, dahil sa haba ng mga araw na inilagi nila sa PGH na bantay nina Menchu at Mao.

130   Si "Mke Tyzon" (boksingerong Amerikano) ang tinutukoy ni Diego na kilala sa lakas ng suntok.

131   Hirap na si Diego sa pambubugbog ni Menchu kapag sinusumpong, kaya plano niyang igawa ng sariling kuwartong may banyo, sa likod ng kanilang bahay, para doon mag-isang tumira si Menchu nang nakasusi o nakakulong.

5.	Laban man sa prinsipyo ko ay pilit kong inunawa
		yaong dilema ni Diego
	Ako man ay pundido na, kapag si Mao ay may sumpong
		sinusuntok n'ya rin ako,
	Pero hindi ko inisip na ikulong kailanman
		sa isang kuwartong separado
	Pagkat kapag nangyari 'yon—si Mao ay di na kabilang
		sa miyembro ng pamilya ko.

6.	Upang ako'y makatighaw sa bigat ng suliraning
		pinapasan sa balikat
	Naisip kong sa "National Center for Mental Health" [132] siya
		doo'y dalhin at ilagak,
	Mayro'n doong "Pavilion-6" na kung saan tumitira
		ang may sakit yaong utak
	Basta mayro'ng nakahandang sampung libo buwan-buwan
		ang magulang at kaanak.

7.	At gayon nga ang nangyari, laban man sa kalooban
		ng anak kong si Marcellus
	Siya'y aking inilipat at nang malamang—sa "Mental" [133]
		bigla siyang nasimangot,
	Di nagtagal, mga patak ng luha sa kanyang pisngi
		ay malayang dumausdos:
	"Bakit dito 'ko dinala—papa, hindi ako sira!"
		ang reklamo n'yang mataos.

8.	"Anak, hindi ka nga sira, mas eksperto sila dito
		gagaling ka dito agad."
	"Siguro'y sawa na kayo—kapag ako ay namatay
		di na kayo maghihirap!"
	"Anak naman, 'wag kang ganyan, ang pakiusap ko sa'yo
		tulungan mo akong ganap
	Para ika'y maging handa na mag-isang magsarili
		sa pagdating niyong bukas."

9.	Pumapatak yaring luhang niyakap ko si Marcellus
		bago ganap na lumisan:
	"Anak, kita'y iiwan ko para matuto ka ritong
		magsarili sa'yong buhay,
	Hindi sa bawat sandali'y makakasama mo ako
		na sa iyo'y magbabantay
	Sa pagdating ng panahon tiyak na magsosolo ka
		maghanda na—ngayon pa lang!"

132	Ang National Center for Mental Health (NCMH) ay "National Mental Hospital" (NMH) ang dating tawag. Binago lang ang pangalan dahil wala marahil magawa ang mga lider ng bansa. Dito inilipat ng awtor si Mao at naging "boarder" sa Pavilion-6 (October 24, to December 20, 1996).

133	Ang NCMH ay kilala sa tawag na "Mental." Kapag sinabing na-ospital ka sa Mental—sira ka! Bagamat maysakit sa utak, ayaw ni Mao na mapasok sa Mental at masabing isang sira!

MATANDANG PAMAHIIN [134]

1.

Mahigit nang isang buwang nasa NCMH si Mao
Maunlad na ang progreso, may kontrol na ang isipan,
Ganado na sa pagkain at lumusog ang katawan
Ang bayad kong sampung libo, waring nasusulit naman;
Dalawang beses isang linggo kung sa kanya ay dumalaw
Sa kantina ng pabilyon [135] binubusog kong mainam.

2.

Pag kumain sa kantina, hindi kasya'ng isang order
May pansit at espaghetti, may dalawang boteng "soft drinks,"
May sari-sari pang "dessert" at may kopa pa ng "ice cream"
Pag tumayo'y may baon pang anumang puwedeng kukutin;
Labis akong natutuwa sa malakas n'yang pagkain
Sana'y magpatuluyan na ang mabilis na paggaling.

3.

Disyembre no'n, may dalawang buwan na ang nakalipas
Sa kantina ng pabilyon si Mao ay may inihayag,
Ang sabi n'ya: "Papa, sana kung kayo po ay papayag
Nais ko pong makauwi, gusto ko po'ng mag-*autumn pass*?" [136]
Nahulo kong sabik na s'ya na makita ang kaanak
Ang mama n'ya at kapatid, ninanasa nang mayakap.

4.

Ang sagot ko: "Baka puwedeng maghintay ka na ng Pasko
Para higit na masaya ang *autumn pass* na uwi mo?
Tatlong linggo mula ngayon ay Pasko na oh, anak ko
Ano'ng iyong masasabi?" tumango lang yaong ulo;
Napansin kong nabawasan pati ang dating kapritso
Di na gaanong makulit, malaki ang pinagbago.

5.

Pag-uwi ko noong hapon, yaong bus na sinasakyan
Ay matagal na natrapik sa may tapat ng "Edsa Shrine,"
Natawag ang aking pansin nang sa kana'y masulyapan
Ang Birhen ng Dolorosa—waring ako'y tinitingnan;
Saglit akong napapatda at nagkurus na marahan
Kay-tagal na pala noong hindi ako nagdarasal!

6.

Dati-rati ako'y taong palasimba't madasalin
Malapit sa Panginoon, pananalig ay taimtim,
Kabiguang sunod-sunod ang siyang nagtulak sa akin
Na magiha ang tiwala sa pagluhod at pag-amen;
Ako'y naging "ateista" [137] pagkat nasira ang hiling
Na ang panganay kong anak maging lalaki sa turing.

---

134   Sinulat: December 10, 1996. Ang tulang ito ay karugtong ng: "Hindi ako Sira!"

135   Ito ang Pavilion-6—isang hiwalay na gusali—na siyang "boarding house" ng mga pasyenteng may kakayanang magbayad sa NCMH (ng mahigit na P10,000 buwan-buwan).

136   "Autumn pass" ay permiso na makauwi ang isang pasyente nang ilang araw, pero babalik muli.

137   Ang ateista ay isang taong hindi naniniwala na mayroong Diyos.

7.   Masidhi ang pangarap kong magkaanak ng lalaki
                 Na siyang magpapatuloy sa hangaring naunsiyami,
                 Nais kong mag-abogado, magtanggol sa naaapi
                 Ngunit hindi ko nakaya dahil mahirap lang kami;
                 Sa isip ko ay natiim, pag nagkaro'n ng lalaki
                 Siya'y aking gigiyahang maging tanyag na "attorney."

8.   Ang isa pang nakadagdag sa pagiging ateista
                 Ang malayang obserbasyo't malawak na pagbabasa,
                 Nakita kong ang lupain ng bayan kong sinisinta
                 Ay pag-aari ng ilang maka-Diyos ang hitsura;
                 Nakita kong ang mahirap—komo salat, walang pera
                 Di man lang mabendisyunan pag nagpantay yaong paa.

9.   Sa aklat ng kasaysayan ng bayan kong Pilipinas
                 Ang pagbitay sa GOMBURZA [138] ay nabasa ko ring ulat,
                 Pagbaril kay Jose Rizal, Malong, Ladia at Magalat
                 At sa maraming ninunong sa labana'y di umatras;
                 Sa "Noli't Fili" ni Rizal natatak sa mga aklat
                 Ang sala ng mga dayong—kurus at espada'ng hawak.

10.   Sanhi nga ng kabiguan, pagbabasa't obserbasyon
                 Naglamat ang tiwala ko sa mahal na Panginoon,
                 Lalo pa't nang di matupad ang hiling kong magkaroon
                 Unang anak na lalaking magtutuloy ng ambisyon;
                 Parang isang pananadya, dili ay pagkakataon
                 Sa una kong tatlong anak—mga babae'ng sumibol.

11.   Kabigua'y di nalihim sa lahat ng kaibigan
                 Kaya't ito ay humantong sa malimit na tuksuhan,
                 Kapag kaming mga guro'y [139] nagtitipon sa handaan
                 Binibiro nila ako: "May sira daw ang *spray gun*."
                 May nanuksong: "Pag umakyat, magsimula ka sa kanan
                 Bumaba ka sa kaliwa't siguradong lalaki 'yan."

12.   Minsan ay may ipinayo ang nanay ng kumpadre ko:
                 "Sa kay St. Vincent de Paul po, mamanata't mag-ayuno,[140]
                 Kayo'y tiyak na bibigyan ng lalaking hiling ninyo
                 Pero dapat ay 'Vincent' din ang itawag sa anak n'yo."
                 Ang sagot kong panunupla: "Kay daming ngalang mabango
                 Bakit pangalang mabaho'ng itatawag sa anak ko?"

---

138   Ang GOMBURZA ay daglat ng mga pangalan ng tatlong paring martir na binitay ng mga Kastila sa pamamagitan ng garote noong ika-17 ng Pebrero, 1872. Sila ay sina: Padre Mariano Gomez, Jose Burgos at Jacinto Zamora. Napaghinalaan silang namuno sa pag-aalsa ng may 200 manggagawa sa Fort San Felipe, Cavite na naganap noong ika-20 ng Inero, 1872.

139   Mga ka-guro ng awtor sa Ramon Avanceña High School ang barkadang nanunukso sa eksenang ito.

140   Sang-ayon sa nanay ng kumpadre ng awtor, si St. Vincent de Paul daw ay Santong Pranses (1576-1660), na patnubay ng mga alipin at mahirap. Kapag humiling ka raw sa kanya, tiyak na lalaki ang magiging anak. Pero, dapat ay "Vincent" din ang ipangalan. Pag di ito sinunod, maaaring may mangyari sa bata.

13.   Hagalhalan ang barkada sa sagot kong pabalabal
      "Naku, 'wag po, 'wag po kayong magbibiro nang ganiyan."
      "Di po ako nagbibiro," isinagot kong magaspang
      "Kung lalaki ang anak ko'y hindi Vincent ang pangalan;
      Marcelino Catahan II—ang tawag kong ibibigay,
      Isang pangalang mabango," at tuloy ang halakhakan.

14.   Napa-kurus ang matanda't magalang na tumalikod
      At sa marami bisita ay patuloy na naglingkod,
      Ani Mister Tolentino: [141] "Pare, ako'y nalulungkot
      Sa sinabi mo kanina baka magalit ang Diyos;
      Pakiusap ko sa iyo, kay St. Vincent mo isunod
      Ang pangalan ng anak mo, pag lalaki ang sumipot."

15.   Ang pabalang na sagot ko: "Kung ang Diyos ay magalit
      Nang dahil sa ang anak ko'y di ko tinawag ng Vincent,
      Loko Siya," ako noo'y hibang na ang pag-iisip,
      Pati na ang Panginoon, walang-sintabing nilait;
      Tatlong beses na nangyaring hinamon ko pati langit
      Sa tuwing ako'y malalasing, may pintig ng hinanakit.

16.   Labing-anim ng Nobyembre taon ng *nineteen-seventy*
      Nang ang hamon kong pangatlo ay naganap at nangyari,
      Maybahay ko ay nanganak, isang sanggol na lalaki
      "Marcelino Catahan II"—rehistro ng "Maternity;" [142]
      Bagamat may bagyong "Yoling" [143] inipon ko ang kumpare
      Sa restorang "Silver Star" [144] ay nagdiwang na maigi.

17.   Dito muling nag-usisa'ng mga gurong kabarkada
      Sa rehistradong pangalan ng anak kong sinisinta,
      Mayabang at taas-noo'ng sinabi ko sa kanila:
      "Ang rehistro'y isinunod sa pangalan kong maganda;"
      Ani Mister Tolentino: "Pare, baka mag-aberya
      Wala sanang mangyayari sa desisyon mo at pita."

18.   Medyo punding nasabi ko: "Pare, kapag may nangyari
      Sa anak kong kasisilang, tiyak ako ay gaganti,
      Kung di Siya makababa sa langit na sinasabi
      Ako'ng pilit na aakyat para magkatuos kami." [145]
      Matapos ang sampung araw bigla na lang naging grabe
      Agaw-buhay sa ospital bagong silang kong lalaki!

---

141 Si Mr. Victorio Tolentino ay kumpadre ng awtor na siyang naghanda nang araw na yaon dahil kaarawan ng anak na lalaki. Biyenan niya ang nagpayo sa awtor na mamanata kay St. Vincent de Paul.

142 "Galang Maternity Hospital" ang sinilangan ni Vincent—sa Batangas St., Avenida Rizal, Manila.

143 Napakalakas ng bagyong "Yoling" noong November 16, 1970. Nawalan ng serbisyo sa koryente at tubig sa Manila noon. Dahil dito, ang gunting na ginamit sa ospital ay hindi napakuluan. Dito nagsimula ang impeksiyon sa pusod ni Vincent, na naging "septicemia," at nang maglaon ay naging "autism."

144 Ang "Silver Star Restaurant" ay nakatayo sa kanto ng Batangas St. at Avenida Rizal, Manila.

145 Ito ang ikatlong paghamon ng awtor sa kapangyarihan ng Diyos. Dito siya biglang "tinuldukan."

"HAMPAS NG LANGIT" [146]

1.
Alas-siyete ng umaga nang idating sa ospital
Ang anak kong nangingitim na noon ay agaw-buhay,
Walang sinayang na oras ang doktor na Kapampangan [147]
Sa naroong "oxygen tent," agad siyang inilagay;
Matapos na mailipat at sa kuwarto'y maayusan
Telepono'y tinungo ko at may taong tinawagan.

2.
"Pareng Vic [148] . . . si Pareng Lino," yaong aking pakilala
"Sa Infant Jesus Hospital agad ka sanang magpunta,
Ang anak ko'y agaw-buhay, pabinyagan natin siya
Bago tuluyang mamatay ay maging Kristiyano muna;
Magsama ka ng 'parish priest,' bilisan mo'ng arangkada
Baka di mo datning buhay kung magbagal-bagalan ka."

3.
"Okey pare," sagot niya't nagbaba ng telepono
Ako'y agad na nagbalik at nagbantay sa anak ko,
Di naglaon ay dumating si Mr. Vic Tolentino
Nag-iisa, walang pari—sa UST kongregado; [149]
Yao'y araw nang dumalaw sa lupaing-Pilipino
"Santo Papa ng Vatican" at ng mga Katoliko.

4.
Si Pareng Vic ay nagtungo sa harap ng "reception desk"
Isang nars ang kinausap at kasama nang magbalik,
"Pare, siya'ng magbubuhos sa 'yong anak na maysakit
Siyanga pala," baling sa nars: "Pangalan ng bata'y Vincent."
Ako noo'y di tumutol sa kumpareng nagsasakit
Sa pangalan ng anak ko, ang "Vincent" ay naging salik. [150]

5.
Nang gabing 'yon ako'y nasok sa palikuran ng kuwarto
Ang luha ay binayaang mamalisbis sa pisngi ko,
Ako'y kagyat na lumuhod, itinungo yaong ulo
Kinausap ko ang Diyos at ang Espiritu Santo;
Noon ko lamang ginawa ang tumawag nang diretso
Sa Dakilang Manunubos sa sala ng imbing tao.

6.
Ang hibik ko: "Amang Diyos, Hari ng lupa at langit
Sa akin ay magpakita ng malinaw na senyales,
Tulungan Mo ang anak ko, pagalingin Mo si Vincent
Ang tiwala ko sa iyo'y ibabalik kong masakit;"
Sagot Niya: *"Tiwala mo'y hindi sapat na ibalik
Magpakita ka ng gawa, para Ako ay manalig."*

---

146   Sinulat: December 17, 1996. Ang tulang ito ay karugtong ng: "Matandang Pamahiin."

147   Si "Dr. Songco"—ang may-ari ng Infant Jesus Hospital sa Forbes St.—ay isang Kapampangan.

148   "Vic" ang palayaw ni Mr. Victorio Tolentino—ang kumpare, kaibigan at ka-guro ng awtor.

149   Si "Pope Paul VI" ay nasa Pilipinas noong Nobyembre 26, 1970. Nag-miting sa UST ang mga pari.

150   Marcelino Catahan II ang unang pangalan. May salik na, kaya: "Vincent-Marcelino Catahan II."

7. "Limang gawang penitensya ang pangako ko sa iyo: [151]
    Una, doon sa Batangas ako ay magku-kursilyo,
    Ikalawa, araw-araw magsisimba 'kong totoo
    Ikatlo, tuwing Miyerkules magno-nobena po ako;
    Ikaapat, lalakarin ang Tondo—Baclaran—Tondo
    Ikalima, kailanman di na ako maglalango."

8. Sa isip ko'y may sumagot: *Baka ikaw ay masira*
    Sa dami ng pangako mo, baka hindi mo magawa?"
    "Totoo po, gagawin ko, para Iyong mahinuha
    Buhay man ang puhunanin sa sakripisyo ay handa;
    Ang tangi kong hinihingi, ako'y nagmamakaawa
    Si Vincent ay buhayin Mo, oh Diyos Amang Dakila."

9. Matapos ang tatlong araw, parang "muling pagkabuhay" [152]
    "Oxygen tent" ng anak ko'y agad-agarang tinanggal,
    Gumanda ang paghinga n'ya, naging rosas pati kulay
    Si Doktor Songco'y napatda sa milagrong nasaksihan:
    "Ang sakit na "septicemia" pag sa bata ay humataw
    Noventa-y-nueve porsiyentong ang hatid ay kamatayan."

10. "May himala sa anak n'yo," ang sabi ni Doktor Songco
    "Kangina lang ay dalawa ang namatay na pareho,
    Sila ay bagong panganak—"septicemia" rin ang kaso
    Kahit siyensya ay may bagay na wala pa'ng patotoo."
    At si Vincent ay na-"discharge" matapos ang dalawang linggo
    Pasalamat ko sa Diyos—lampas-langit, todo-todo!

11. Nagsimulang tuparin ko ang panata ko sa langit
    Sa Batangas, isang lingo akong nagkursilyong tikis,
    Araw-araw nagsisimba at sa tuwinang Miyerkules
    Ako ay nagno-nobena sa "Mother of Perpetual Help;"
    Noong unang kaarawan niyong anak kong si Vincent
    Mula Tondo'y nilakad ko ang Baclaran, at pabalik. [153]

12. *July nineteen-seventy-two* (maka-isa't kalahating taon)
    "Faculty Club" [154] ng eskwela'y nagkaroon ng eleksyon,
    Ako'ng naging presidente, kung kaya't may selebrasyon
    Barkada ko'y nag-inuman sa restoran noong hapon;
    Habang sila'y may puluta't San Miguel na kahon-kahon
    Sama ako sa tuksuhan—na "Pepsi" ang iniinom.

---

151   Lima ang panata sa Diyos na gagawin ng awtor kapag gumaling sa karamdaman ang anak na si Vincent.

152   Ang Panginoon ay nabuhay na mag-uli matapos ang tatlong araw na pagkalibing. Sa isipan ng awtor, ang anak ay nabuhay na mag-uli, makaraan ang tatlong araw na krisis sa ospital.

153   Sa unang kaarawan ni Vincent, naglakad nang naka-paa ang awtor mula Tondo pa-Baclaran, at pabalik.

154   May 268 teachers ang miyembro ng "Faculty Club" ng Ramon Avanceña High School (RAHS). Ang awtor ay nahalal na presidente ng Faculty Club noong 1972-1973—isa at kalahating taon matapos isilang si Vincent. Ito ay itinuring ng mga kaibigan na suwerte raw na dala ni Vincent.

13.   Simula ni **Mister Santos**: "Biro mo bang laking suwerte
                Ang idinulot sa iyo ng anak mong si Vicente,
                Isang tao't kalahati—kaagad ay may nangyari
                Ikaw ngayon ay sumikat—nanalo kang presidente."
                Si **Pareng Vic**: "Ang 'Jojo' ko, sa ngayon ay edad-trese
                Pero di ako mahalal kahit bise-presidente?"

14.   "Mga padres, palagay ko," sabad ni **Mister Aliga**
                "Ang Pareng Lino sa ngayon, sa atin ay sasabay na,
                Titikim na ng San Miguel—tatalikdan ang panata
                Mahirap din ang malasing sa tama ng Pepsi-Cola;"
                Ang susog ni **Mister Andres**: "Tumpak pare, iskiyus siya
                Ito'y tagumpay ni Vincent na may suwerteng dala-dala."

15.   Ani Mister Santos uli: "Presidente'y 'wag pilitin
                Lagot 'yan kay 'presidenta' kapag siya ay nalasing."
                Tanong ni **Mister Enrile**: "May presidente bang ander?"
                Sabad ni **Mister Florendo**: "Wala naman kaymarahil,
                Ang alam ko, si Marcos man, kahit di tama ang gawin
                Sa ibabaw ni Imelda—doon laging nakahimpil."

16.   Giting at pusong-lalaki'y nasundot nang sinasadya
                Ang "waitress" ay tinawag ko: "Apat na kilawin pa nga."
                Ang baso ko'y sinalinan ng beer, saka tinungga
                Di na ako maglalasing—ang pangako ko'y nasira;
                Noon nga ang panata ko'y nalaing nang pasimula
                Langit kaya ay manghampas sa marawal kong ginawa?

17.   Nagdaan ang mga araw, lumipas ang tatlong buwan
                Ako'y muling nalubalob sa putik ng kasalanan,
                Gabi-gabi'y halos lango sa pag-uwi ko ng bahay
                Ikalimang panata ko ay sinira nang lubusan;
                Ang daing ng maybahay ko: "Ako'y kinikilabutan
                Baka araw ay dumating—singilin ka ng Maykapal!

18.   "May isa pang kaba ako, parang ako'y nagbubuntis
                Hindi ako dinaratnan kahit umiinom ng 'pills'."
                "Kung gayon ay tigilan mo," at kumaba yaring dibdib
                Baka epekto ng gamot ay sa bata pa kumapit;
                At komo taong marupok, di pinansin ang senyales
                Hibang akong nagpatuloy sa paglubalob sa putik.

19.   Ika-apat ng Pebrero, taong *nineteen-seventy-three*
                Nang isilang si Marcellus, pangalawa kong lalaki,
                "Ventricular septal defect" [155] at "cleft pallate" [156] yaong pobre
                Kasalanan ko ang lahat—ang aral ay nasa huli!
                Pag talikba mo sa langit tantong ganap na malaki
                Malakas din ang hagupit na gigising sa sarili!

---

155   "Ventricular septal defect " ay sakit sa puso—di kayang ibomba ang dugo sa baga at buong katawan.

156   "Cleft pallate" ay uri ng abnormalidad na walang titilaukan ang bata mula sa pagsilang.

"LABINTATLONG HUDAS" [157]

1.
Sa pagsilang ni Marcellus, hindi ako nakapasok
nang isang linggo sa eskwela
Pagkat siya ay malubha, palagi nang nangingitim
tumitirik pati mata,
Muli akong tumingala sa langit at nakiusap
sa Diyos na Poong Ama:
"Mahabag po sa anak ko, iligtas sa karamdaman
kahit wala na'ng panata."

2.
Nasa Infant Jesus ako nang ang aking sekretarya'y [158]
tumawag sa telepono
Prinsipal ng eskwelahan ay bigla raw dinemanda
pitong Hudas [159] na miyembro ko:
"Huwag kayong mag-alala pagkat bukas na bukas din
tiyak na papasok ako
Punong-guro'y haharapin, at kung kinakailangan
ay magka-"counter charge" [160] tayo."

3.
Ang bansag ng punong-guro, "Labintatlong Hudas" kami
pagkat gurong militante
Na ang layon ay isulong yaong tamang edukasyon
sa buhay ng estudyante,
Kami'y laban sa korapsyon, may mataas na halaga
at pagtanaw sa sarili
Tunay kaming edukador sa isipan, sa salita
at paggawa ng mabuti.

4.
Katulad ng karaniwang taktika sa panunupil
pitong Hudas ay binasag
Ang apat ay kumabila at nanumpa sa prinsipal,
sa samahan ay kumalas,
Sila daw ay napasali sa pagpirma ng petisyon
pagkat tinakot/dinahas
Kaya tatlo ang natira sa demanda ng prinsipal
na ang dugo'y sumusulak.

---

157   Isinulat: December 20, 1996.

158   Ang tinutukoy na "Mrs. Yee" ay ka-guro ng may-akda, na ngayon ay "immigrant" na sa New Zealand. Si Mrs. Yee ang sekretarya ng lokal na samahan ng 13 militanteng guro ng RAHS, na pinaka-chairman ang awtor. Presidente rin siya ng RAHS Faculty Club.

159   "Labintatlong Hudas" ang tawag ng prinsipal sa 13 gurong militante. Idinemanda ng prinsipal ang pitong Hudas dahil pumirma sila sa petisyon sa Legal Department ng Malakanyang para imbestigahan ang prinsipal na nagbenta ng sobrang materyales sa bagong katatayong RAHS. Hindi kasama sa pumirma ang awtor. Nasa ospital at nagbabantay sa anak. May "go-signal" siya na isulong ang petisyon. Noon ay limang buwan na ang "Martial Law" o Bagong Lipunan. Nagkaroon ng imbestigasyon ang Legal Department ng Malakanyang. Subalit ang Bagong Lipunan pala ay "luma" pa rin. Nawalang-saysay ang imbestigasyon. Ang prinsipal daw ay dating ka-guro ni Donya Josefa—ang ina ni F. E. Marcos.

160   Ang ibig sabihin ay magsusulong sila ng kontra-demanda laban sa punong-guro.

5.   Kinabukasan ng hapon, pagkatapos na magklase
              siyam [161] na Hudas ay nagmiting
        Si Mr. Pablo Jajalla [162] ang siya kong pina-akto
              na maging chairman sa turing,
        Isa-isa n'yang tinanong ang siyam—kung handa bagang
              sa counter-charge ay maghain
        Apat lang ang nanindigan, pagkat noon ay Martial Law [163]
              lubhang mainit ang hangin.

6.   Lubusan kong inunawa ang limang gurong kasama
              na pinili'ng manahimik
        Sila ay may mga anak—dapat ay may edukasyon,
              pagkain, bahay at damit,
        Paano ang mangyayari kung sa trabaho'y mawala
              ano na ang masasapit
        Ng pamilyang minamahal na buod ng pagsisikap
              at lahat ng pagsasakit?

7.   Noong ako ang tanungin ni Mr. Pablo Jajalla
              kung ano'ng nasa damdamin
        Hayagan kong nilitanya ang sukal ng aking loob
              at malabis na hinaing,
        Ang sabi ko: *"Tatlong miyembro natin ay nade-demanda*
              sa korte ng kasong libel
        Bilang lider ng samahan—di ko sila iiwanan
              kahit buhay ay malaing!

8.   *"Sa tala ng kasaysayan ng pambansang repormista*
              at ng maraming samahan
        Paniniil ng malakas sa kawawang mahihina
              ay lakad na karaniwan,
        Ngunit di tayo papayag—tayo'y hindi na maliit
              katulad ng karamihan
        Lumaki tayo sa dunong, bilang mga edukador
              tayo ay dapat lumaban!

9.   **"Kinakamkam, hinahamig, inaagaw ng malakas**
              ang lahat ng yamang-bansa
        Sinasamantala nila—tinatakot, sinusugpo
              karapatan ng mahina,
        Panahon nang ang hangganan sa lahat ng kasakiman
              ay iguhit at itakda
        Tayo'y gurong idealista—kaya't tayo'ng nararapat
              sa huwara'y magsimula!"

---

161   Sa pitong Hudas na pumirma sa petisyon, apat ang pumirma ng "retraction letter" na sila ay tinakot. Tatlo ang nademanda. Lima ang hindi nakapirma sa petisyon, kaya siyam pa ang lahat ng militanteng guro.

162   Si Mr. Pablo Jajalla ay sa Canada na ngayon naninirahan na kasama ang buong pamilya.

163   Ang Martial Law ay idineklara ni Pangulong Marcos noong September 21, 1972. Limang buwan na ang Martial Law nang isilang si Marcellus.

10.   Hindi ako nakatulog nang gabing 'yon kahit pikit,
                 ang isipa'y litong-lito
         Ako'y hindi isinali sa demanda ng prinsipal,
                 ano't hahalo sa gulo?
         Paano ang mangyayari kapag ako ay natanggal
                 at mawalan ng trabaho?
         "Ah, mas madali nang hanapin ang nawala kong trabaho
                 kaysa nawalang prinsipyo!"

11.   Kabukasan ay nagtungo sa City Court ng Maynila
                 na noo'y nasa City Hall
         Kasama ko si Mrs. Yee, si Mr. Pablo Jajalla
                 at si Miss Carmen de Leon, [164]
         Kaming grupo'y nagdemanda laban sa aming prinsipal
                 ng kasong "graft and corruption"
         Pangalan kong nauuna sa listahan ng "complainants"
                 waring taga-sa-panahon?

12.   Agad akong kumunsulta sa samahang-legal ng "CLAO" [165]
                 para kami ay tulungan
         Kaya't noong unang "hearing," may abogado na kami
                 na matibay ang sandigan,
         Ang noo'y "superintendent" ng City Schools of Manila [166]
                 sa opis kami'y pinisan
         At kami ay kinausap na ang kasong nakahain
                 ay ayusin sa usapan.

13.   Ang kalabang punong-guro'y di pumayag sa areglo
                 kaya kaso'y nagpatuloy
         Ngunit kanyang napagtanto na tagilid ang laban n'ya
                 nang ang kaso ay maglaon,
         Siya'y agad na nagsugo sa akin ng emisaryo,
                 ang aming "guidance counselor"
         Panikluhod n'ya sa akin ang kaso ay iyurong na
                 prinsipal ma'y mag-uurong.

14.   *Noon ko lang namalayang ako ay lider na 'Hudas'*
                 at di isang idealista [167]
         Pagkat ako ay pumayag sa areglo ng prinsipal
                 kahit ayaw ng kasama,
         Alin ang mas mahalaga—idealismo o makulong
                 ang prinsipal na maysala
         Na ang "retirement benefits" ay ganap na maglalaho,
                 wala kahit isang pera?

---

164   Sila ang tatlong kasama ng awtor na nagdemanda laban sa punong-guro ng RAHS.

165   Ang CLAO ay daglat ng "Citizens' Legal Assistance Office"—isang pribadong samahang-legal na noon ay tumutulong nang libre sa mga mahihirap na may asunto.

166   Si Dr. Josefina Navarro ang Superintendent of City Schools, Manila noong panahong yaon.

167   Naging "Hudas" talaga ang awtor sapagkat nakipag-areglo siya sa prinsipal kahit labag sa tatlong kasama. Naawa siya sa matandang punong-guro na pag napatunayang nagkasala ay mawawalan ng benepisyo.

49

PANININDIGAN AT PAG-ASA [168]

1.
Kahit lawit na ang dila sa hirap na dinaranas
hindi pa rin nanggipuspos
Matatag ang pananalig na darating ang panahon
at gagaling si Marcellus,
Tatlong beses kada linggo siya'y aking dinadalaw
inaaliw na mairog
Lubos akong umaasa sa tunay na pagkalinga't
kapangyarihan ng Diyos.

2.
Ilang doktor ang nagsabing ako raw ay habang-buhay
na papasan ng pasakit
Si **Doctor Baum** ng Stanford; [169] **Doctor Karim** ng Desert Life; [170]
Doctor Andrada—PGH; [171]
Doctor Songco—Infant Jesus; [172] at si **Doctor Atanacio** [173]
na batikang "cardiologist;" [174]
Si **Doctor Tan** ng CGH; [175] at si **Dr. Juan Galang**, [176]
at **Doctor Cuenca**—NCMH. [177]

3.
Kung bagamat nibelado'ng palagay ng mga doktor
sa kaso ng aking anak
Lubos pa ring umaasang may milagrong mangyayari
na may dala-dalang lunas,
Ang kandili ng Maykapal ay lagi nang winiwisik
sa lahat ng kapus-palad
Darating din ang panahong karamdaman ng anak ko
ay huhupa at lilipas.

4.
Isang araw ay pamuling dinalaw ko si Marcellus
para hatdan ng pagkain
Sa kantina ng pabilyon napansin kong ang pagsubo
ay mabagal at tamilmil,
Ang tanong ko: "Bakit anak, mayroon ka bang dinaramdam
na bagabag o hilahil?"
Aniya: "Lusaw po ang dumi, masakit ang aking tiyan
kaya hindi makakain."

---

168   Sinulat: January 7, 1997.

169   Si Doktor Baum ng Stanford Hospital, Palo Alto, CA, USA ang gumamot kina Mao at Vincent (1980).

170   Si Doktor Karim ay isang Pakistani-Amerikanong manggagamot na gumamot kina Mao at Vincent sa Desert Life Medical Center sa Arizona, USA noong 1981.

171   Si Doktor Andrada ang sumubaybay kay Mao sa Philippine General Hospital (PGH).

172   Si Doktor Songco ang manggagamot na may-ari ng Infant Jesus Hospital sa Forbes St., Manila.

173   Si Doktor Atanacio ay isang batikang cardiologist sa Infant Jesus Hospital.

174   Ang "cardiologist "ay isang doktor na espesyalista sa sakit-sa-puso.

175   Si Doktor Tan ang manggagamot ni Mao sa Chinese General Hospital (CGH).

176   Si Dr. Juan Galang ang may-ari ng Galang Maternity Hospital (silinangan nina Vincent at Mao).

177   Si Doktor Cuenca ang manggagamot ni Mao sa National Center for Mental Health (NCMH).

5.   Kaagad kong pinabalot sa naroong serbidora
           ang pagkaing di nagalaw
       Sa opisina ng "head nurse" ako'y kagyat na nagtungo
           upang kaso'y ipaalam,
       Matapos kunan ng BP, [178] nakunot ng noo ang nars:
           "Medyo ho, may kababaan
       Si Doktor Cuenca'y gagawa ng reseta nitong gamot
           na kaniyang kailangan."

6.   Matapos kong maibili ng gamot ang aking anak
           siya'y aking kinausap:
       "Sa darating na Miyerkoles akoy muling magbabalik
           may habilin ka ba, anak?"
       "Wala papa," sagot niya na sa mata ay may panglaw
           sa hirap na dinaranas
       Dibdib ko'y halos sumabog sa nakitang kalungkutan
           na sa mukha'y nakabakas.

7.   No'ng sumunod na Miyerkoles ako'y tantong napahindik
           nang dumating sa ospital
       Si Mao raw ay inilipat sa "Infirmary Pavillon," [179]
           ng may dagdag-karamdaman,
       Humahangos kong tinungo "reception desk" ng pabilyon
           at sa "head nurse" ko nalaman
       Na ang anak kong binata'y bigla na lang inatake
           at nawalan daw ng malay.

8.   Sabi ng nars: "Ayos na ho, maganda na'ng kanyang BP
           at natutulog sa ngayon
       Magana na kung kumain, baka bukas mabalik na
           sa residensiyang pabilyon."
       Pinuntahan ko sa kama, niyugyog ko'ng aking anak
           at siya'y aking tinanong:
       "Bakit nahimatay ka raw, may problema ka ba, anak
           nang masabi ko sa doktor?"

9.   Nagkusot ng kanyang mata: "Natakot po kasi ako
           ang katabi ko'y namatay
       May bulak pa yaong ilong—kaya ako ay nahilo
           at hindi ko nakayanan,
       Bukas papa, baka puwedeng ilabas na ninyo ako
           mula dito sa ospital
       Kahit ako'y isang baliw, mas higit kong nanaisin
           ang mabuhay nang matagal."

---

178   Ang BP ay "blood pressure" o presyon ng dugo. Isa ito sa binabasehan ng mga doktor at nars sa tunay na kalagayan ng maysakit.

179   Ang "Infirmary Pavillon" ay ang Pavillon-7 sa NCMH. Ito ang lugar na kung saan ginagamot ang mga pasyenteng may iba pang karamdaman bukod sa sakit ng utak.

SILAHIS NG BAGONG UMAGA [180]

1.
    Kabukasan ng umaga, si Doktor Cuenca'y hinanap
        sa kaniyang opisina
    At ako ay nakiusap na payagan si Marcellus
        sa bahay ay umuwi na,
    Ang rason ko: "Limang araw na lang at magpapasko na,
        dapat buo ang pamilya."
    Ako'y kanyang naunawa at kami ay pinayagan
        basta magbayad lang muna.

2.
    Gayon pa ma'y di nagkulang ng paalala sa akin:
        "Kung sakali at sumpungin
    Ay kaagad na ibalik ang anak n'yong si Marcellus
        pagkat mahirap kontrolin,
    Schizophrenic na maysakit ay kagyat na nagbabago
        ang isipan at damdamin
    Delikado pag sa bahay inabutan ng diliryo
        hindi kayo sasantuhin!"

3.
    Pagkatapos, si Mao naman ang kaniyang binalingan:
        "Mao . . . dapat ay magbait ka
    Kontrolin mo ang sarili, kumain ka nang marami
        at matulog nang maaga,
    Uminom lagi ng gamot sa oras na itinakda
        at maligo sa umaga
    Magtrabaho ka sa bahay, mag-'exercise' na palagi
        mahalin mo ang pamilya!"

4.
    Noche Buena (1996)—patay-sindi ang "christnas tree"
        sa sulok ng aming bahay
    Sa lamesitang katabi, aginaldong nakabalot
        ay maayos ang salansan,
    Masagana ang pagkain na noon ay nakahanda
        puno ang hapag-kainan
    May fried chicken, kaldereta, litson, pansit at adobo
        papaet at dinuguan.

5.
    May tumigil na sasakyan sa tapat ng aming bahay
        mga bandang alas-onse
    "Lolo, narito na kami," ani Loren (sampung taon)
        "Merry Christmas," pa ang sabi,
    Ang kasama ay si Janine (walong taon)—mga supling
        ng panganay kong babae
    Mama nila ay isang nars, [181] sa ospital ng Singapore
        ay naroo't nagsisislbi.

---

180   Sinulat: January 30, 1997. Ang tulang ito ay karugtong ng: "Paninindigan at Pag-asa."

181   Dalawa ang anak na nars ng awtor—ang panganay at pangatlong babae. Ang panganay ay isang nars sa Singapore, at ang pangatlong babae ay nars din na nasa California.

52

6.   Nadagdagan ng dalawa ang tatlo kong mga apong
          sa bahay [182] ay nakatira
      Si Jogie na sampung taon, si Jessie na magwa-walo
          at si Tiza ay anim na,
      Ang hamon ko: "Kontes [183] tayo—ang magaling na sumayaw
          isang daan ay kikita
      Ang kulelat sa pagkendeng maaaring manalo rin,
          ng sampung sentimo'ng pera."

7.   Macarena'y [184] pinatugtog ako'y bumirit ng kembot
          upang ako ay gayahin
      Hagakhakan nang malakas at sila ay napasunod
          sa buladas ko't pagkendeng,
      Si Tiza'y patuwad-tuwad, pagiling-giling si Jessie,
          palundag-lundag si Janine
      May katabaan si Jogie kaya tumatalbog ang tiyan,
          at si Loren—sobrang hinhin.

8.   Ang buong sangkabahayan ay natigib ng halakhak
          pati si Mao at si Vincent
      Si Mao man ay nakihalo at nakatawang humirit
          ng sayaw na pakandirit,
      Si Vincent ay nanatiling nakangiti nang mayumi
          na kontentong nagmamasid
      Ang tugtog na Macarena na noon ay lubhang sikat
          makaitlo kong inulit.

9.   Matapos ang paligsahan, bunot ako ng pitaka
          at namigay ng papremyo
      "Sa mahusay na tumuwad—si Tiza ang nangunguna
          isang daan ang bigay ko,
      Sa matinik na gumiling—Jessie, heto'ng isang daan
          halina at abutin mo,
      Sa mataas na tumalon na kawangki ni Jackie Chan [185]
          Janine—ikaw ang panalo."

10.   At ako ay nagpatuloy: "Sa mahinhin kung kumembot,
          isang daan ang kay Loren
      Patalbog-talbog na tiyan—si Jogie ang nakakuha,
          gantimpala'y sandaan din,"
      Ang mahiyaing si Jogie ay nabuhayan ng loob
          nakangiti nang abutin
      Buong haka'y dies sentimos ang sa kanya'y nakalaan
          na halagang tatanggapin.

---

182   Sina Jogie, Jessie at Tiza ang tatlong apo na kinakandili ng may-akda na nakatira sa kanyang bahay. Anak sila ng pangalawang supling na babae ng awtor—ang "tupang naligaw."

183   Idinaan sa kontes (contest) ng awtor ang pamimigay ng munting aginaldo para ipunla sa isipan ng mga apo na, ang anumang grasiya ay pinaghihirapan—hindi bagay na ipinagkakaloob lamang.

184   Ang awiting Espanyol na "Macarena" ay sikat na sikat noong mga panahong yaon.

185   Si Jackie Chan ay isang sikat na artistang Tsino na mataas lumundag at mahusay sa Kung-fu.

11.
        "Sa kandirit-macarena ay may premyo akong handog
               isang daan para kay Mao [186]
        Tahimik na tagamasid—si Vincent ang napili ko
               mayroon ding isang daan."
        Si Jessie ay nagprotesta: "Lolo, may pagtatangi ka,
               si Jogie . . . bakit isang daan,
        Patalbog-talbog na tiyan, dapat sampung sentimo lang?"
               ang lahat ay nagtawanan.

12.
        Biglang nagalit si Jogie, namula ang mga mata't
               babatukan ang kapatid
        Kagyat akong pumagitna't si Jogie ay pinigil ko
               sa dahas na nagngi-ngitngit,
        "Jogie apo, ngayo'y Pasko—kaarawan ng Maykapal
               ngayo'y Pasko ng pag-ibig
        Pasko ng pagpapatawad, mahal ka ng kapatid mo,
               sa biro ay 'wag magalit."

13.
        Tumugtog ang alas-dose kaming lahat ay nagsalo
               sa lamesa ng pamilya
        Masagana ang pagkain, malulutong ang tawanan
               may singit na asaran pa,
        Matapos ang salu-salo't bigayan ng aginaldo,
               nagpatuloy ang programa
        Madaling-araw na halos nang humupa yaong ingay
               ng pamilyang ubod-saya.

14.
        Nang kami ay magretiro, nanatili akong gising
               sa kama kong hinihigan
        Sa wari ko ang mabigat na problema sa buhay ko'y
               unti-unting gumagaan,
        Si Mao ay di na makulit marunong nang makisama
               sa mga tao sa bahay
        Malaki ang pinagbabago sa isipan at pagkilos,
               pati na sa kalusugan.

15.
        Sa isip ko: "Kung ito na yaong hudyat na silahis
               ng umagang bagong-bago
        Harinawang ito na nga ang magsilbing aginaldo
               sa pagsapit nitong Pasko,
        Panginoon, ako'y putik . . . di na ako pamuli pang
               mangangako sa dangal Mo [187]
        Ako ay taong marupok—sa dugo ko'y may serpiyenteng
               katulad ng pulitiko!"

---

186   Sa edad na 23 anyos ni Mao, ang katulad niya sa kaisipan ay isang batang wala pang sampung taon. Ito ay dahil sa sakit na "schizophrenia." Gayon din halos ang kaso ni Vincent na isang "autistic." Kaya sila ay binigyan ng gantimpala ay bilang insentibo at pag-uukol ng pansin.

187   Nasira nang minsan ang awtor sa panatang: "hindi na ako maglalasing." Ayaw na niyang mamanata uli.

AWTISMO: SAKIT O PILANTIK? [188]

1. Sa buhay ng tao, dapat na tandaang hindi makakamit
    Hindi matatamo sa habang panahon ang bala mong nais,
    May pagkakataong salungat sa nasa—para bang pagtikis
    Ang siyang darating, na wari'y "pilantik" sa iyo ng langit.

2. Tatlong sunod-sunod na babaing anak, dumating sa buhay
    Bagamat dalangin nitong aking puso mula una pa lang,
    Anak na lalaki—ang tangi kong hangad at inaasahan
    Upang magpatuloy sa mga pangarap na di ko nakamtan.

3. Dahil tao lamang, natiim sa puso'y pawang hinanakit
    At ako'y nawalan ng paniniwala sa Hari ng Langit,
    May pagkakataong hinamon ko Siya nang may ilang beses
    Kung Siya'y totoo—ako'y pakitaan ng mga senyales? [189]

4. No'ng *nienteen-seventy*, halos nalason na ang aking isipan
    Ikalabing-anim ng Nobyembre noon nang siya'y isilang,
    Ikapat kong anak—"Marcelino Catahan II" ang rehistrong ngalan
    Walang kahulilip sa puso ko't diwa'ng dalang kagalakan.

5. Kagyat na nagbunyi't tinipon kong lahat ang piling kumpadres
    Di inalintana ang sungit ni "Yoling" [190] na may dalang ngitngit,
    Eksklusibo kami sa isang restoran, [191] ang lahat makulit
    Sa dami ng bote ng beer na bumaha—nalunod ang isip.

6. Natatandaan kong sa piging na yao'y muli kong hinamon
    Ang kapangyarihan ng Diyos na Ama, dahil may nagtanong,
    "Bakit hindi 'Vincent' ang ipinangalan sa anak mong bugtong
    Huwag naman sanang magalit sa iyo yaong Panginoon?" [192]

7. Komo ako'y lango, ako ay napundi at biglang humirit:
    "'Pag napoot Siya, tinitiyak ko ring ako'y magagalit,
    Kung may mangyayari—Siya'y aakyatin kahit pa sa langit
    Kami'y magtutuos," ang aking winika na may halong ngitngit.

---

188   Sinulat: February 16, 1997. Ang salitang "awtismo" ay wala pa sa Diksiyunaryong Filipino. Hango ito ng awtor sa Ingles na "autism"—isang uri ng sakit sa utak simula sa pagkabata—na ang maysakit ay di maka-ugnay sa kapwa-tao at sa mga sitwasyon sa buhay. Kadalasan, ang awtistik (ang taong maysakit na autismo) ay ayaw tumanggap ng anumang pagbabago. Ang sakit na autismo ay madalang na mangyari. Ayon sa siyensiya, nangyayari lang ito sa dalawa, hanggang apat, sa bawat 10,000 bata. Sinasabi rin, na ang karaniwang apektado ng sakit na autismo ay mga batang lalaki.

189   Dahilan sa hindi pagkakaroon ng anak na lalaki, nawalan ng paniniwala at naghinanakit ang awtor sa Diyos. Siya ay naging ateista at ilang beses na rin na hinamon niya ang kapangyarihan ng Lumikha.

190   Masungit ang panahon nang sumilang ang anak na lalaki ng awtor. Malakas noon ang bagyong "Yoling" at malalim ang naging baha sa kalakhang-Maynila.

191   Ito ang Silver Star Restaurant sa kanto ng Avenida Rizal at Batangas St., Maynila. Dito tinipon ng awtor ang mga kaibigang guro, para ipagdiwang ang pagsilang ng anak na lalaki.

192   Namanata ang awtor kay St. Vincent de Paul—isang Santong Pranses—para magkaroon siya ng anak na lalaki. Sang-ayon sa matandang babaing nagpayo sa kanya para mamanata, dapat pangalanan din ng "Vincent" ang magiging anak na lalaki.

8.   Parang pinagtiyap, labing-isang araw mula sa pagsilang
Anak kong lalaki'y biglang nagdeliryo—muling na-ospital, [193]
Tatlong araw siyang nasa "oxygen tent," himalang nabuhay
Sang-ayon sa doktor—ang nangyaring yaon ay kababalaghan.

9.   Posibleng himala ng Ama sa langit ang mga naganap
Nabuhay si Vincent [194] nagdulot sa akin ng labis na galak,
Subalit sa bawat oras na nalagas/panahong lumipas
Parang may pilantik sa kaluluwa kong lumikha ng sugat.

10.   *Paano ba naman, lumaki si Vincent na isang awtistik*
Parating mailap, may sariling mundo at sariling isip,
Kapag nagsalita, parang isang robot na paulit-ulit
Hindi maturuan ng mga gawain na utak ang gamit.

11.   Dinanas kong lahat ang lalong matinding mga paghihirap
Sa Papua New Guinea [195] ay anim na taong nag-ipo't nagsikap,
Noong *nineteen-eighty*—ang buong pamilya'y aking inilipad
At sa Amerika'y ipinagamot ko ang dalawang anak.

12.   Subalit ang siyensiya o anumang bagay ay mayro'ng hangganan
Hindi rin gumaling ang utak ng aking anak na espesyal,
Ang sabi ng doctor: "Awtismo ni Vincent ay panghabang-buhay
Kaya ihanda mo ang iyong balikat sa kurus na pasan." [196]

13.   Ngayon ay ganap nang binata si Vincent—magilas/makisig
Pero "bata" pa rin sa kilos, sa puso at sa pag-iisip,
Komo isip-bata, naobserbahan kong budhi'y sakdal-linis
Hindi kailanman gumawa nang lisya sa batas ng langit.

14.   **Kapag nag-iisa't binabalikan ko yaong nakaraan**
Nangyari kay Vincent, isa bang awtismo o pilantik lamang?
Ako nga'y matino—subalit nilikhang batbat-kasalanan
Kung naging awtistik, disi'y masunurin sa Diyos na Maykapal!

---

193   Maitim na ang labi ng anak ng may-akda nang dumating sa Infant Jesus Hospital sa Forbes St., Maynila. Sa loob ng tatlong araw, naka-oxygen tent ang maysakit. Parang milagro ang naganap, napagaling din ni Doktor Songco (may-ari ng ospital) ang bata. Maging si Dr. Songco ay hindi umaasang mabubuhay pa ang anak ng awtor.

194   Pinabuhusan ng awtor ang anak sa unang araw pa lang nito sa ospital at ang rehistradong pangalan ay naging "Vincent-Marcelino Catahan II."

195   Mula 1975-1980 ay nag-OFW ang awtor sa Papua New Guinea (PNG). Nang makaipon ng sapat na pera, idinala niya ang buong pamilya sa Amerika at ipinagamot sina Vincent at Mao sa Stanford University Medical Hospital sa Palo Alto, California. Subalit ang siyensiya ay mayroon ding hangganan. Hindi rin gumaling sa loob ng mahigit na isang taong gamutan ang dalawang anak na espesyal ng awtor.

196   Si Doktor Baum (isang Amerikano) ng Stanford Medical Hospital, ang tinutukoy dito.

ISKITSOPRENIA: SAKIT O HAGUPIT? [197]

1.   Anumang bagay sa mundo—tanging Diyos ang may lalang
        Ang buhay ng bawat tao ay kaloob ng Maykapal,
        Kaya dapat na itanim sa puso at kalooban
        Ang paggalang at pagsunod sa lahat Niyang kautusan;
        Kung masama ang ginawa, katulad ng isang utang
        Mayroong "bombay" na darating—sisingilin kang mainam.

2.   Ang hibo ng kamunduha't kasawiang sunod-sunod
        Ang sa aki'y nangrahuyong sa Kanya ay tumalikod,
        Ako'y naging ateista—nagtampisaw na tibobos
        At ganap kong inismiran ang Kaniyang mga utos;
        Hanggang ako'y "pilantikin" ng latigong humagunot
        Isang Vincent na awtistik, sa buhay ko ay sumipot. [198]

3.   Gayunpaman ang mensahe'y di ko lubos na nakuha
        At ako ay nagpatuloy sa pagsuway sa utos Niya,
        Araw-gabi ay namuhay sa bisyo at madlang sala
        Sa tawag ng kamunduhan ay tuluyang nagpasasa;
        Nang sa walang anu-ano'y may "hagupit" na nadama
        Si Marcellus ay dumating—dala ang iskitsoprenia.

4.   Ika-apat ng Pebrero, taong *nineteen-seventy-three*
        Nang isilang si Marcellus—pangalawa kong lalaki,
        "Ventricular septal defect" [199] at "cleft pallate" [200] yaong pobre
        Kasalanan ko ang lahat—ang aral ay nasa huli;
        Pag talikba mo sa langit tantong ganap na malaki
        Malakas din ang "hagupit" na gigising sa sarili.

5.   Naging dal'wa na ang kurus na mabigat sa balikat
        Kaya ako'y napilitang lalong-higit na magsikap,
        Nang ako ay makaipon, sila'y aking inilipad
        Sa ospital ng Stanford para humanap ng lunas; [201]
        Pero kahit na ang agham ay may hanggganan at sukat
        Sina Vincent at Marcellus, nanatiling kapus-palad.

---

197   Sinulat: March 14, 1997. Ang salitang "Iskitsoprenia" ay wala pa sa Diksiyunaryong Filipino. Hinango ito ng awtor sa Wikang-Ingles na "schizophrenia"—isang uri ng sakit sa utak simula sa pagkabata—na ang maysakit ay palagi nang magulo ang pag-iisip, emosyon at kilos. Ang iskitsoprenia ay mas-grabeng sakit kaysa sa awtismo. Marami itong iba pang sakit na ka-komplikasyon. Kung ang awtismo ay ihahambing natin sa "pilantik," ang iskitsoprenia naman ay parang "hagupit"—mas matindi at masakit ang dating. Kadalasan, ang iskitsoprenik (taong maysakit na schizophrenia) ay may delusyon o kahibangan sa isip—katulad nang may boses na naririnig o nakakakita ng "White Lady." Ang magulong isipan ng maysakit ay halatado sa pabago-bagong tema, panginginig at pabulol-bulol na pananalita. Ang iskitsoprenik ay karaniwang seloso, hibang at bayolente—sa salitang kanto ay "buwang." Nakagagawa siya ng mga bagay na kakila-kilabot, kagaya ng: paglalason, suwisida, pagsunog sa bahay at paglaban sa magulang. Ang sakit na iskitsoprenia ay madalang na mangyari. Ayon sa siyensiya, ito ay nangyayari lang sa kulang na isang porsiyento ng 100 mga bata, at ang karaniwang simula ng pag-atake ay sa edad na 15-30 taong gulang.

198   Ang pagsilang ni Vincent na isang awtistik ay maaaring isang pagkakataon lamang, pero sa isipan ng awtor, ito ay isang konstruktibong pagdisiplina sa kanya ng Panginoong Diyos. Gayunman, wala na siyang hinanakit sa kapangyarihan ng langit.

199   Ang "ventricular septal defect" ay isang uri ng sakit sa puso—may butas ang mababang parte o kuwarto ng puso kaya hindi maibomba ang dugo sa baga at sa buong katawan.

200   Ang "cleft palate" ay uri ng abnormalidad na walang titilaukan ang bata simula sa pagsilang.

201   Matapos ang anim na taong pag-iipon sa PNG, ipinagamot ng awtor sina Vincent at Mao sa Stanford University Medical Hospital sa Palo Alto, California, USA (1980-'81).

57

6.   Nasa tuktok ng tagumpay—taon ng *nineteen-ninety-four*
     Sa Mozambique ay konsultor sa isang organisasyon,
     UNICEF [202] ang katawagan—bantog sa United Nations
     Ako ay piling eksperto sa larangang-Edukasyon;
     Ang pusisyon ay hawak ko dal'wang taon pa lang noon
     Simula nang makatapos ng Ph.D.—naging doktor. [203]

7.   At ako nga ay tinapik: *"Anak baga o karera?"*
     Ang bunso kong si Marcellus, grabe ang iskitsoprenia,
     Sa Chinese Hospital noon agaw-buhay ang hininga
     Itutuloy ba'ng trabaho, o ako ba'y uuwi na?
     Ako noon ay nagbitiw, tinalikdan yaong gana
     Walang-liwag na umuwi *"upang ako'y maging ama."*

8.   Isang taon ang lumipas mulang ako ay dumating
     Si Marcellus ay lalo pang lumala at di gumaling,
     Sa CGH,[204] ilang beses nagpabalik-balik na rin
     Sa ospital EAMC,[205] doon man ay nagpatingin;
     Nang lumaon sa PGH,[206] tumira din sa Ward-7
     Panghuli ay NCMH,[207] ospital ng mga baliw.

9.   Ngunit ang iskitsoprenia kapag sadyang malala na
     Di na kayang pagalingin kahit pa sa Amerika,
     Si Marcellus, nanatiling pahalang ang kaluluwa
     Lahat ng gamit sa bahay—sinisira pag may salta;
     Ilang beses nang namaga sa bigwas ang aking panga
     Nagtitiis na lang ako—pagkat ako ang maysala.

10. Kung ako lang ay natutong manalig sa Amang Diyos
     Kung ang puso ko at diwa'y naging banal na tibobos,
     Kung ako lang ay sumunod sa lahat ng Kanyang utos
     Ang "pilantik" at "hagupit," sa akin ay di aabot;
     Huli na nang mapagtanto na may Matang nanunubok
     Alam Niya ang pagkalos—kapag puno na ang salop!

---

202   Ang UNICEF ay daglat ng: "United Nations International Children Emergency Fund."

203   Nakatapos ng kursong Doctor of Philosophy (Ph.D.) sa Pacific Western University, LA, CA, USA.

204   Sa Chinese General Hospital (CGH) ipinagagamot si Mao noong may pera pa ang awtor.

205   Inilipat ng awtor sa East Avenue Medical Center (EAMC) si Mao para makatipid sa gastos.

206   Kulang na ang pera, kaya inilipat uli ng awtor sa Philippine General Hospital (PGH) si Mao.

207   Sa huli, sa National Center for Mental Health (NCMH), sa Mandaluyong, bumagsak si Mao.

CARLO PS CASTRO, MD [208]

1.
Ika'y prospesyonal—namumukod-tangi sa maraming doktor
Na sa aking anak na "schizophrenic" [209] ulirang tumulong,
Ang pagka-doktor mo'y puspos-kabanalan na ang unang layon
Sumagip ng buhay na bigay sa tao nitong Panginoon.

2.
Sa dalawang taong pagtataguyod mo sa aking Marcellus
Ang ginto mong puso't busilak na budhi ay aking nasubok,
Aking naramdaman masidhi mong nasang anak ko'y magamot
Matulungang ganap—sa sakit ng isip ay makahulagpos.

3.
Bagamat sa bulas at gulang na iwi'y tantong kabataan [210]
Utak mo ay henyo; banal ang karakter, ang puso mo'y bukal,
Ang disiplina mo't indibidwalidad bilang propesyonal
Ay may didikasyong mahirap makita sa serbisyong-bayan.

4.
Hindi ka artista, hindi negosyante, hindi pulitiko
Ngunit pambihira ang dating ng iyong buong pagkatao,
Ang katauhan mo ay parang bantayog—anaki ay templo
May diwa ni Rizal, ni Florence Nightingale [211] at ng Hesukristo.

5.
Sa piling larangan nitong panggagamot bayani kang lantay
May pang-unawa ka at purong kumpasyon sa pasyenteng tanan,
Mayroon kang damdamin na ang paghihirap ay nararamdaman
Sakit ng pasyente ay parang sakit din ng iyong katawan.

6.
Madalang ang doktor na magagambala pag namamahinga [212]
Kaya ang sabi ko, ang pagkatao mo'y lubhang naiiba,
Kahit kumakain kapag may pasyenteng sa iyo'y nagpunta
Agad kang tatayo at lilingapin mo ang nababalisa.

7.
Sa pangkabuuan, sumpang obligasyo'y di mo matakasan
Hindi mo maatim, pag may nakita kang latag ang katawan,
Salamat sa iyo—Carlo PS Castro—sa dunong mo't dangal
Sumaiyong lagi ang pagpapala ng Diyos na Maykapal!

---

208   Sinulat: June 15, 2008. Ang tulang ito ay saludo ng may-akda kay Dr. Carlo PS Castro ng UP-PGH Psychiatry Department—base sa obserbasyon niya sa busilak na puso at pagkatao ng doktor. Si Dr. C. PS Castro ang paborito sa mga naging doktor ni Mao—at siya ang naging Psychiatrist nito sa PGH.

209   Si Mao (o Marcellus) ay anak ng awtor na 35 taon na ngayon at patuloy pa ring ipinagagamot dahil sa schizophrenia—isang malalang karamdaman sa utak.

210   Bata pa si Doctor Castro, mga trenta anyos pa lang halos ang edad, sa tantiya ng sumulat.

211   Si "Florence Nightingale" ay isang nars na Ingles (1820-1910). Isa siyang otoridad sa siyentipikong pangangalaga ng may-karamdaman, na ang konsepto sa serbisyo ay tunay na pagkaawa (empathy) at kumpasyon/agarang tulong (compassion) sa maysakit.

212   Ilang beses nagambala ng awtor si Dr. C. PS Castro kung "lunchbreak." Komo sa Tandang Sora, Quezon City pa nagmumula ang awtor at anak na si Mao, madalas silang nahuli sa oras ng gamutan. Pero, hindi ito naging problema. Ginagamot pa rin agad ni Dr. C. PS Castro si Mao.

MAY KURUS ANG LAHAT [213]

1.

Sinasalamisim sa araw na ito ang aking nilakbay
Kay-layo na pala ang aking nalakad sa landas ng buhay,
Kalahating siglo't dalawang dekada [214] ang aking nahakbang
Bagamat may kurus na sa balikat ko'y pirming nakasaklay.

2.

Noong batang paslit laging mabulaklak ang aking tanawin
Sa bughaw na langit laging namamalas ay tala't bituin,
Ang puso ko't diwa ay puno ng buhay mga pangarapin
Pati bahaghari, waring sa malas ko ay kayang abutin.

3.

Init ng tag-araw ay di kailanman nagdulot ng pagal
Disyembreng malamig ang palagi na lang na nararamdaman,
Hanggang sa magising mula sa mahimbing na pagkakahimlay
Dalawang kurus [215] pala ang sa balikat ko'y mabigat na pasan.

4.

Sa mundong ibabaw ay may sadyang kurus ang taong balana
May kurus na magaan at mayro'ng mabigat—halos di makaya,
Ito ay tadhana sa bawat nilalang ng Diyos na Ama
Mapalad ang tao kapag sa magaan doon napatoka.

5.

Bihira ang taong tumagal na pasan—kurus na mabigat
Pangkaraniwan nang mabigat na dala'y biglang ibabagsak,
Biglang tatalikod—tatakasan niya'ng responsibilidad [216]
Upang ang sarili ay maginhawahan sa hirap na danas.

6.

Sapagkat ang tao'y malayang magpasya sa anumang bagay
Malayang tumakas kahit na mabigat ang pananagutan,
Malayang maghangad ng sariling saya't ginhawa sa buhay
Malayang maglandas sa puro bulaklak na magandang daan.

7.

Subalit ang laya ay may kadalakit na buti at sama
Kapag ibinagsak ang kurus na dala—alam ni Bathala,
Kapag tinalikdan banal na tungkuling sa tao'y 'tinakda
Parang sumalungat sa bagsik ng unos at nagpanganyaya.

8.

Higit pa sa rito, ang lukso ng dugo'y hindi matakasan
Si Mao at si Vincent—dugo ng dugo ko at laman ng laman,
Bagamat ang dulo sa aking landasi'y ilang hakbang na lang
Kurus kong mabigat ay papasanin ko—hanggang sa libingan!

---

213   Sinulat: July 12, 2008.

214   Ang kalahating siglo at dalawang dekada ay 70-taon. Ganito ang edad ng awtor nang sulatin ito.

215   Ang dalawang kurus na binanggit dito ay ang dalawang anak ng may-akda na batang-espesyal. Sila ay sina Mao at Vincent—ang dahilan niya sa pagpapakasakit sa buhay.

216   Marami ang amang pinababayaan na lamang ang mga anak na maysakit sa utak, lalo pa nga at panghabang-buhay itong pasanin. Subalit para sa awtor, pagtitiisan niya ang pagpasan sa dalawang mabigat na kurus sa magkabilang balikat, hanggang sapitin ang dulo ng landas.

TADHANA ANG BUHAY [217]

1.
Ang buhay sa mundo ay isang tadhana
Kahit ano'ng gawin—ang bala mong nasa ay di makakamit,
Tulad ng kompyuter ay may nakatakda
Na sadyang programa [218] na may kapasidad—limitado'ng gamit.

2.
Ang kaginhawahang laging minimithi
Parang ibong ilap—kapag nilapita'y dagliang lilipad,
At ang kahirapang sinusukang lagi
Ay parang magnetong laging nakadikit—kahit na ipagpag.

3.
Ang kaligayahang dinadasal-dasal
Nangyayari lamang—na ang kadalasan ay sa panaginip,
Pag nagising ka na sa katotohanan
Muling madarama ang matinding lungkot na may halong pait.

4.
Buhay ay karsadang diretso ang trapik
Mula pagkabata, hanggang sa umabot ang walong dekada,
Labag ang "counterflow," [219] di ubrang bumalik
Batas na magtuloy sa daan ng buhay—na hukay ang hangga.

5.
Bago pa sumilang ang tao sa mundo
Sa sinapupunan ay may tadhana nang batas at tungkulin,
Di mo mapipili—kahit magulang mo
O ang kontinente—kung saan mo gustong mabuhay/ malibing.

6.
Kung hindi tadhana ang buhay sa lupa
At ang bawat tao ay kayang makuha ang balanang ibig,
Mundo ay gugulo at di papayapa
Pagkat bawat isa ay gustong maghari sa buong daigdig.

7.
Komo ang buhay ko'y tadhana ng langit
Banal na tungkulin kina Vincent at Mao ay ginagampanan,
Kahit na magtiis ng matinding sakit
Ang kasawian ko'y pipilitin pa ring mapagtagumpayan.

8.
At sa Pilipinas—palad 'kong sumilang
Pero di ko kaya ang magwalang-kibo at magpakurakot,
Kahit na pilantik nitong panulatan
Ay ginagawa ko—para matauhan kurakistang salot!

---

217   Sinulat: July 14, 2008. Ang tulang ito ay simpleng konsepto ng awtor—na ang bawat buhay ay tadhana ng Panginoong Diyos. Ang balanang nilalang ay may kani-kaniyang kapalaran.

218   Ang kompyuter ay may naka-disenyong programa (software) na gumagana lamang sang-ayon sa nakatakdang partikular na gamit.

219   Sa isang karsadang "one-way traffic," bawal ang "counterflow" o ang sumalungat sa agos ng trapik. Ang buhay ay tadhana ng Diyos. Pagdating ng tao sa edad na pitumpu o walumpung taon, malapit na siya sa dulo ng landas—ang hukay o libingan.

MGA LARAWANG PATUNAY NG KARANASAN SA PAGTUTURO
NI DR. MARCELINO D. CATAHAN

"STAFF DEVELOPMENT AND TRAINING"
Vocational Training Center Namibia
(1991-1992)

1. Nakatayo sa larawang ito si Dr. Marcelino D. Catahan (ang awtor). Consultant siya ng "International Labor Organization" (ILO). Nagsasagawa siya ng "Staff Development & Training" sa mga guro ng Vocational Training Center Namibia (VTCN), 1991-1992. Naging *curriculum/training adviser* siya sa VTCN, at nang malaon ay na-"promote" bilang *assistant training director*. Ang awtor ang nagmulat sa tamang pagtuturo ng kursong-bokasyonal sa mga guro ng VTCN. Ang VTCN ay proyekto ng pagtutulungan, sa pagitan ng Republic of Namibia at ng Federal Republic of Germany.

2. Nakaupo sa unahang-kaliwa ang awtor habang nakikinig sa presentasyon ng isang guro na nagtuturo sa Woodworking Department ng VTCN. Ang Aleman (puti) na nakaupo sa gawing-kanan ng larawan ay isa sa mga opisyales ng Otto Benecke Stiftung Namibia—ang Ahensiyang-Aleman na "sponsor" ng VTCN. Nag-oobserba siya sa proseso ng ginagawang Staff Development & Training (SDT).

3. Ang pangatlong larawang ito ay kuha pa rin sa patuloy na SDT sa VTCN, na isinagawa sa tuwinang bakasyon ang mga estudyante. Ilan sa mga "Training Modules" na itinuro ni Dr. M. D. Catahan sa mga guro ay: *1) Learning Method/ Learning Process; 2) Characteristics of A Good Instructor; 3) Developing Training Programs; 4) Questioning Techniques; 5) Speech Techniques; 6) Mannerisms and Distractions; 7) Training Methods and Strategies; 8) Training Media; 9) Measurement and Evaluation; 10) Training Records and Training Review; 11) Observation and Critiquing; at, 12) Summary/ Assessment.*

4. Sa larawang ito, makikita ang mga guro ng VTCN na abala sa paggawa ng kani-kanilang "Training Programs" na gagamitin sa kanilang departamento. Ang bawat programa na ginagawa nila ay isa-isang pinag-uusapan sa session, at ito ay aaprubahan lamang—kung pasado sa *standards* o pamantayan inilatag ni Dr. M. D. Catahan.

5. Oras ng meryenda ng mga guro at partisipantes ng SDT. Makikita si Dr. M. D. Catahan na nakatayo sa harap ng dalawang Aleman—mga opisyales ng Otto Benecke Stiftung Namibia—habang nagtatanong kung mayroon pa ba silang nais na idagdag o ibawas sa kabuuan ng ginagawang "SDT Seminar."

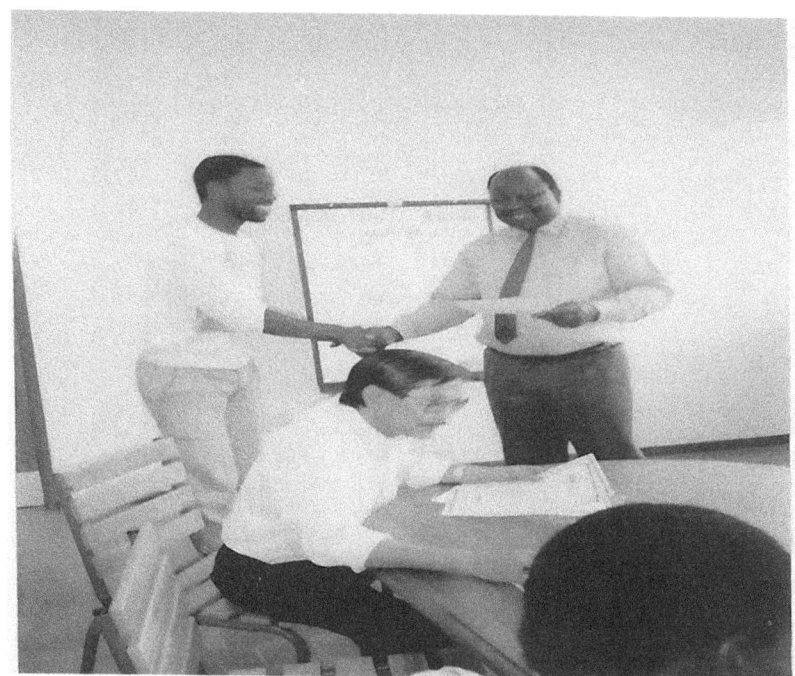

6. Kuha ang larawang ito sa pagtatapos ng unang SDT na ginanap sa VTCN. Makikita ang Director ng VTCN na si Mr. Z. N. Kazapua (isang Namibian) habang nagbibigay ng "Training Certificate" kay Mr. S. Tjiyenda—isang guro sa Woodworking Department. Nakaupo sa gitna ang awtor.

1. Naging Education Consultant si Dr. M. D. Catahan sa UNICEF-Somalia noong 1993-'94. Kuha ang larawang ito nang magdaos ng "UNICEF Training of Trainers' Workshop" sa Baidoa Province, Somalia noong Oct. 16-21, 1993. Pumili siya ng mga bagong gurong-Somali. Ang mga gurong napili ay sinanay niya para maging produktibo sa pagtuturo sa maraming kabataang-Somali. Mahigit na 10-taon na nahinto ang Primary Education sa Somalia dahil sa Giyera-Sibil. Sa loob ng isang taon, nabuksan ng awtor ang mga bagong Primary Schools, at naibalik niya ang mga batang-Somali sa mga bagong paaralan sa 10 probinsiya ng Somalia. Ito ay sa kabila ng kakulangan ng pondong-pinansiyal/material; idagdag pa rito ang problema tungkol sa seguridad, dahil giyera pa nga noon sa Somalia.

2. Katulad sa nagdaang pagsasanay na isinagawa ng awtor sa mga guro ng VTCNamibia, ang pokus ng "TOT Program" niya sa Somalia ay nakapaloob sa "12x Training Modules" (nabanggit na ito sa "Staff Development and Training" sa VTCNamibia). Sa larawang ito, isang gurong-Somali ang nagpi-presenta ng kanyang sariling konsepto sa tamang paraan ng pagtuturo.

3. Bukod sa suporta ng United Nations Children's Fund (UNICEF), ang "TOT Workshop" na ito sa Baidoa-Somalia ay sinuportahan din ng "United Nations Educational, Scientific and Cultural Organization" (UNESCO) at ng "Ananda Marga Universal Relief Team" (AMURT) na isang "international religious agency." Kaya may mga membro ng "international media" na dumalo para magbalita. Sa larawang ito ay makikita ang mga "reporters" ng iba't ibang ahensiyang-internasyunal habang kumukuha ng larawan sa nagaganap na TOT Workshop.

4. Makikita sa itaas ang kalipunan ng mga larawang kuha sa iba't ibang TOT Workshops na naisagawa ni Dr. M. D. Catahan sa iba pang probinsiya sa Central Zone, Somalia. Nasa ibabaw ng lamesa ang mga "training materials" na ginamit niya at ipinamahagi sa mga partisipantes ng TOT sa Baidoa Province, Somalia.

5. Sa itaas na larawan, pinupulong ni Dr. M. D. Catahan ang lima sa kaniyang mga "Master-Trainers" habang nasa "breaktime" para ipaliwanag sa kanila nang maigi ang mabisang paraan sa presentasyon ng iba pang nalalabing "modules" sa programa ng TOT sa Baidoa, Somalia. Nota: Bago nagsagawa ang awtor ng TOT Workshop sa iba't ibang probinsiya ng Somalia, nagsanay muna siya ng "20x Core of Master Trainer" (CMT). Ang 20x CMT ang sila namang nagturo sa iba pang mga gurong Somali sa ilalim ng kanyang gabay o superbisyon.

6. May 40x guro ang sinanay ng awtor para maging produktibo sa larangan ng pagtuturo sa mga paaralan ng Baidoa Province, Somalia. Makikita sa larawang ito na ang ilan sa mga gurong dumalo sa TOT Workshop ay mga kababaihan.

7. Isa sa mga babaing guro ang nagpi-presenta ng kanyang konsepto tungkol sa tamang pagtatanong "Questioning Techniques" sa pagtuturo sa mga bata. Binigyang-diin ng guro na kailangang ipadama sa mga bata ang tamang RLEC, i.e.: **Respect** (respeto); **Love** (pagmamahal); **Empathy** (nadarama ang paghihirap ng kapwa); at, **Compassion** (awa at agarang tulong) sa oras ng pagtatanong. Ang dahilan nito ay para hindi matakot ang mga bata, o mangimi kaya sa paglalahad ng kanilang kaisipan.

8. Sa larawang ito ay isa-isa nang ipinamamahagi ni Dr. M. D. Catahan ang "Certificate of Training" sa mga partisipantes ng Baidoa-TOT Workshop. Katulong niya ang kanyang "official interpreter" si Mr. M. Usman, na isang Somali. Matagumpay na naidaos ang UNICEF-Baidoa TOT. At makaraan ang isang linggo ay nagsimula nang magbukas ang mga paaralan at pumasok na sa eskuwela ang daang-daang mga batang-Somali upang mag-aral na matuto sa buhay.

"UNICEF TRAINING OF TRAINERS' WORKSHOP"
Wajid, Bakool Province, Somalia
(Nov. 1-4, 1993)

1. Ang Wajid ay isang bayan sa Bakool Province ng Somalia. Nagdaos din dito ang awtor ng UNICEF TOT Workshop noong November 1-4, 1993. Daang-daang batang Somali sa Wajid ang nawalan ng magulang dahil sa giyera-sibil, kaya nagtayo ang Pamunuang-Somali ng "Koranic and Orphanage School" sa Wajid—at doon kinakalinga at tinuturuan ang mga batang naulila.

2. Dahilan sa patuloy pa ang giyera at kabi-kabila pa rin ang putukan sa Wajid, Bakool, ang idinaos na TOT Workshop ay binantayan pa ng mga "UN Military Contingents" na naka-destino sa nasabing lugar. Makikita dito sa larawan ang isang UN Military Officer (nakaupong pangalawa sa bandang kaliwa). Siya ang namahala sa pagbibigay-seguridad sa idinaos na TOT Workshop.

3. Tatlo sa mga "Master Trainers" ni Dr. M. D. Catahan ang nakatayo sa larawan. Binigyan sila ng pagkakataon ng awtor na sila naman ang mamahala sa nagaganap na TOT sa Wajid, Bakool. Ang awtor ang kumuha sa larawan, kaya hindi nakasama sa litrato.

4. Patuloy ang talakayan at palitan ng mga kuro-kuro at konsepto ng mga guro, tungkol sa tamang pamamaraan ng pagtuturo sa mga batang Somali. Ang anim na Master Trainers (nasa harapan) ang siyang nagpatuloy sa pamamahala sa ginaganap na TOT Workshop, habang matamang nag-oobserba at nakaalalay sa kanila si Dr. M. D. Catahan.

5. Matamang nakikinig ang mga guro sa pagpapaliwanag ng isang Somali Master Trainer na nakaupo sa may bandang kaliwa ng larawang ito. Nasa pang-huling araw na ang TOT Workshop sa Wajid, at ang problema tungkol sa relasyon ng mga magulang-sa-anak ang pinag-uusapan sa pagkakataong ito.

6. Sa larawang ito ay nagpapaliwanag si Mr. M. Usman—ang official interpreter—tungkol sa kahalagahan ng Edukasyon sa buhay. Nagbigay-din siya ng paglalagom, o *summary* sa mahahalagang "modules" na tinalakay sa TOT Workshop sa loob ng apat na araw (Nov. 1-4, 1993). Sa kabuuan, malaking tulong ang nagawa ng pagsasanay na ito sa mga guro ng Wajid. Lalo silang nagsikap para maturuan nang produktibo at maayos ang mga kabataan sa kanilang lugar.

"UNICEF CORE OF MASTER TRAINERS' WORKSHOP"
Hargeisa Province, Somalia
(March 1-7, 1994)

1. <u>Nota</u>: Ang Hargeisa ang pinakamalaking probinsiya sa Somalia. Mas mainit ang giyera-sibil sa lugar na ito, kaya huli na nang ma-kober ni Dr. M. D. Catahan. Malapit nang matapos ang isang kontrata ng awtor sa UNICEF-Somalia. Sa huling linggo ng Marso 1994, nakatakda siyang lumipat sa UNICEF-Mozambique. Para madaling maresolba ang problema, nagsanay siya ng "Core of Master Trainers" (CMT) noong March 1-7, 1994. Ang grupo ng CMT ay binuo ng mga *Principal* at *Deputy Principal*. Sila naman ang magpapatuloy sa tamang pagsasanay ng mga guro sa Hargeisa. Ang CMT-Hargeisa ay may "9x-Training Modules" na: *1) Administration and Management in Education; 2) The School Principal; 3) The Principal, as a Leader; 4) Administration and Management of School Staff; 5) Administration and Management of School Pupils; 6) Administration and Management of School Curriculum; 7) Administration and Management of School Records and Facilities; 8) School-Community Relations;* at *9) Challenge for the Future.* Sa itaas ay makikita ang isang prinsipal na tumatalakay sa unang bahagi ng workshop.

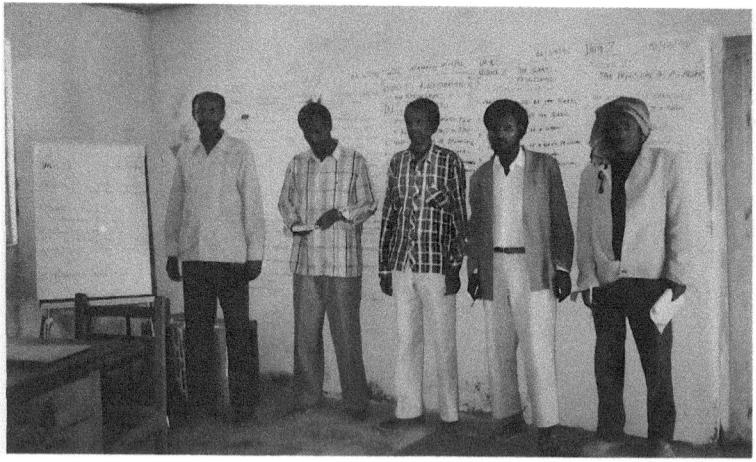

2. Ang limang Principal/Deputy Principal na nasa larawan ang, "Working Group-1" sa idinaos na CMT sa Hargeisa. Sa kuhang ito ay nagpapaliwanag sila sa mahahalagang konsepto tungkol sa "Training Modules, 1-3" (tingnan ang lista sa itaas).

3. Ang nasa larawan ay anim na Principal/Deputy Principal na, "Working Group-2." Nasa oras sila ng pag-uusap at pagtalakay sa "Training Modules, 4-6." (<u>Nota</u>: Tingnan ang lista ng "9x Training Modules" sa No.1 ng nakaraang pahina).

4. Nasa larawan ay limang Principal/Deputy Principal na bumuo sa "Working Group-3." Nasa oras sila ng pag-a-aral at pag-a-analisa sa mga konsepto na nakapaloob sa "Training Modules No. 7-9."

<u>Konklusyon</u>: Sa kabuuan, malaking tagumpay ang nagawa ni Dr. M. D. Catahan sa pagsasanay ng mga guro, Deputy Principal, Principal at iba pang mga Educational Administrators at sa muling pagbubukas ng Primary Education System sa Somalia. Sa bawat Training Workshop na idinaos niya, kinilala siya ng mga iba't ibang international agencies dahil sa natatangi niyang "Skill, Method and Social (SMS) Competencies" sa larangan ng pagtuturo. Bago niya idaos ang anumang Training Seminar, maingat siyang gumagawa ng mga "Training Syllabus/ Guidelines" na gagamitin sa pagtuturo. Katulad halimbawa ng "CMT Training Workshop" sa Hargeisa, sumulat muna siya ng libro—na may pamagat na: "Touching the Mind: An Approach to Capacity Building of Educational Administrators." At noong huling linggo ng Marso, 1994 ay napadestino na ang awtor Mozambique—na dating teritoryo at kanugnog ng bansang South Africa.

Nota: Ang awtor ay isa sa dalawampung mag-aaral na nagtapos sa Technological Institute of the Philippines (TIP) Manila, na binigyan ng parangal (20x Outstanding Awardee) nang magdaos ng "50th Anniversary Celebration" ang TIP; February 11, 2012. _For:_ _"his exemplary achievements in the field of education . . . as consultant in education to various countries through the UNICEF."_

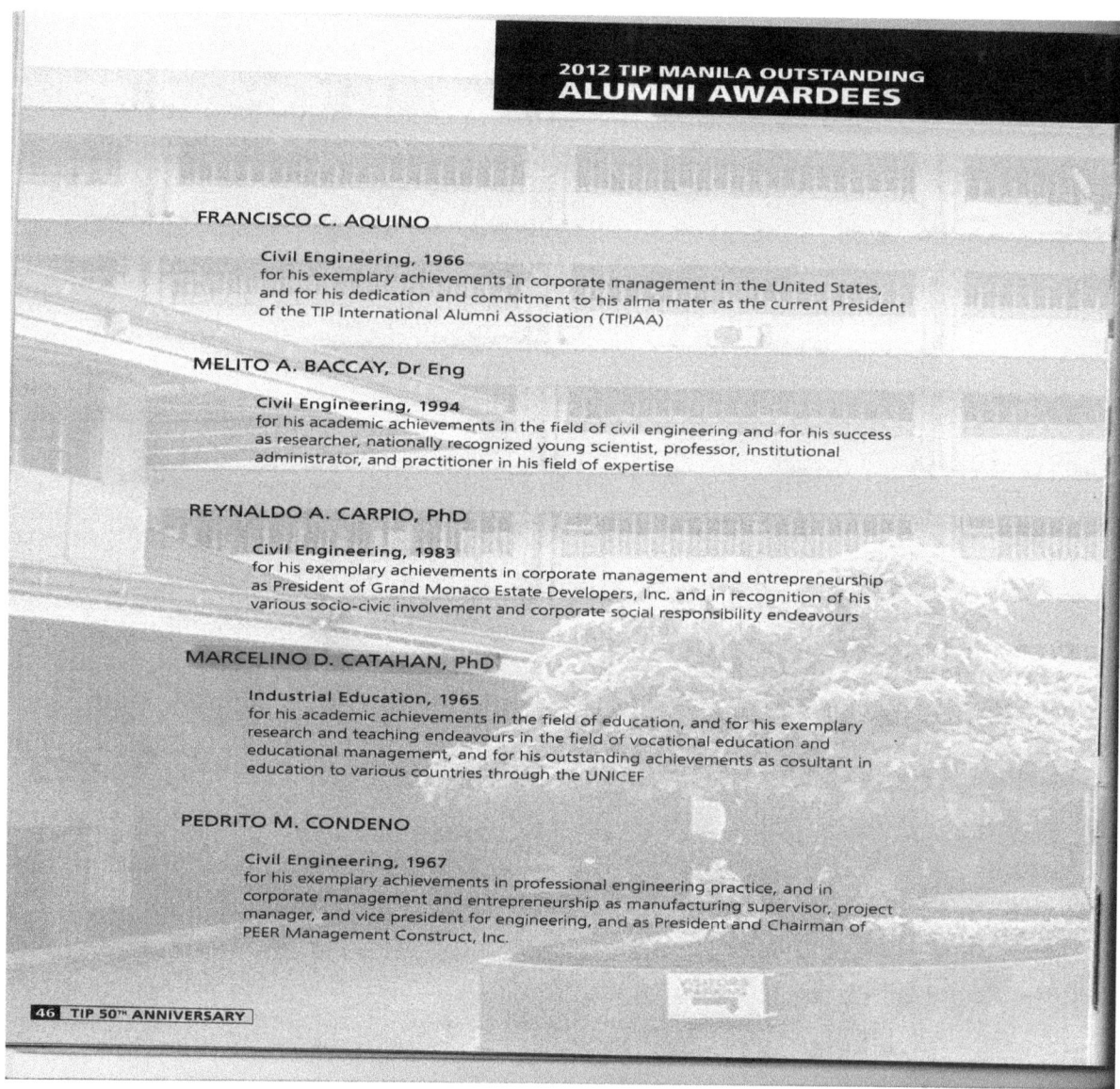

(Note: The name of the author appears fourth in the list of 20 awardees)

Figure 1. TIP 50th Anniversary Journal (Page 46)

Figure 2. Award of Distinction Certificate

(<u>Note</u>: A replica of *Art Petron Grand Prize* painting, by Architect: Arturo Sanchez, Jr.)

Figure 3. Commemorative Plate of Teachers Award: "Angono's Giants/Higantes"

Figure 4. An Award of Distinction Plaque

II. KONSEPTO, PRINSIPYO AT HINAING

Kawawa ka, Pilipinas . . . inanod ka ng sigwada
Ang lupa mo't karagatan halos buong nilamon na,
Ng magahamang dayuhang kinupkop mo noong una!
Pilipino, pag namatay—libingan mo'y saan baga?
At di ka ba nahihiyang ikaw yaong nakamana
Sa pagbili ng basurang: bote, diyaryo at garapa?

. . . Marcelino D. Catahan

KAIBA SA PINOY [220]

1.   Tinuturuan kong mag-ayos ng ilaw ang dalawang Papuan [221]
    Sa "semi-trailer truck," mahabang panghakot na gawa ng "Leyland," [222]
    Sa PTA Workshop ng Lae, PNG—ako'y isang "foreman" [223]
    Anim na buwan na simulang lisanin ang bayang hinirang.

2.   Walang ano-ano'y nakaramdam ako tapik sa balikat
    Nang ako'y lumingon ay aking nakita ang bos kong magilas,
    Siya'y isang Ingles na waring marunong at maabilidad
    Dalawang beses nang kami'y nagkatalo sa elektrisidad.

3.   *"Hey Lino, you listen,"* aniyang diretso ang tanaw sa akin
    "The Isuzu TX that you repaired last week is bogged down again,
    It's there in the workshop; it's no starting—the same bloody problem
    Go, check it thoroughly!" Palpak ang gawa mo—ang ibig sabihin.

4.   Agad kong tinungo ang "dump truck" sa tapat ng PTA Workshop
    Pinihit ang susi at sinubukan kong paandarin ang trak,
    Sa unang pihit ko, ang "starter" nito'y umikot nang hirap
    Hanggang sa tumigil at "click- click" na lamang narinig ko't sukat.

5.   Sunod kong tinesting dalawang baterya ng trak na Isuzu
    Ang una'y malakas at asul-na-asul ang tilamsik nito,
    Yaong pangalawa'y mahina ang apoy, sira na ang plato:
    "Engineer Kennedy, we have to change this one," sabay na turo ko.

6.   Subalit kaiba ang nasa isip n'yang sira ng sasakyan:
    "Pull out the starter," utos ng hepe ko na medyo pabulyaw,
    Ang pagka-Pinoy ko ay waring naapi't damdami'y nasaktan
    "You pull it out yourself," sagot ko sa kanya bago talikuran.

7.   Tinanggal ng lokal ang starter ng trak—utos ng Manedyer
    At saka nag-order ng "complete assembly" na bagong starter,
    Kanyang pinasalpak at saka ang trak ay muling tinesting
    Para patunayang mali ang haka ko't siya ang magaling.

8.   Subalit ang bagong kabit na starter ay di rin gumana
    Kaya pinalitan ang itinuro kong may sirang baterya,
    Nang muling isusi, dumadagundong pa yaong arangkada
    Waring tinatatsa ang Ingles na puno: "Hoy, Pinoy ang bida!"

---

220   Sinulat: September 20, 1975. Ang awtor ay unang umalis sa Pilipinas noong January 11, 1975 para magtrabaho sa Papua New Guinea (PNG). Iniwan niya ang pagtuturo sa Maynila para kumita nang mas malaki. Ang PNG ay nasa Dagat-Pasipiko. Dati itong teritoryo ng Australia (1900-1975).

221   "Papuan" ang tawag sa mga tao na nagmula sa lugar ng Papua (nasa Timog-PNG).

222   Ang Leyland ay isang kompanyang British na gumagawa ng malalaking sasakyan.

223   Ang awtor ay "foreman" sa Electrical Workshop ng "Plant and Transport Authority" (PTA) sa Lae, PNG (1975-76). Siyam ang kanyang tauhan at "manager" niya si Engr. Daryl Kennedy (isang British).

9.
    Mula "semi-trailer" nakita ko'ng taong hangos na parating
    Hepe kong maputi—nakangiti siyang patungo sa akin,
    Biglang inilahad yaong kanang kamay: *"Man, you win 'em again*
    It is the third time now that you've beaten me in car troubleshooting."

10.
    Ako'y napangiti, di ko siya inisip na magpakumbaba
    Hindi sinasadya'y bigla kong ginagap ang aking pitaka,
    Hinugot ko'ng ID—bilang sampung taong guro sa Maynila
    "A technical teacher," ang may kayabangang aking sinalita.

11.
    Mulagat ang matang binasa ang ID ng natanga kong bos
    At saka nagbiro: *"Ah, you maybe an spy of President Marcos?* [224]
    Bring pertinent papers, tomorrow I wanna see your personal records
    I have something in mind, and I may surprise you," ang sabing patapos.

12.
    Kinabukasan nga'y dala-dala ko na'ng papeles-patunay
    Na ako ay guro at nakapagturo ng kursong-teknikal,
    Sinabi ng bos ko, ang mga papeles sa mesa niya'y iwan
    Pagdating ng hapon mag-uusap kaming dalawa nang pinal.

13.
    Nang mag-alas singko, sa opisina n'ya ako ay nagpunta
    Sa pinto pa lamang: *"Congratulations, Lino!"* agad na bati n'ya,
    "Lino, you've made it, you're promoted next week," yaong ibinadya
    "You are an instructor at PTA Training Center," dugtong na masaya.

14.
    Akalain ko bang siya pa'ng nag-endorso sa aking promosyon
    Tatlong beses kami na nagkasigawan dahilan sa trobol?
    Nagpasaway ako, hindi ko sinunod ang utos niya noon
    Heto't siya pa rin ang nagmalasakit sa aki't tumulong?

15.
    Sa nangyaring yaon ako ay nag-isip waring naintriga
    Kultura ng Ingles—sa Pilipino ba'y sadyang naiiba?
    Kung Pinoy ang bos ko, di palalampasin ginawang pagkontra
    Tiyak na kangkungan ang babagsakan ko sa dapit-umaga. [225]

16.
    Kung sa Pilipinas, manggagawa ka at sasalansang sa bos
    Para mong inuntog mapurol na ulo sa pader na bakod,
    Parang gamu-gamong sumugba sa ningas, pakpak ay natupok,
    Isang aktibistang sa kinagabiha'y nawala't dinukot!

17.
    Kung maliit ka lang at malaki sa'yo ang iyong kalaban
    Makabubuti pang 'wag na lang kumibo't manahimik na lang,
    Ang kulturang-Pinoy ay isang kulturang kakaibang tunay
    Magtataka ka ba sa kabi-kabilang korapsyon ng bayan?

---

224   Si Ferdinand E. Marcos ang Presidente ng Pilipinas noong panahong yaon. Kasikatan noon sa buong mundo ng kanyang "Martial Law Administration." Biniro ng superbisor na Ingles na baka daw ahente ang awtor ni Presidente Marcos na ipinadala sa PNG.

225   Sa kabila ng makaitlong pakikipagtalo ng awtor sa hepe, ito pa rin ang tumulong sa kanya na mataas ang puwesto bilang isang "technical instructor" sa "PTA Training Center" sa Port Moresby, PNG.

INOBATIBONG ESTRATEHIYA [226]

1.
Lunes ng umaga, makinis na barong at pantalong itim
Ang suot kong terno sa unang araw kong pagpasok sa "Center," [227]
Ismarteng-ismarte ang kaanyuan ko sa matang titingin
Sa Maynila kasi, "tikas" ang pangubli ng bulok na titser.

2.
Alas-siyete-media'y simulang dumating guro't estudyante
Naka-korto lamang, naka-kamiseta ang nakakarami,
Di mo matutukoy kung sino ang guro—lahat uniporme [228]
Ito ba talaga'ng kondisyon ng "training" sa Papua New Guinea?

3.
Sa Maynila kasi ang guro'y kaiba ang "school uniform"
Kaysa estudyante, para magkaroon ng tamang distinsiyon,
Di ko masisisi, ang Papua New Guinea ay parte pa noon
Ng bansang Australia—na tatlong linggo pang mamamanginoon. [229]

4.
Nang mag-alas-otso'y biglang pumitada ang isang sirena
Upang ibalitang ang oras ng klase ay nag-umpisa na,
Sa "Electrical Room" ako'y sinamahan at doon dinala
Ni Mister Robinson—isang gurong Ingles—pinalitan ko siya.

5.
Habang naglalakad kami ni Robinson patungo sa kuwarto
Hindi n'ya napigil magsabi sa akin: *"Better watch out, Lino,*
Students are roughnecks and mountain tribe people, undisciplined, you know
The reason I resigned," pahayag na sabing may halong insulto.

6.
Sa saradong pinto ang Ingles na guro'y humintong malugod
Kinamayan ako at kanyang sinabi: *"All the best in the world,*
If you have some problems contact me on my phone, here is my class record."
Ni hindi binati'ng mga "taong-bundok" bago tumalikod.

7.
Hinanakit niya sa mga nasyonal ay hindi nakubli
Ang salita baga ng Ingles na guro ay namamarali?
Hindi ko napigil at naitanong ko sa aking sarili
Sadya bang magaspang ang ugali nitong mga estudyante?

---

226   Sinulat: October 15, 1975. Ang salitang "inobatibo" ay wala sa Diksiyunaryong Filipino. Hinango ito ng sumulat sa wikang-Ingles na "innovative" na ang malapit na kahulugan ay paggamit ng makabagong estratehiya, o pamamaraan sa paggawa ng mga produktibong bagay—halimbawa ay sa larangan ng epektibong pagtuturo.

227   Ang "PTA Training Center" ay paaralang-teknikal ng" Plant and Transport Authority" ng PNG na may anim na gusaling hiwa-hiwalay. Matatagpuan ito sa paanan ng bundok-Konedobu sa Port Moresby (ang kapital ng PNG). Naging "instructor/training coordinator" dito ang awtor nang mahigit na limang taon (1975-1980).

228   Ang ibig sabihin ng "uniporme" ay pare-pareho ang estilo ng pagdaramit ng mga guro at estudyante. Walang distinsiyon, kaya hindi agad malalaman kung sino ang estudyante, at sino ang guro.

229   Tatlong linggo matapos dumating ng awtor sa PTA Training Center, ang PNG ay naging ganap na malaya o independente mula sa pananakop ng Australia, noong Setyembre 16, 1975.

8.   Parang pinagtiyap, may sagot kaagad tanong ng isip ko
                     Ako'y napapatda nang aking binuksan ang pintong sarado:

- gulong-gulo at marumi ang loob ng kuwarto;
- malakas ang tugtog ng tatlong transistor radio;
- hindi magkamayaw sa lakas ng ingay;
- sa mesang sulatan ay may nakahiga—nagpapahingalay;
- mayroong nagsasayaw sa saliw ng tugtog;
- may nakatalungko sa silya at tuwang-tuwang nanonood;
- may nakahiga sa hinilerang silya—mga paa'y nakataas;
- mayroong nakahubad at nagkakamot pa ng sakit sa balat;
- may naka-sombrero kahit nasa loob ng silid-aralan; at,
- may nagsusulat sa pisara nang walang kamunasan.

9.   Matapos bumati akong nakangiti na puspos nang galang
Mula sa pitaka'y naglabas ng ID na pagkikilanlan,
Una ay diploma, ikalawa'y "Teachers' Civil Service Exam,"
Pangatlo ay ID bilang isang tunay na gurong-teknikal.

10.   At aking sinabi: *"Okay, dear students, can you pass all of these*
I want you to know me—deep inside and outside—before anything else,
Together we will learn and work in this Center for the sole benefit
Of your education, so that in the future all of you will succeed!"

11.   Habang umiikot ang tatlo kong ID ay sinabayan ko
Sinabi kong lahat yaong karanasan sa pagtatrabaho,
Mula Wikang-Ingles, ito ang transkripsiyon ng isang komento:
"Siya yaong gurong hinihintay natin sa Center na ito!

12.   *"Guro natin dito'y puro mekaniko—katulad lang natin*
Na walang diploma at hindi nag-aral bilang isang titser,
Komo mga puti, may pases magturo sa loob ng Center
Iba'ng pagtuturo ng titser na tunay, sa alinmang turing."

13.   Matapos ilahad ang nakaraan kong mga eksperyensiya
Mga estudyante ay aking tinawag namang isa-isa,
Sila naman ngayon ang aking hiniling na magpakilala
Pati ang ambisyon at pangunang tala ng mga pamilya. [230]

14.   Matuling lumipas ang dalawang oras na di namalayan
Sirena ng Center muling pumitada hudyat na "recess" [231] daw,
Ako'y napapatda—mga taong-bundok biglang nagtayuan
Pinto ay tinungo at humahagibis na nangagpulasan.

---

230   Sa tala ng pamilya ay kasama kung ano ang hanap-buhay ng magulang, ilan ang kapatid, saang probinsiya galing, at iba pa. Mahalagang malaman ng guro ang "family background" ng bawat isang mag-aaral.

231   Ang recess o maikling pahinga sa umaga ay 10:00 a.m. to 10:15 a.m.. Nang mag-sirena, nagtakbuhan kaagad na palabas sa pinto ang mga estudyante—at ni hindi hinintay ang hudyat ng guro. Sa hapon, ang recess ay mula sa 3:00 p.m. to 3:15 p.m..

15.
Wala nang nagawa, napakamot na lang ako nitong ulo
Napaupo akong wari'y nanlalambot—parang nainsulto,
Ngunit di nagtagal bigla ay tumayong bumubulong ako:
"Kayo ay humanda mga taong-bundok at gaganti ako!"

16.
Nag-sirenang muli hudyat na ang recess ay ganap nang tapos
Muling nagpasukan ang may labimpitong mga taong-bundok,
Katulad nang dati, ilan ay nahigang waring matutulog
Ang iba'y nagbukas ng transistor radyo't muling nagpatugtog.

17.
Di nila napansin—ako'y nakaupo sa 'babaw ng mesa
Naka-sando't medyas at nakataas pa ang dalawang paa,
Isang diyaryong lokal ang pakunwari ko noong binabasa
Saan ba'y gusto kong "mali" nilang gawa'y kanilang makita. [232]

18.
Ilan pang sandali kinuha'ng "class record" at nag-"roll call" ako
Tatlong estudyante ang di bumabalik, kaya ang sabi ko:
*"Gentlemen, we gonna wait for those three, before we continue
Our lesson for today,"* at saka pamuling nagbasa ng diyaryo.

19.
Dumating ang tatlo at ako'y naglektyur sa anyong kakatwa
Minsa'y nakatayo sa 'babaw ng mesa na nagsasalita,
Mga mag-aaral ay nangag-anasan at napatunganga:
"Ah, you must be wondering why I am doing this?" at ako'y bumaba.

20.
*"Yeah, it's not really right for a teacher like me to teach the way you saw
What about the students, while the lecture is on . . . is it right for you, to:*

  • *litter all kinds of dirt in the classroom;*
  • *lie down and rest lazily on the writing table;*
  • *tune-in the transistor radio while the class is on;*
  • *dance or create all kinds of noises;*
  • *sit on your chair with feet on top of it;*
  • *use chair as your bed with raised feet;*
  • *go naked (on top) while scratching skin rashes;*
  • *write funny things on the blackboard; and,*
  • *be with your hats on while inside the classroom?"*

21.
"Mister Vani, I need help," tawag ko sa isa na tipong-marunong
*"You are the class chairman, elect your officers and set regulations,
Tomorrow, I must see on the bulletin board all officers and rules."*
At sa Training Center ay napabalita—na may gurong Pinoy!

---

232 Kakatwa ang ayos ng awtor nang bumalik ang mga estudyante mula sa recess. Naka-sando (tinanggal ang barong at isinabit sa may bintana); naka-medyas lang; nakaupo sa ibabaw ng mesa; nakataas pati paa, habang nagbabasa ng diyaryo. Gustong ipakita ng awtor ang mga maling gawain ng estudyante na hindi dapat ginagawa lalo pa't nasa loob ng silid-aralan. Matagal siyang naglektyur habang nakatayo sa ibabaw ng mesa, hanggang makita niya sa mukha ng mag-aaral ang pagtataka. Saka lamang siya bumaba at sinabi kung bakit niya ginawa ang gayong estratehiya. Sa kasabihang-Ingles, ang ginawa ng awtor ay ang prinsipyo, o konsepto ng: "Giving a dose of your own medicine."

DALAWANG KLASENG PAMANTAYAN [233]

1.   Isang araw na ang langit at panaho'y aliwalas
    Sa PTA Training Center ang kilos ko ay magilas,
    Masaya 'kong nagtuturo sa aking "electrical class"
    Kung paano kumakarga ang "alternator" [234] ng trak;
    Nang sa walang ano-ano ang pintuan ay bumukas
    Ikalawang punong-guro [235] ang sa akin ay tumambad.

    (Para lalong makasunod ang dakilang mambabasa
      Sa Lengwaheng-Filipino ilalahad ang istorya)

2.   "Sir Catahan," magalang na bati niyang nakangisi
    Ako'y sinugo sa iyo ng prinsipal na si Aubrey,
    Sabi niya'y tingnan mo raw ang alternator ng kotse
    Sa tapat ng opisina, ngayon na raw kung pupuwede;
    Kailangan daw ito ng prinsipal sa PTTC [236]
    Isa niyang kaibigan, at di siya makatanggi."

3.   Saglit na nag-ulik-ulik yaring aking kalooban:
    "Mister Wari, di ba tayo ay mayroong panuntunan?
    Walang pribadong sasakyan—maging ito'y kaninuman
    Na maaari nating gawin sa loob ng paaralan;
    Yao'y kotseng pansarili, kaya aking dinaramdam
    Di ko ito magagawa kahit ako'y pagalitan!"

4.   Pangalawang punong-guro sa ulo ay napakamot
    "Ah, tama ka!" sabi niya't nakangiting tumalikod,
    Di pa ako nagtatagal na sa kuwarto'y makapasok
    Nakita kong may sasakyang dumarating pahagunot;
    Nang labasin ko ang kotse, alanganin yaring loob
    Bumaba si Mister Aubrey na sa mukha'y may simangot.

5.   "Ang sabi ni Mister Wari," simula ng punong-guro
    "Ayaw mo raw tsekin ito?" at ang kotse'y itinuro,
    "Tayo nga'y may regulasyon, ngunit dapat mong matanto
    Na mayroon ding eksemsyon sa reglamentong binuo;
    Kung hindi mo magagawa—ang hiling ko't pakisuyo
    Tingnan mo lang, at sabihin sa akin ang dulo't puno." [237]

---

233   Sinulat: August 4, 1976. Ang may-akda ay mahigit nang limang buwan na nagtuturo sa PTA Training Center bilang "technical instructor" sa Electrical Department.

234   Ang "alternator" ay isang parte sa sasakyan na taga-gawa ng koryente.

235   Si Mr. Gumuna Wari (Papua New Guinean) ang pangalawang punong-guro, o bise-prinsipal sa PTA Training Center. Si Mr. Ron Aubrey—isang Canadian—ang prinsipal.

236   Ang PTTC ay "Post & Tele-communications Training Center" sa Port Moresby, PNG. Kaibigan ni Mr. Ron Aubrey ang prinsipal sa PTTC na nagpapagawa sa alternator ng kotse.

237   Ang ibig sabihin ni Mr. Ron Aubrey ay tukuyin lamang kung anong piyesa ang dapat palitan—kahit hindi na gawin ng awtor ang piyesang nasira. Tinesting ng awtor ang alternator at sinabi niya sa bos na palitan ng bagong "complete assembly" dahil may sira ang piyesang "armature."

6.   Isang umaga'y bigla akong 'pinatawag ng prinsipal
At sa kanyang opisina'y kabado 'ko nang dumatal,
Matapos na maibigay ang bati kong puspos-galang
Ako'y kanyang pinaupo't magaspang na sinabihan:
"Kagabi ba ay dito ka natulog sa paaralan
Wala kang "out," wala kang "in" sa "logbook" na nakalaan? [238]

7.   Pakumbaba kong sinabi ang di pag-"out" at di pag-"in"
"Kahapo'y ginabi ako—gumawa ng "training model,"
Kanina'y pumasok ako, sarado pa'ng opis n'yo, Sir
Kaya ako'y nagpatuloy sa importanteng gawain;"
Nakita ko sa mata niya ang may uyam na pagtingin
Sa ulong patango-tango ay may ibig na sabihin.

8.   "Mister Catahan, sumunod ka sa lahat ng reglamento
Pag magkulang ang suweldo mo ay huwag kang magreklamo,"
Kung sabagay, ang sinabi ng prinsipal ay totoo
Paraan lang ng pagsabi ang hindi ko ikinagusto;
Nang dumating yaong hapon, ang logbook ay ninakaw ko
Itinago ko sa bahay na para bang isang premyo.

9.   Naglagay ng bagong logbook nang sumunod na umaga
Lahat-lahat ay tinawag, tinanong nang isa-isa,
Tanging ako'ng di pinansin at di niya inabala
Sa wari ko'y alam niya—na ako nga ang kumuha;
Lumipas ang limang buwan at na-promote pa nga siya
"Civil Aviation Department" ang panibagong ahensiya.

10.   Doon sa "Davara Hotel" [239] nagbigay s'ya ng asalto
Ang lahat ng mga titser, pati ako'y imbitado,
Bawat isa ay may balot na sa kanya'y panregalo
Yaong "logbook" na ninakaw sa opis niya ang balot ko;
Nang maalis yaong "wrapper" napakunot yaong noo
"Tama ang aking suspetsa, ikaw talaga . . . alam ko!"

11.   Isang ka-guro'y humanga: "Prinsipal ay di nagalit
Si Mister Aubrey ay likas na isang taong mabait."
Ang di nila natatarok ay may "alas" akong gamit
Prinsipal ay nahuli kong nagnanakaw sa "training aid" [240]
Tinatanggal niya noon ang isang "compressor unit"
Ng Corolla—upang doon sa kotse niya ay ikabit!

---

238   May "logbook" sa lamesa ng prinsipal. Ang mga guro ay pumipirma sa "in" kung umaga, at sa "out" naman pag hapon. Hindi nakapirma sa "out" noong nagdaang hapon ang awtor, dahil sarado na ang opis. Hindi rin siya nakapag-"in" dahil sarado pa rin nang pumasok siya noong umaga.

239   Ang "Davara" ay isang sikat na hotel sa Port Moresby, PNG.

240   May sampong kotseng Corolla ang gamit ng klase bilang training aid. Ninakaw ng prinsipal ang "compressor unit" (parte ng aircon) mula sa isang Corolla. Nakita siya ng awtor isang Sabado nang umaga, mula sa pamimitas ng mangga sa likuran ng Electrical Building. Nahuli niya sa akto ang prinsipal. Napahiya ang prinsipal, pero itinuloy pa rin at sinabing susubukan lang daw na ikabit sa kotse niya pero, hindi na ito isinauli.

1.
Si Ron Aubrey ay nalipat sa Civil Aviation Department
At si Mr. Tony Hopper [242] ang prinsipal na pumalit,
Siya'y isang Australiano, dating "light vehicle mechanic"
Bise-prinsipal [243] na Papuan—sa pila ay di nasingit;
(Sa PTA Training Center ako lang ang naka-gradweyt
Bilang lehitimong gurong may diploma at papeles).

2.
Mga sampung guro kami sa PTA Training Center [244]
Subalit waring alerdyik sa akin si Tony Hopper,
Napansin kong kakaiba ang pagtrato niya sa akin
Kapag ako ang kausap ay palaging naka-angil;
Ang duda ko—si Ron Aubrey ay nagbilin kaymarahil
Na ako'y laging manmanan at markahan nang mariin.

3.
Hinala ko'y nagtumibay matapos ang isang buwan
Isang guro'ng napadagdag sa seksiyon ng elektrikal,
Siya'y isang Australiano, Rod Jamieson ang pangalan
Ang rason ni Tony Hopper—upang ako ay tulungan;
Malaki raw ang klase ko, kaya niya naisipan
Na kumuha ng katulong na sa akin ay alalay.

4.
Isang hapon, makatapos ang recess ng estudyante
Si Rod Jamieson at ako ay nagpulong [245] na maigi,
Nilalahad ko sa kanya ang silabo niyong klase
Ang dapat na sunod-sunod na paksaing importante;
Nang sa walang ano-ano'y biglang sumulpot si Tony
Mapupula yaong matang sa mukha ko napa-pirme.

5.
Walang kundangang sumigaw ang prinsipal na si Hopper
Ang sansang ng amoy-alak biglang humalo sa hangin,
"You know, what . . . instead of sitting, talking and doing nothing,
Get out and supervise your boys in practicals they are doing!"
Matapos ay tumalikod at pa-ese nang lakarin [246]
Daang patungo sa opis—na kung saan ay humimpil.

---

241 Sinulat: October 26, 1976. Ang tulang ito ay karugtong ng "Dalawang Klaseng Pamantayan."

242 Si Tony Hopper (Australiano) ang humaliling prinsipal sa Center. Dati siyang instructor na nagtuturo ng pagme-mekaniko sa maliliit na sasakyan.

243 Si Mr. Gumuna Wari (Papua New Guinean) ang dapat sana'y naging prinsipal—komo bise-prinsipal ang kanyang ranggo—pero, nabatak siya ni Tony Hopper. Kung ang basihan sa pagpili ng prinsipal ay pinag-aralan at karanasan malaki ang bentaha ng awtor. Siya ay lehitimong guro na mahigit 10 taon.

244 May 10 technical instructors sa PTA: 2x Papua New Guinean; 1x Austrian; 2x Canadian; 1x German; 1x British; 2x Australian; at 1x Pilipino.

245 Alas-tres ng hapon noon at nasa "group practical works" ang mga estudyante. May lider sila sa bawat grupo. Nagmi-miting ang awtor at ang bagong guro. Ipinaliliwanag niya kay Jamieson ang silabo ng Electrical Course; ang sunod-sunod na praktikal na dapat ibigay, at sistema sa pagbibigay ng grado.

246 Kababalik ni Tony Hopper mula sa "lunch break" (12:00 N.). Mapula ang mata at amoy-alak.

6.   Ako'y kagyat na nabagha't panandaling natulala
                Ang pambabastos ni Hopper kailanma'y di inakala,
                Si Rod Jamieson ay natungo, na para bang naaawa
                Sa sinapit ng palad kong napatulad sa alila;
                Estudyanteng nakadinig, tumigil sa ginagawa
                Sila'y nagbulung-bulongan . . . at nagpalitan ng haka? [247]

7.   Sinundan ko'ng punong-guro upang ibangon ang puri
                Pasok agad sa opis niya—isang tunay na lalaki:
                "Tony Hopper, remember this, if you have something to tell me
                Call me nicely in your office, talk to me—professionally,
                You know, I 'm a professional . . . and not a mechanic only!" [248]
                At sa mesa'y iniwan ko yaong aking Teacher's ID.

8.   Kabukasan, alas-onse'y nakapanungaw si Hopper
                Sa opis n'ya nang dumaan—dalawang estudyanteng lasing,
                Siya'y agad na nanaog at nagtanong na maigting:
                  "It's eleven, why are you late? Where, do you think, are you going?"
                Ang dalawa'y di sumagot at sa halip ay nanggigil
                Itinulak ang prinsipal na may layong patumbahin.

9.   Pangalawang punong-guro [249] ay kaagad namagitan
                Idinala sa opis niya ang dalawang kabataan,
                Sa katutubong lenguwahe ay tinanong na marahan:
                "Bakit 'tinulak si Hopper, ano ba ang kasalanan?
                Ano't kayo ay naglasing . . . papasok sa paaralan
                Na huli pa . . . magsalita kayo't nang aking malaman?"

10.   Ang sagot si Vani Uke:[250] *"Sir Wari, di namin gusto*
                Ang ginawa ng prinsipal sa mabait naming maestro,
                Kahapon ay sinigawan, binastos at ininsulto
                Sa harap ng kababayan, kabalat na Australiano;
                Ang pagtrato ba sa atin—gagawin din do'n sa tao
                Komo isang kayumanggi at may lahing Pilipino?"

11.   Ang dugtong ni Kup Manapi: *"Kahapon ay lasing siya*
                Kaya kami ay tumulad—naglasing din, nang makita."
                Si Mister Wari'y sumagot: *"Tunay ang sabi mo't badya*
                Hihingin ko sa prinsipal na baguhin ang sistema."
                Sa nagdaang limang taon—kahit ako ay may marka
                Protektado naman ako ng estudyanteng balana. [251]

---

247   Napansin ng awtor na tumigil ang mga estudyante sa praktikal na gawain. Nagtipon-tipon ang mga ito na para bang may pinag-uusapan. Mga edad na 17-25 taon na ang mga mag-aaral.

248   Malakas ang salita ng awtor at mariing sinabi: *"You know, I 'm a professional . . . and not a mechanic only!"* Nais niyang idiin ang pagkakaiba ng isang propesyonal, kaysa ordinaryong mekaniko.

249   Si Mr. Gumuna Wari ang namagitan. Inimbestigahan niya ang dalawang estudyanteng lasing.

250   Si Vani Uke ang presidente ng klase at siya ang nanguna para iganti ang awtor sa ginawang pambabastos ni Tony Hopper. Ginawa nila ang demonstrasyon na walang kinalaman ang awtor.

251   Napamahal ang awtor sa mga estudyante kaya kahit na "markado," hindi siya magalaw ng mga puti.

"APARTHEID" [252]

1.

Taon ng *nineteen-eighty-six*, ako'y nagtungo sa Durban [253]
Kinuha ko'ng bagong kotse na inorder ko sa Japan,
Mula Durban—nagmaneho isang gabi't dalawang araw
Pabalik sa bansang Zambia na noo'y aking tirahan;
Sa Zambia ang trabaho ko ay isang "short-term consultant" [254]
Ng UNICEF o ahensiyang United Nations Children Fund.

2.

Sa Johannesburg [255] ay may lugar na ang pangala'y "Lady Smith"
Ako ay naggasolina at doon ko napaglirip,
"Apartheid" laban sa itim—segregasyong sakdal-lupit
Nang ako ay mananghali sa may restorang kalapit;
Matapos na makakain sa CR [256] ako'y sumaglit
Tatlong kuwarto ang may markang sa pintua'y nakasabit.

3.

Unang pintong nakita ko'y may tatak na: "Only for Whites"
Ikalawang karatula ang sabi ay: "Only for Blacks,"
Sa pangatlong pinto naman: "Only for Colored," ang sulat
Kinamot ko yaong ulo na para bang nagulilat;
Ang pintuang pangalawa at pangatlo'y nakabukas
"Only for Whites" ay sarado—dapat may susi kang hawak.

4.

Ewan ba kung anong libat ang pumasok sa isipan
Ako'y agad na humangos sa may opis ng restoran,
At hiningi ko ang susi para sa pinto ng CR
Na may tatak, "Only for Whites" sa may-aring puting ginang;
Saglit siyang namulagat at sinipat yaring kulay
Pagkat ako'y kayumanggi—hindi puti'ng naturingan.

5.

Ang sabi ko: *"I need the key, I'm a white man—Japanese*
I am an honorary white [257] *recognized by your government,*
You look outside, there is my car—it's a brand new Honda Civic
Give me the key or else, I will complain with the Foreign Service!"
Kandakahog n'yang inabot yaong susing nakasabit
Kasabay ang paumanhin: *"Excuse me Sir, pardon me, please?"*

---

252 Sinulat: August 27, 1994. Ang "Apartheid" ay isang kautusang-politikal (batas) na naghihiwalay sa mga puti at itim na mamamayan sa sosyedad ng South Africa. Halimbawa, ang "toilet" ng puti ay iba kaysa toilet ng itim at mestiso (colored) sa mga publikong lugar. Nalagot lamang ang tanikala ng apartheid nang manalong pangulo ang katutubong si Nelson Mandela sa pambansang eleksiyon. At noon nagsimula ang "Apartheid laban sa puti" (ganti ng mga itim).

253 Ang Durban ay isang bayan sa South Africa na daungan ng mga barko mula sa ibang bansa. Pag omorder ka ng kotse halimbawa, mula sa Japan—sa Durban mo tutubusin o kukuhanin.

254 Ang "short-term consultant" ay may tatlo hanggang anim na buwang kontrata lamang.

255 Ang Johannesburg ay isang malaki at pangunahing bayan sa South Africa.

256 Ang ibig sabihin ng CR ay Comfort Room o palikuran.

257 "Honorary white" ang turing sa mga Hapones ng South African dahil sa kalakalan. Ang mga Hapones lang ang may prebilehiyong katulad nito, dahil ka-partner ng South Africa ang Japan sa komersiyo.

6.   May ngiti sa aking labi, naiiling habang daan
      Nakuha ko ang manloko pagkat mali'ng patakaran,
      Sa kontinente ng Asia, tanging bansang Japan lamang
      Ang may gayong pribilehiyo—South Africang kautusan;
      Banidad na nitong mundo, kapag ikaw ay mayaman
      Ang daigdig ay yuyuko at labis kang igagalang!

7.   Ako'y um'wi noong Hulyo, taon ng *nineteen-ninety-four* [258]
      Lokal na Nelson Mandela ang Pangulong halal doon,
      South Africa ay nag-uso ng kaibang segregasyon
      "Apartheid laban sa puti"—indirektang regulasyon;
      May ginang na puti kasi na katabi 'ko pa-Hongkong
      Sa Cathay Pacific Airways, ang sa aki'y naghimatong.

8.   Sa may bandang kaliwa ko nakaupo ang babae
      Dagli siyang nakatulog sa kahabaan ng biyahe,
      Nang hampasin ng "air pocket" ang eroplanong nasabi
      Nahulog sa balikat ko ang ulo ng puting ale:
      "I'm sorry Sir, I disturbed you, I just felt so very drowsy."
      Ang sagot ko: *"It's okay Ma'm . . . I understand, don't you worry."*

9.   At doon na nagsimula yaong aming pag-uusap
      Siya, pati ang magulang, sa South Africa namulat,
      Ang piloto namin pala ay binata niyang anak
      Kaya tiket niya ay libre at wala siyang ibinayad;
      Dapat daw ay kasama niya ang asawang nililiyag
      Ngunit ito ay pumanaw noong buwang nakalipas.

10.   Umiiyak ang babae nang sa akin ay magbida
      Isang gabi'y sinalakay ng itim [259] ang bahay nila,
      Ninakaw na'ng mga gamit, pinatay pa ang asawa
      Marami nang mga puti'ng lumisan sa South Africa;
      Sa sandali raw mabili ang lupain nilang mana
      Sila man ay maghahanap—isang bansang mas maganda.

11.   Ako'y lubhang natigatig sa tinuran ng babae
      At hindi ko napigilan ang mabulong sa sarili,
      Apartheid laban sa itim, batas noong nangyayari
      Apartheid laban sa puti—ang sa ngayo'y humalili?
      Parang pulitikang Pinoy na ang moto'y maghiganti
      Pilipinas, di lang ikaw ang may dugo ng serpiyente!

---

258   July 24, 1994 nang permanenteng bumalik sa Pilipinas ang sumulat dahil na-grabe ang anak niyang binata na may schizophrenia (isang malalang sakit sa utak). Nasa pinakamataas na antas ang karera niya noon. "Regular Consultant" na siya ng UNICEF. Pero, pinili niya ang umuwi at silungan ang anak na may sakit—gusto niyang maging ama! May 20-taon siyang OFW sa ibat ibang bansa, at lumaki ang mga anak na hindi man lang naipag-hele ng oyayi.

259   Ang pagkagamit ng mga salitang "itim" at "puti" sa sulating ito ay walang kahalong konsepto ng segregasyon mula sa diwa ng sumulat.

"MOTEYA, DIYAYO . . . GALAPA!" [260]

1. Mulang "Arrival" [261] sa Hongkong kanda-kahog na umakyat
    Sa terminal ng "Departure"—sa may ikatlong palapag,
    Sa naroong rayo-ekis 'nilagay ang "hand-carry bag"
    Ang kompyuter kong maliit 'sinabit lang sa balikat;
    At nang ako ay dumaan sa "metal detector device"
    Bigla akong binulyawan ng Intsik: *"Hey you, you . . . back, back!"*

2. Ang Ingles n'yang pabaluktot ay aking naintindihan
    Nakuha ko ang "Erapsion" [262] ng "immigration official,"
    Ibig niyang ang kompyuter sa x-ray ay ipadaan
    Ngunit ulik-ulik akong baka ito'y masiraan;
    Kaya ang aking ginawa, ang "Red Card" [263] ko'y ibinigay
    Pero lalo lang nang-inis at nang-uyam ang opisyal.

3. Tuya niya: *"Diplomat you, or you are domestic helper?*
    If you no put . . . I will jail you," banta niyang may pasaring,
    Nagdilim ang aking mukha, paningin ko ay naduling
    At hindi ko napigilang magbulalas ng damdamin:
    "Walanghiya ka, pag sa bayan ko'y nagtangka kang dumating
    Moteya, diyayo at galapa—kita'y aking babatuhin!"

4. Maasim ang aking mukhang sinunod ang kanyang utos
    Kompyuter ko'y ibinaba at sa x-ray isinuot,
    Palayo na sana ako't ang kompyuter ay dinampot
    Nang ang "Sanglay" [264] ay pamuling sumigaw na waring yamot;
    "Hey you . . . open you, open you!" panunuro niyong bastos
    At ang bag ng kompyuter ko'y marahas na hinalughog.

5. Di lang ako'ng nakaranas ng ganitong karahasan
    Marami nang Pilipino ang akin ding kinaringgan,
    Sa paliparan ng Hongkong, imigrasyon ay bastos daw
    Lalo na't sa Pilipinong "domestic helper" ang lagay;
    Palibhasa'y batid nila ang mababang katayuan
    Milyong-milyong Pilipino ang aliping-namamahay.

---

260   Sinulat: September 25, 1994. Ang tulang ito ay kasunod ng "Apartheid." Mula sa South Africa, dumaan sa Hongkong ang awtor pakonekta sa Manila. Ang "Moteya . . . Diyayo, Galapa" ay karaniwang sigaw-pantawag noon ng mga dayong-Intsik habang naglalakad sa mga nayon na pasan ang isang pinggang kawayan; sa magkabilang dulo ay may nakabitin na tig-isang basket na yantok na lalagyan ng pinamimiling botelya, diyaryo at garapa. Nasaksihan ito ng may-akda noong taong 1946 matapos ang Ika-2 Digmaang Pandaigdig. Inilalarawan dito ang mabilis na pag-unlad ng Intsik sa Pilipinas, habang "naghihilik" ang natibong Pilipino!

261   Ang tinutukoy dito ay ang "Arrival Terminal" sa airport ng Hongkong.

262   "Erapsion" ang tawag sa Ingles na mali-mali—hango sa Ingles ni ex-Pres. Erap Estrada.

263   Ang "Red Card" ay isang Diplomatic ID Card ng mga kawani sa United Nations na kinikilala sa maraming bansa. Pangkaraniwan, kapag ipinakita ito sa airport—libre na at di na iinspeksiyunin pa.

264   "Sanglay" ang tawag sa mga dayuhang-Intsik noong unang panahon.

6.   Sakay nitong eroplanong pakonekta sa Maynila
         May libat ang aking isip, ang loob ko ay masama,
         Ang opisyal na nambastos at sa akin ay nangutya
         Kabalat ng dayong-Intsik noong panahon ng Kastila;
         Siyanga pala, sila man ay hinarot ng mga bata
         "Intsik-beho, [265] tulo-laway," ang madalas na pagtuya.

7.   Makatapos ang digmaan, *nineteen-forty-six* na noon
         Isa ako sa barkadang sa Intsik ay namumusong,
         Habang sila'y umiikot sa kalsada nitong nayon:
         "Moteya . . . diyayo . . . galapa!" ang isinisigaw noon;
         Nang ako ay magbinata at tumuntong sa haiskul
         Di na sila naglalakad—may diyip na o kariton.

8.   *Nineteen-sixty noong ako'y mag-aral na sa kolehiyo*
         May tindaha't restoran na ang maraming Intsik-beho,
         Ang iba'y may Mercedes Benz at kanilang kontrolado
         Itong buong Pilipinas sa larangan ng negosyo;
         Samantalang naghihilik ang natibong Pilipino
         Pangungutang sa tindahan—tanging inaasikaso!

9.   Kasi noon, pag punta mo sa Intsik na may tindahan
         Sa bawat kanto at sulok maaari kang mangutang,
         Tuyo, sardinas at bagoong at marami pang pang-ulam
         Ay puwede mong ipalista—saka na ang kabayaran;
         Ito'y isang estratehiya: *"Utang na ny'o, kaimigan"* [266]
         "Mayat na kayo" [267] sa akinse, o kaya ay katapusan.

10.   *Sa kasalukuyang panahon ay kay daming Pilipino*
         Ang tulog na nakadilat, mga mata'y may diliryo,
         Samantalang ang industriya't malalaki pang negosyo
         Nasa kontrol ng dayuhang karamiha'y Intsik-beho
         Sa larangan ng korapsyon—doon lang tayo eksperto
         "Labas agad ng pulutan" [268] *sa dayuhang manggagantso!*

11.   **Kawawa ka, Pilipinas . . . inanod ka ng sigwada**
         Ang lupa mo't karagatan halos buong nilamon na,
         Ng magahamang dayuhang kinupkop mo noong una!
         Pilipino, pag namatay—libingan mo'y saan baga?
         At di ka ba nahihiyang ikaw yaong nakamana
         Sa pagbili ng basurang: "moteya/diyayo/galapa?"

---

265   Ang ibig sabihin ng "beho" ay matanda na at tumutulo pa ang laway.

266   Ang "utang na n'yo" ay parang nagiging "putangna n'yo" ang dating kapag hindi ka nagbayad sa takdang panahon ng pagbabayad—na akinse o sa katapusan ng buwan. Ang ibig sabihin ng "kaimigan" ay kaibigan. Ang letrang "b" ay napapalitan ng "m" kapag nagsalita ang Intsik.

267   Ang ibig sabihing ng "mayat na kayo" ay magbayad na kayo. Sa sarkastikong pagdinig, ang dating nito ay, "payat na kayo!"

268   Ang ibig sabihin ay madaling masuhulan ang mga Pilipino dahil sa likas na palakaibigan (friendly) at maasikaso sa bisita (hospitable). Ang mga kaugaliang ito ang ugat ng kanser na korapsyon.

PILOSOPONG TASYO (?) [269]

1.   Mula sa "PNB Circle" [270] ako noon ay sumakay
Sa isang taksing ang drayber ay may bulas-kabataan,
Sa pagtakbong baku-bako sa paikot na lansangan
Di napigil ang himutok na may halong kapootan.

2.   "Dalawampung taon ngayon ang panahong nakalipas
Mulang ako ay lumisan upang hanapin ang palad,
Sa pagbalik ko ba naman, hirap din ang mamamalas
Kailan pa ang panahong babangon ka, Pilipinas?" [271]

3.   Natawag ko ang atensiyon ng drayber na nakaimis
At ang sabi: "'Wag po kayong manggalaiti sa galit,
Baka di n'yo makayanan ang damdaming nagngangalit
Atakihin ang puso n'yo at ang buhay ay maamis."

4.   "Ang inyo pong namamalas ay natibong kalakaran
Buong Bansang-Pilipinas, kultura po ang nakawan,
Pondo ng bawat ahensiya, ang bagsak ay sa bulsa lang
Ng pinuno ng gobyernong sa salapi ay gahaman!

5.   "Minana lamang ni **Ramos** kay Aquino ang korapsyon
Si **Aquino** ang nagmana kay Marcos na manunuhol,
At si **Marcos** ay kinuha itong salot kay **Cong Dadong**
Na namana rin kay **Garcia**—magiting na taga-Bohol.

6.   "Si **Magsaysay** ang nag-abot ng korapsyon sa kay Garcia
Sinambot n'ya kay **Quirino** na may gintong orinola,
Mula sa pasa ni **Roxas**, na nanggaling kay **Osmeña**
Na pamana pa ni **Quezon**—presidenteng unang-una."

7.   At tinanong ko ang drayber: "Ano baga'ng natapos mo
Kung ikaw ay magsalita para ka ring kandidato?"
Anang drayber: "Ako po ay dating nag-aaral ng *law*
Hindi lang po nakapag-*bar*—walang panggastos sa *review*."

8.   Nadama kong ang lohika ng drayber ay lubhang akma
Tinanong ko: "Bayan natin, may pag-unlad pa ba kaya?
Ang sagot nya: **"Ang asenso—sa kultura nati'y wala
Maliban kung may dilubyong sa lahi ay manalanta!"**

---

269   Sinulat: March 20, 1995. Ang awtor ay bagong dating buhat sa 20 taong pagtatrabaho sa iba't ibang bansa, bunsod ng malabis na kahirapan sa Pilipinas. Milyon-milyong Pilipino ang nagsasakripisyo ng pawis, dugo, luha at buhay sa pagtatrabaho sa labas para maibigay lamang sa mga anak ang limang basikong pangangailangan: ang **pagkain**, **damit**, **bahay** na masisilungan, **edukasyon** at **pagmamahal**. Sa limang nabanggit, kulang ang "pagmamahal" na naibibigay ng mga OFW sa mga anak.

270   Ito ay ang "Philippine National Bank" na nakatayo sa Quezon City Circle, malapit sa City Hall.

271   Sa pananaw ng awtor, wala pa ring pagbabago ang Pilipinas dahil sa talamak na korapsyon.

9.
> *"Kailangan ay sumibol isang bagong henerasyon*
> *Na mayroon reberensiya, karakter, disiplina't dunong,*
> *Marapat lang na malipol ang Pilipino sa ngayon*
> *Para ganap na mapuksa ang talamak na korapsyon!*

10.
> *"Lagi nilang sinisisi ang banyagang mananakop*
> *Sa dayuhan daw nanggaling ang korapsyong ngayo'y salot,*
> *Hindi nila natatantong kultura natin ay kabyos*
> *Madali tayong makorap sa kaunting padausdos.*

11.
> *"Kung mangyari't dumating na'ng panibagong Pilipino*
> *Mulang sanggol ay turuang sumunod kay Hesukristo,*
> *Ituro ang reberensiya at paggalang na totoo*
> *Sa Diyos na Poong Ama—para maging matalino!*

12.
> *"Ang batang may* **reberensiya** *ay busilak ang damdamin*
> *Mataas ang* **disiplina** *at malinis ang* **karakter**,
> *Madali siyang matututo at maagang mararating*
> *Libel ng* **indibidwalidad**—*produktibo at magaling!*

13.
> *"Reberensiya/Disiplina/Karakter/Indibidwalidad* [272]
> *Pag natutuhan ng tao—hindi siya magho-holdap,*
> *Hinding-hindi magdudroga, hinding-hindi mangka-karnap*
> *Hindi-hindi magnanakaw, hinding-hindi mango-ngorap!"*

14.
> May sasabihin pa sana ang drayber na tila paham
> Nang tumigil itong taksi sa harap ng aking bahay,
> Isang libong pasalamat ang matapat kong binigay:
> *"Ikaw yaong Pilipinong di naglabas ng pulutan!"* [273]

15.
> **Ang lekturang nilahad niya ay tumimo sa isip ko:**
> **Ito ba ang heroglipikong sinulat ni TandangTasyo?**
> **Nang dumalaw si Ibarra't nanghingi ng kanyang payo**
> **Sa paaralang itatayo—para Bagong Pilipino?**

---

272   Ang edukasyon sa mga bata at mamamayan ay kailangang mahigpit na isentro sa pormasyong-moral na may hustong diin sa aspeto ng mga katangiang katulad ng; Reberensiya, Disiplina, Karakter, at Indibidwalidad (RDKI). Ang RDKI ay tanging sulosyon sa kanser ng Pilipinas.

273   Mga taong-2000, may kompanya ng "brandy" na naglabas ng "TV-advertisement." Ipinakita dito ang isang grupo ng Kastilang dayuhan na bumaba sa kanilang barko at nagmasid sa dalampasigan. Sa dalampasigan ay na-enkuwentro nila ang grupo ng natibong Pilipino. Akmang maglalabanan na ang dalawang grupo nang biglang itaas ng pinunong Kastila ang isang bote ng "brandy." Nang makita ng pinunong Pilipino ang brandy, pinigil nito ang mga tauhan at nag-utos na: **"Ilabas ang Pulutan!"** At hindi natuloy ang paghahamok ng grupong-banyaga kontra sa grupong-Pilipino—dahil sa isang boteng brandy. Ganito kadaling makorap ang mga Pilipino. Huwag na sana tayong abutin pa ng dilubyo!

OFW: BAYANI O BIKTIMA? [274]

1.
>Tuwang-tuwa ang gobyerno
>>sa mga "Bagong Bayani" (o, Pilipino OFW)
>Dahil "remittances" nila
>>ang pangunang nagpupuno sa kabangyaman at pondo,
>Ngunit hindi nakikita
>>ng bulag na punong-bayan ang matinding sakripisyo
>Ng kawawang OFW
>>na puhuna'y dugo't pawis sa mainit na disyerto!

2.
>Hindi lamang dugo't pawis
>>pati buhay ng pamilya'y nakatayang karaniwan
>Dahil wala ang magulang
>>mga anak na naiwan—walang giyang mahawakan,
>May nalulong sa barkada
>>at mayroong humihinto sa kanilang pag-aaral
>Hanggang mahuyo sa droga
>>at tuluyang maging adik—dagdag sa problemang-bayan!

3.
>Maraming Bagong Bayani (?)
>>ang nasira at nawasak ang iniwanang pamilya
>Mayro'ng inang nag-asawa,
>>lumipat sa ibang pugad ang maraming mga ama,
>May kaso ng **Contemplacion**,
>>halimbawa ng **Palaming**, **Balabagan**, at ng **Maga**
>O, kay daming Filipina
>>ang niluray na ang dangal—ang iba ay nilapang pa!

4.
>Noong taong *two-thousand-five*
>>ako'y hangal na pumayag sa aking dalagang anak [275]
>Na magtrabaho sa Dubai
>>bilang isang "receptionist," nang matupad ang pangarap,
>Matapos ang isang taon
>>ang anak ko ay nabuntis ng isang ahas na kabalat
>Dalaga ko'y nabiktima
>>ng ulupong na may lungga sa gubat ng Pilipinas!

---

274   Sinulat: April 15, 2006. Overseas Filipino Workers (OFW) ang tawag sa Wikang Ingles sa mga dayuhang Manggagawang Pilipino—at tinawag naman ng gobyerno na mga: "Bagong Bayani." Sa kasaysayan ng ating lahi, ang mga bayani ay karaniwan nang nagbubuwis ng buhay dahilan sa pagtatanggol sa Inang-Bayan. Sa kaso ng mga OFW, lahat sa kanila ay umaalis lamang sa Pilipinas para maibigay ang limang basikong pangangailangan sa mga anak, ang: **damit**, **pagkain**, **bahay** na masisilungan, **edukasyon** at **pagmamahal**. Kung tutuusin, hindi sila nagpapakamatay nang dahil sa Inang-Bayan. Nagpapakamatay sila dahil sa pamilya, sapagkat ang maghanap-buhay sa Pilipinas ay imposible. Ang malungkot nito, kulang na nga ang pagmamahal na bumibigkis sa pamilyang OFW—nakukurakot pa rin ng mga gahamang lider ng gobyerno ang buwis mula sa kanilang "remittances" sa Pilipinas.

275   Nakatapos sa kolehiyo ng kursong "Physical Therapy" ang anak ng awtor. Walang mapasukang trabaho sa Pilipinas, kaya napilitang makipagsapalaran sa Dubai.

5.   Ang masaklap pang nangyari
                    ang apo kong isinilang ay isang batang espesyal
             Balikukong papa-loob
                    ang dalawang bukong-bukong, kung tawagin ay "club foot" [276] daw,
             Kaymarahil 'nilalaglag
                    ng anak ko yaong sanggol noong kanyang kabuntisan
             Ngayon ay tatlong taon na . . .
                    walang tsansang makalakad pag hindi naoperahan!

6.   Ang lahat ng paghihirap
                    sa bayan kong Pilipinas ay dahilan sa korapsyon
             Bawat pondo ng ahensya'y
                    ninanakaw ng pinunong . . . salapi ang panginoon,
             Magmula kay Manuel Quezon,
                    ang korapsyon ay patuloy na nangyayari sa ngayon
             Dilubyo lang ang tatapos
                    sa korapsyon, na sa ugat ng Pinoy ay dumadaloy! [277]

7.   Ang marupok nating moral
                    ay napuna noon pa man ng paham na Senadora,[278]
             Ang sakit daw nitong bansa
                    ay tantong napakalubha at kanser na ang kapara:

- *kahirapan; kawalang-paki;*
- *korapsyon; pagsasasamantala; kanya-kanya;*
- *pansariling-nasa; pulitikang mabuway;*
- *kawalang-patriotismo; pagmamahal sa intriga; at,*
- *kawalan ng disiplina.*

8.   **Kung sadya ngang walang lunas**
                    ang lahat ng paghihirap ng dayuhang OFW
             Bakit sila tinatawag
                    na mga "Bagong Bayani" ng gobyernong Pilipino?
             Sila baga'y kinukutya
                    o marahil ay biktimang patuloy na ginagago?
             Kaiingat ka, serpiyente . . .
                    baka biglang humagunot dilubyo ni Tandang Tasyo!

---

276   Ang "Club Foot" o "osteogenesis imperfect" ay isang sakit na ang dalawang paa, hanggang sa bukong-bukong ay baluktot na papasok sa loob. Marupok ang mga buto ng maysakit at kailanga'y mahabang gamutan o operasyon para makalakad ang biktima. Milyon-milyon ang gagastusin sa pagpapagamot ng isang pasyenteng may karamdaman na katulad nito.

277   Sa konsepto ng awtor, tanging "dilubyo" lang ang tatapos sa sakit na korapsyon. May isa pang lunas siyang nakikita—ang pagpapataas sa libel ng moralidad ng mga Pilipino. Ito ay mahigpit na pagtuturo ng "value formation" sa edukasyon ng mga bata. Mula sa tahanan, paaralan, komunidad at pamahalaan ay dapat bigyang-diin ang: **Reberensiya, Disiplina, Karakter,** at **Indibidwalidad** (RDKI). Ang pagpapataas sa libel ng RDKI sa mga Pilipino ang tanging lunas sa kanser ng bayan.

278   Si dating Sen. Leticia R. Shahani ang nakapuna sa marupok na moral ng Pilipino noong Setyembre 1987, ayon sa: <u>Filipino Values and National Development</u>. San Miguel, Manila. 1993.

KONSEPTO NG LIMANG DALIRI (Bobo Ka Ba?) [279]

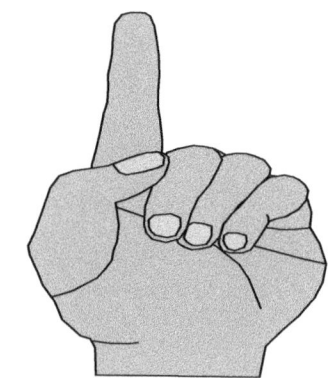

May isang konsepto
Sa epektibong pagtuturo
Ng tunay na aral sa buhay,
Gamit na pananda ang limang daliri;
Na kapag itinaas nang isa-isa,
Ay ganito ang kahulugan:

Kalingkingan ay GAWA; [280]
Palasinsingan ay BOBO;
Hinlalato ay PROBLEMA;
Hintuturo ay RESOLUSYON sa problema,
Hinlalaki ay ARAL—huwag nang uulitin ang problema.

(Itaas ang kalingkingan)   Anumang GAWA mong di pinag-isipan
(Itaas ang palasinsingan)   Ay gawaing BOBO, di dapat tularan,
(Itaas ang hinlalato)   Dahil ang resulta ay PROBLEMA lamang
(Itaas ang hintuturo)   Na ang RESOLUSYON ay paghihirapan;
(Itaas ang hinlalaki)   Kapag ang problema ay nasolusyonan
   ARAL: **Huwag nang uulitin gawang kabobohan!**

(Kalingkingan/Gawa)   Ika'y kumakain na ang ulam ay tilapia
(Palasinsingan/Bobo)   Di ka nag-iisip, panay ang subong masiba,
(Hinlalato/Problema)   Bigla kang nabikig hanggang ikaw ay maluha
(Hintuturo/Resolusyon)   Takbo ka sa doktor para tinik ay mawala;
(Hinlalaki/Aral)   **Gumamit ng utak—anuman ang ginagawa!**

Naglalakad ka sa bundok ng masukal na Arayat
Di ka man lang tumitingin sa bagutot na nilandas,
Nang sa walang abog-abog ay tinuklaw ka ng ahas
Punta ka uli sa doktor upang ikaw ay maligtas;
Kahit naglalakad ka lang ay gumamit ka ng utak!

Ikaw naman ay dumalo sa "birthday" ng kaibigan
Tumungga ka nang tumungga, nakisabay sa inuman,
Labis-labis kang nalasing hanggang ika'y napa-away
Makulong ka, o bayaran ang sinaksak na kalaban;
Anumang bagay na sobra ay masama sa katawan!

Kahit anong GAWA ang inaayos mo sa pang-araw-araw
Ika'y isang BOBO kung wala kang pokus sa iyong isipan,
Tiyak na PROBLEMA—resulta ng gawang walang kamunasan
Na ang RESOLUSYON ay paghihirapan para malunasan;
Ang ARAL mo dito: **"Huwag nang uulitin o bobo kang tunay?"**

---

279   Sinulat: June 24, 2006. Ito ay isang basikong konsepto na nagtuturo ng aral sa buhay.

280   Mula sa saknong na ito, (hanggang matapos ang tula) itaas nang isa-isa ang tamang panandang daliri sa bawat linya ng tula. Huwag isama sa pagtula ang mga paliwanag na may panaklong.

ANG MAG-AMANG "HANGAL" [281]

1.
    Meron daw mag-ama na lakad-nang-lakad
    Na hila'y buriko na munti at payat,
    Sila'y nasalubong ng isang masatsat
    Na agad nagwikang animo ay pantas.

2.
    "Ano't naglalakad gayong may buriko
    Bakit di sumakay ang isa sa inyo?"
    Matanda'y bumulong: "Sakay na, anak ko
    At lalakad na lang ako sa tabi mo." [282]

3.
    Sinunod ng anak ang utos ng ama
    At agad sumakay sa buriko nila,
    Ngunit may matandang babaing namuna
    Na agad nagwika't ganito ang badya.

4.
    "Ikaw ba, oh anak ay di na nahiya
    Sa tao't sa Diyos, at sa amang mutya?
    Ika'y nakasakay . . . ngunit ang matanda
    Ay titikod-tikod at uuga-uga." [283]

5.
    Anak ay bumaba't agad pinasakay
    Ang matandang ama sa burikong akay,
    Ngunit siya naman noong pagdaraan
    Ng dalawang batang kapwa maiingay.

6.
    Sabi ng makulit, may tawang kasabay
    "Oy, nakakita ka ba ng matandang ganyan,
    Na sa munting anak, di makapagbigay
    Bata'y pinalakad at siya'ng sumakay?" [284]

7.
    Ang matandang ama'y tumungo sa hiya
    At ang kanyang anak ay agad niyaya:
    "Mabuti pa anak, sumakay 'ta kapwa
    Nang walang masabi ang dilang masama!" [285]

---

281   Sinulat mula sa gunita: March 17, 2011. Ang tulang ito ay "hindi orihinal" na konsepto ng awtor, at hindi rin ito inaangkin bilang pag-aari niya. Isinama lamang niya ito dito sa koleksiyon ng kanyang mga tula dahil sa magandang aral na nakapaloob.
Natutuhan niya ang tulang ito mula sa isang babasahin noong taong 1958. Ang titulo ng tula na mababasa sa itaas ay hindi rin orihinal. Nalimutan na niya ang orihinal na titulo, pati ang pangalan ng tunay na may-akda, dahil sa haba ng nagdaang panahon. May 53-taon na ang nakalipas, bago isinulat ng awtor, mula sa alaala, ang tulang ito. Ang awtor ay nasa ika-apat na baitang ng haiskul noon sa Central Luzon School of Arts & Trades (CLSAT), Cabanatuan, Nueva Ecija. Patnugot o editor siya noon sa "Filipino Section" ng pahayagang-pampaaralang: "The Trade Journal." Dahilan sa punong-puno ng aral ang tula, natiim ito sa kanyang memorya. Paborito niya ang tula. Nang bigkasin niya ito sa "oratorical contest" sa CLSAT noong 1958, nakuha niya ang unang gantimpala at hinangaan siya sa paaralan.

282   Ito ay naglalarawan ng pagmamahal at pagbibigay ng isang ama sa kanyang anak. Bagamat matanda na, hinimok pa rin ang anak na ito ang sumakay at lalakad na lang daw siya.

283   Ito ay karaniwang pangaral ng matatanda sa kabataan—bigyan palagi ng respeto (**respect**), pagmamahal (**love**), pang-unawa (**empathy**) at kompasyon (**compassion**) ang matatanda.

284   Sa mata ng makukulit na kabataan, dapat ang matanda ang nagbibigay sa mga bata. Sa isang banda, tama rin ang pananaw na ito.

285   Hinikayat ng ama na sumakay na silang dalawa sa buriko para makaiwas sa mga puna ng tao.

8.
Kaya't dalawa na yaong dala-dala
Ng munting burikong—munti na'y payat pa,
Ngunit may babaing tipong-aktibista
Na agad umingos doon sa mag-ama.

9.
"Hoy, kayo bang mag-ama ay wala nang habag
Sa burikong iyan, na munti at payat?
Ang lalo pang angkop diya't nararapat
Ay pasanin ninyo at isabalikat." [286]

10.
Mag-ama'y bumaba't agad tinalian
Ang apat na paa ng burikong akay,
Matanda'y kumuha pisig na kawayan
Ang burikong munti'y kanilang pinasan. [287]

11.
Ngunit ang buriko ay hindi natuwa
Doon sa pagpasang kanilang ginawa,
Siya'y nagsisikad at saka nagsipa
Hanggang sa mahulog sa gilid ng sapa! [288]

12.
Ang ama'y bumulong sa anak na sinta:
"Anak . . . ito'y aral sa ating mag-ama,
'Pag ating sinunod ang balanang pita
Sa banging malalim—do'n tayo hahangga!" [289]

---

286   Noong panahong yaon, mayroon na ring mga aktibista na nagsusulong sa karapatan ng mga hayop. Sa pananaw ng babae, isang pagmamalupit ang ginawang pagsakay ng mag-ama sa burikong munti at payat. Madadama dito ang magandang aral na: "kahit na lang hayop ay dapat igalang ang karapatan."

287   Madadama ang likas na kababaang-loob at kabaitan sa puso ng mag-ama. Sumunod sila sa aktibista. Iginapos ang mga paa ng buriko at pinasan sa tulong ng isang putol na kawayan.

288   Ang paggapos sa apat na paa ng buriko ay ginawa lamang ng mag-ama upang ito ay mapasan at nang hindi mahirapan sa paglalakad—bilang pagbibigay sa karapatan ng hayop. Subalit hindi ito ikinatuwa ng hayop. Nagsisipa ito hanggang mahulog sa sapa. Sa halip na makabuti, lalo pa itong nakasama. Ang leksiyon dito—ang karapatan ng kahit na sino ay dapat matiyak kung anong klase o uri ang tamang ibigay. May hangganan ang alinmang karapatan.

289   Natanto ng mag-ama na hindi sila dapat maniwala at sumunod sa sinasabi ng lahat ng tao. Kung lilimiin, may "nakatagong mensahe" sa tulang ito. Para mabuhay nang produktibo at maunlad, ang isang tao ay nararapat na magkaroon ng abilidad o kompetensiya na may tatlong uri. Ang una ay: *kasanayan* o *talino* (skill competency); pangalawa ay: *pamamaraan* (method competency); at pangatlo ay: *pakikisalamuha* (social competency). Ang taong may kasanayan/talino ay madaliang nasosolusyonan ang anumang uri o klase ng problema. Ang taong may pamamaraan ay nareresolba ang anumang uri ng problema sa iba't ibang gawi. Ang taong mahusay sa pakikisalamuha ay madaling nakakaresolba ng anumang problema sa tulong ng kapwa-tao. Sa pakikisalamuha, palagi sanang tandaan na: *huwag tayong magpapahamak ng ibang tao!*

PINATUBO SA DIBDIB [290]

1.
Malupit na paniniil ng naghaharing malakas
ay mananatili lamang
Kapagka ang mga taong nasa loob ng samahan
ay pumayag nang lubusan,
Ngunit ang init sa dibdib, pag di na kayang siilin
kaparis ng isang bulkan . . .
Ito'y biglang sasambulat at maghahasik ng lagim
ang masama'y puputukan!

2.
Ilang "Huli" [291] ang pumasok na "entertainer" sa Japan
    para kumita ng pera
At nilurhan nitong Hapon ang kawawang Pilipina
    pinatay na'y nilapang pa,
Sino ang dapat managot sa lahat ng kabuktutan
    mga Sakang na singkit ba
O lintak na pulitikong walang habas na mangupit
    sa kabangyaman ng pera?

3.
Ilang "Sisa" [292] na OFW ang patuluyang nabaliw
    mula Hongkong nang dumating
Sa tahanan ay wala na sina "Basilio" at "Crispin"
    si "Pedro"—lasing na lasing,
Ang maging "domestic helper," bayani bang ituturing
    sila'y nagpapaalipin
Para kumita ng pera na panustos sa pagkain
    ng pamilyang wasak na rin?

4.
Kundi kasi naghihirap ang lupaing Pilipinas
    walang magpapaalila
Kundi sa "graft and corruption" maunlad sana ang bansa
    walang Pinoy na timawa,
Kung ang puno'y maka-Diyos, maka-tao't maka-bansa
    disin sana'y masagana
Wala tayong kababayang babatukan ng banyaga—
    mga aping kinawawa!

5.
Kung patuloy na manalot ang korapsyon nitong bayan
At tiwaling mangulimbat pulitikong magnanakaw,
Pag said na itong luha ng maraming mamamayan
Ang Pinatubo sa dibdib nitong lahi'y aatungal;
Dadaluyong yaong dagat, ang dilubyo ay daratal
Lilipulin ang masama—upang buti ay lumitaw!

---

290   Sinulat: February 25, 2007. Ang tulang ito'y naglalaman ng hinanakit sa dibdib ng isang OFW.

291   Si "Huli" ay tauhan sa "El Filibusterismo" ni Dr. Jose P. Rizal. Pumasok siyang "maid" para kumita ng perang pantubos sa kapatid niyang lalaki na kinidnap ng mga bandido.

292   Si "Sisa" ay tauhan sa "Noli Mi Tangere" ni Dr. Rizal. Nakulong siya. Nang lumaya, naloka siya dahil nawala ang anak na sina Basilio at Crispin at nangibang-pugad si Pedro (ang asawa).

HOY, GISING! [293]

1.   Hoy, gising ka, Pilipinas . . . tigilan ang pag-iinat
        Ang bandilang sagisag mo'y itindig nang buong gilas,
        Ang paglaya mong nakamit tanuran nang buong ingat
        Sa "Spratly" ay mayro'n nang mga dayong nanunukab;
        Kapag hindi ka bumango't tumigil sa paghihikab
        Bukas, manunumbalik kang busabos at sawimpalad!

2.   Gumising ka't durugin mo ang kanser ng kahirapan
        Na dala ng panlalansi ng magahamang dayuhan,
        Ang yaman mo'y naubos na—naisubing kamal-kamal
        Di mo alam, komo ika'y may alimpungat na hangal;
        Pansinin mo'ng iyong lupa, laging may hukbong dayuhan
        Sa dagat mo ay lagi nang may bapor ng ibang bayan!

3.   Bumangon ka Pilipnas . . . durugin mo'ng mga korap
        Pulitikong magnanakaw, pugutan mo silang lahat,
        Mamamayang Pilipino halos lugmok na sa hirap
        Mataas na ang bilihin, nakatago pa ang bigas;
        Totoo ang laging sabi ng komersiyal sa TV Ads: [294]
        "Ramdam-na-ramdam ang asenso" (ng mas lalong paghihirap?).

4.   Hoy, gising na, bangon ka na . . . tanghali na aking bayan
        Tulog ka ba . . . o, baka naman nagtutulug-tulugan lang?
        Mamamayang Pilipino'y sige-sige ang patayan
        NPA; MNLF; MILF; BIFF, at ASG [3] sa Mindanao;
        Hihintayin mo pa kaya na ang lahi ay malusaw
        Gumising ka at umaksyon—habang may sikat ang araw!

5.   Hoy, bangon na . . . duwag ka bang habambuhay magtitiis
        Ang mata mo ay mugto na't daming luha ang tumigis,
        Ang buhay mo'y nilukuban ng nagsalikop na krisis
        Tutulugan mo na lang ba, hanggang buhay ay maamis?
        Kung ang kagipitang ito'y ihahagok lang sa hilik
        Mactan/Pugad-Lawin/Bataan—sila ba ay panaginip?

6.   Hoy, gising na Pilipinas . . . bago ka pa maparool
        Kabugin mo't padaluyin sa puso ang tamang layon,
        Liwanagin yaong langit na lagi nang dapit-hapon
        Huwag pigilan itong dibdib—pasabugin mo ang Mayon;
        Kung dapat na mag-tsunami, bayaan mong dumaluyong
        Baka nipot na malinis karakter ng Bagong Pinoy!

---

293   Sinulat: March 4, 2007. Ang tulang ito ay yugyog sa naghihilik na Bayang-Pilipinas.

294   May komersiyal sa TV si Pres. G. M. Arroyo na ilang buwan nang inilalabas. Ito ay ang: "Ramdam-na-ramdam ang Asenso." Ang ibig ipakita ay malaki daw ang pag-unlad sa kabuhayan ng mga Pilipino. Taliwas sa mensaheng ito, ang ramdam-na-ramdam ng Pilipino ay, "asenso ng mas lalong kahirapan!" 3 Ito ay mga daglat o "acronym" ng mga rebeldeng samahan na lumalaban sa gobyerno.

ANG PUNO [295]

1.   Ang alinmang **"Puno"** na lalang ng Diyos na binigyang-buhay
Ay may kanya-kanyang mahalagang papel na dapat gampanan,
Kaya nararapat bawat katungkulang sa puno'y inatang
Ay tupding matapat pagkat ang nag-atas ay si Kristong Banal;
Ang hindi sumunod sa banal na utos ng Poong Maykapal
Ay lagpas ng langit ang patutunguhan pagsapit ng araw!

2.   Ang **"Puno ng Kahoy"** ay may katungkulan na maging malilim
Mahitik ng bunga na ubod nang tamis para sa pagkain,
Upang kung sakaling may tao o ibon na doo'y humimpil
Ay mahimasmasan kalam ng sikmurang nakakahilahil;
Ang puno ng kahoy bagamat malabay pag bunga'y maasim
Ay pangkaraniwang nagiging pambakod o gatong-sinaing!

3.   **"Puno ng Pamilya"** ay may katungkulang hutuking marangal
Anak ay mahalin, bigyan ng basikong pangangailangan, [296]
Sang-ayon sa utos ng Diyos na Amang makapangyarihan:
Sa tulo ng pawis, doon magmumula ang ikabubuhay;
Kung sa mga anak, ang ipapakain ay galing sa nakaw
Para nang nilason ang puso, isipan at buong katawan!

4.   **"Puno ng Barangay"** ay may mahalagang papel na ang layon
Ay gawing maunlad, tahimik at ligtas ang alinmang nayon,
Huwag tutulutang sa antas na ito'y tumubo't umusbong
Ang nagpapahirap na salot na kanser, ang: "graft and corruption;" [297]
Kulturang korapsyon kapagka kumalat sa pusod ng nayon
Ito na ang hudyat na ang buong bayan ay mapaparool!

5.   Mga **"Punong-Guro"** ay dapat idiin sa guro't eskwela
Ang takot sa Diyos, o ang reberensiya ay iturong una,
Upang ang karakter na may disiplina ay agad ma-porma
Indibidwalidad—ng mga eskwela—ang dulong resulta;
Taong indibidwal ay mareresolba'ng anumang problema
Sila'y produktibo at yaman ng ating bayang sinisinta!

---

295   Sinulat: July 4, 2007. Ang tulang ito ay naglalarawan ng kahalagahan ng bawat isang puno.

296   Sa tahanan nagsisimula ang tamang paghutok sa mga anak. Tungkulin ng magulang, guro, lider ng komunidad at ng gobyerno na imulat ang kabataan sa takot, pagsunod o **reberensiya** sa Panginoon upang matuto sila ng istriktong **disiplina** at magandang **karakter**--para marating ang mataas na libel ng **indibidwalidad**. Ang taong tinaguriang isang "indibidwal" ay may kapasidad na gumawa ng maraming bagay na di-karaniwang nagagawa ng balana. Bukod dito, tungkulin din ng mga magulang na ibigay ang limang basikong pangangailangan sa anak, ang: pagkain, damit, bahay na masisilungan, edukasyon at pagmamahal.

297   Ang "graft and corruption" ay kanser na salot ng bayan. Ito ang pang-unang dahilan sa paghihirap ng mga Pilipino. Nagsisimula ito sa Puno ng Malakanyang, hanggang sa kumalat sa buong Pilipinas. Ang korapsyon ay parte ng ating kultura, dahilan sa tayo ay sobrang makipagkapwa-tao (hospitable) at palakaibigan (friendly). Natural sa Pilipino na: *"Kapag kinamutan kita, kakamutan mo rin ako."*

6. **"Punong-Estudyante,"** mulang sekondarya ay dapat matuto
Wastong liderato—tama at marangal ang bawat prinsipyo,
May takot sa Diyos at may pagmamahal sa sinumang tao
May puso sa bayan, dalisay ang isip at may patriotismo;
Kapag sa haiskul, punong-estudyante ay hindi nabago
Magnanakaw siya kapag naging lider ng ating gobyerno!

7. **"Punong-Mangagawa"** ay isa ring punong tantong mahalaga
Mga trabahador—siya ang sandigan at tanging pag-asa,
Siya ang tanggulan at tanglaw sa landas ng pakikibaka
Nitong manggagawa, laban sa mayamang mapagsamantala;
Kapagka nakorap punong-manggagawa'y nabili ng pera
Katulad sa ngayon—daming nagugutom na mga pamilya!

8. **"Punong-Bayang Lokal"** ay dapat na maging dalisay ang moral
Lalo pa't malawak ang sakop na kanyang pinamumunuan,
Kanser na korapsyon dito nagnanaknak sa antas ng bayan
Dapat niyang kontrolin ang lahat ng gawang mga pagnanakaw;
Pag korap ang mayor, pati walis-tinting milyon ang bayaran
Salot na korapsyon ay kabi-kabila sa proyektong-bayan!

9. **"Puno ng Ahensiya"** sa balanang sangay ng pamamahala
Ay may katungkulan na gumawa lamang nang wasto at tama,
Na makakatulong sa pagpapaunlad at pananagana
Nitong Pilipinas na baon sa utang—mula sa simula;
Puno ng ahensiya, kapagka nilamon pati ang "pataba"
Ay parang "binaboy" mga Pilipinong api at kawawa!

10. Dapat na isipin, na nakakataas ang mga sibilyan
Ng **"Punong-Militar"** na may katungkulang itanggol ang bayan,
Tagapamayapa at tagapagligtas nitong mamamayan
Pati ang "Spratly" na ibig angkinin ng mga dayuhan;
Kapagka nakorap niyong pulitiko ang punong-militar
Tiyak maglalaho'ng mga aktibista sa mundong ibabaw!

11. Sa **"Punong-Pangulo"** ay may kabanalan ang tungkuling atas
Dapat na tuparin—na walang pagkiling—ang lahat ng batas,
Kapangyarihan niyang lahat ng ahensiya'y ituwid ang landas
Tungo sa mabilis na pag-unlad nitong bayang Pilipinas;
Kapag ang pangulo'y nahuli sa akto nitong pangongorap
Sapat bang sabihing: "Nalulungkot ako sa mga naganap?" [298]

12. **Sa lahat ng puno ang nakatatakot ay "Puno ng Galit"**
Na kapag sumumpong—kukulog, kikidlat, didilim ang langit,
Bagyo'y dadaluyong, sisikat ang araw na apoy ang init
Aalon ang dagat, hampas ng Tsunami'y may lagim na hasik;
Ito ang dilubyong sa "Noli" ni Rizal ay hulang binanggit
Ng baliw na Tasyo—na may kabaliwang ituwid ang isip!

298   Pahulaan: Sinong Presidente ang nandaya at nagpahayag sa TV, na: "I am sorry!"

102

MGA TALANGKA SA KASAYSAYAN [299]

1. Kapagka "talangka" ang tawag sa tao
    Ang ibig sabihin—may pagkagahaman ang karakter nito,
    Kahit na pataksil, babataking bigla ang ka-Pilipino
    Para maibaba't makuha ang trono.

2. **Andres Bonifacio**, [300] ang pangalang bantog
    Siya ay binatak ng mga *Magdalo* sa bayang Tejeros,
    Noong mag-eleksyon ng isang pangulo ang Katipuneros
    Talang Maragondon ang kanyang inabot!

3. **Apolinario Mabini**, [301] ang dakilang lumpo
    Kauna-unahang "Cabinet Chairman" ni Emilio Aguinaldo,
    Nilabanan niya, otonomiyang alok ng Amerikano
    Siya ay binatak ni *Pedro Paterno!*

4. Si **Antonio Luna**, [302] ang "Commander-in-Chief"
    Ayaw na pumayag sa deklarasyon ng "Paterno Cabinet,"
    Sa kombentong banal ng Cabanatuan siya ay tinarget
    Ng *Kawit Company* para manahimik!

5. **Gregorio del Pilar**, ang batang Heneral
    Humarang sa Kano sa Paso ng Tirad para di abutan,
    Si Heneral Aguinaldo sa kanyang pag-urong sa tamang kanlungan;
    Si *Juanario Galut*—talangkang lumitaw! [303]

---

299 Sinulat: March 4, 2008. Isang negatibong katangian ng mga Pilipino ay ang tinatawag sa Ingles na "crab mentality" o may kaisipang katulad ng sa talangka. Ang mga talangka kasi, sa loob ng isang basket ay naghahatakan para mag-unahan sa pag-ahon. Natural daw ang karakter na ito sa maraming Pilipino.

300 Noong Marso 22, 1897 si Andres Bonifacio ay dumalo sa kombensiyon ng mga Katipuneros sa Tejeros, Cavite. Natalo si Bonifacio sa eleksiyon bilang pangulo, komo teritoryo ni Aguinaldo ang Cavite. Nahalal siya sa puwestong Direktor-Panloob. Okey na sana pero, ininsulto siya ni Daniel Tirona na nagsabing, "abogado" lang daw ang dapat na humawak sa puwesto. Nagalit si Bonifacio at pumunta ng Naic. Nagtayo siya ng sariling gobyerno. Ang nangyari, ipinahuli siya ni Aguinaldo. Nilitis siya sa Naic at nahatulan ng kamatayan. Noong Mayo 10, 1897 binaril at pinatay si Andres at ang kapatid na si Procopio sa Mt. Tala ng Maragondon, Cavite—sa pamumuno ni Maj. Lazaro Makapagal.

301 Noong ika-5 ng Mayo, 1899 ay nag-alok ang "Schurmann Commisision" ng Amerika ng otonomiya o limitadong kalayaan ng mga Pilipino sa ilalim ng mga Kano. Ang Chairman ng Gabinete ni Aguinaldo ay si Apolinario Mabini. Makabayan si Mabini at hindi tinanggap ang alok. Sa halip, naglabas siya ng isang manipesto na ituloy ang pakikipaglaban. Hindi nagtagal, siya ay nasulot ni Pedro Paterno (isang mistisong Intsik) sa pagka-Chairman.

302 Mga ikatlong linggo ng Mayo 1899, si Gen. Antonio Luna, "Commander-in-Chief" ng mga Katipunan sa Central Luzon, ay nagtungo sa kumbento ng Cabanatuan, na kung saan ay nakahimpil ang gobyernong rebolusyonaryo na tinutugis ng mga Amerkano. Nagkaroon ng miting sa kumbento at sa init ng ulo ni Luna, sinampal niya si Felipe Buencamino at inaresto si Pedro Paterno (mga nagsusulong ng otonomiya o kasarinlan sa ilalim ng mga Kano). Gusto kasi ni Luna ay ang kumpletong kalayaan ng Pilipinas. Dalawang linggo pagkaraan ng insidente ng pananampal, muling inimbitahan ni Aguinaldo si Luna na magtungo sa kumbento. Dumating si Luna noong June 5, 1899 at doon natapos ang kanyang hininga pati na ang lahat ng kanyang ipinaglalaban. Binaril at pinatay si Luna ng mga tauhan ng "Kawit Company" ni Emilio Aguinaldo. Binatak ng mga talangka si Luna.

303 Tinutugis ng isang batalyong Amerkano, sa pamumuno ni Maj. Peyton G. March, sina Heneral Aguinaldo na umuurong sa Pasong Tirad (4,500 piye ang taas). Hinarang ni Hen. Gregorio del Pilar (24 anyos) ang mga Kano para makalayo sina Aguinaldo. Isang Juanario Galut ang nagturo sa mga Kano sa lihim na landas para maakyat ang bundok. At napatay ng mga Kano si Del Pilar—kasama ang 52 tauhan—noong ika-2 ng Disyembre, 1899. Walong kawal lang ni Del Pilar ang pinalad na makaligtas.

6.   Si **Ramon Magsaysay**, ang "Man of the Masses"
       At tanging Pangulo na ang buong bansa'y nagmahal nang labis,
       Sa bundok-Manunggal ang eroplano niya ay biglang sinipit
       Ng mga talangka na sobra ang ngitngit! [304]

7.   **Benigno Aquino**, sikat na senador
       Lumaban kay Marcos kung kaya nakulong—bago napatapon,
       Magmula sa US, siya ay nagbalik (maka-tatlong taon)
       Sa MIA pa lamang—bagsak na si Ninoy! [305]

8.   Si **Joseph Estrada**: "'Wag n'yo kong subukan"
       Nang maging Pangulo lahat ng kumpare ay kinalimutan,
       Siya ay binatak ng mga talangka na dating kabagang
       Siya ay pinulot doon sa kangkungan! [306]

9.   Ang tagapagtanggol na si **Fernando Poe**
       Nagtangkang isalba sa salot na kanser tanang Pilipino,
       Nang siya'y batakin at sa panguluhan ay biglang natalo
       Biglang inatake— *I'm sorry, Fernando!* [307]

10.   Probinsiyanong lider na si **Jun Lozada**
       Biglang iniladlad NBN-ZTE—mga anomalya,
       Ang mga talangka ay nangabulabog, kagyat na umalsa
       Jun, sa kasaysayan—may pahina ka ba? [308]

---

304 Bumagsak ang eroplanong sinasakyan ni Ramon Magsaysay sa Bundok-Manunggal, Cebu noong ika-17 ng Marso, 1957 na kanyang ikinamatay. Si Magsaysay ang pinakamahal ng mga Pilipino sa mga naging Pangulo. Hinihinalang binatak ng mga talangka si Magsaysay dahil hinahati na nito sa mga mahihirap ang mga asyendang pag-aari ng mayayaman.

305 Napatay si Ninoy Aquino sa "Manila International Airport) (MIA) noong ika-21 ng Agosto, 1983. Matapos ang mahigit na 25 taon, isang hiwaga pa rin hanggang ngayon ang pagkamatay ni Ninoy.

306 Ang nangyari kay Joseph E. Estrada ay tipikal na gawain ng mga talangka. Binatak siya dahil nagsimula na siyang maglahad ng anomalyang ginawa ng nakaraang lider ng bansa. Malaki pa sa alimango ang talangkang bumatak kay ERAP kaya pinulot siya sa kangkungan.

307 Si Fernando Poe, Jr. (Isinilang: Agosto 30, 1939) ay matalik na kaibigan ni Erap. Kumandidato siyang pangulo noong Mayo 2004. Natalo siya at dinaya daw ng mga talangka. Inatake siya sa puso noong Disyembre 14, 2004 at namatay sa sama ng loob.

308 Si Rodolfo Lozada, Jr. ay dating Chairman ng "Philippine Forest Corporation" ng "Department of Energy and Natural Resources" (DENR). Bumaligtad siya sa Administrasyong-Arroyo "para raw ilantad ang "katotohanan." Inilahad niya sa Senado ang anomalyang NBN-ZTE noong ika-7 ng Pebrero, 2008. Habang sinusulat ito ay hindi pa nababatak ng mga talangka si Lozada.

HUDAS AT KRISTO (SA PILIPINAS) [309]

1.   Ang banal na Anak-Diyos nagdarasal nang taimtim
Sa hardin ng Gethsemani ng Silangang Herusalem,
Kinakausap ang Amang matibobos na linisin
Ang buong sangkatauhang may serpiyenteng nakatanim.

2.   Di nagtagal, nang dumating sundalo ng mga Hudeo
Ang Hesus ay hinalikan ni Hudas na disipulo,
Ito pala'y isang tanda ng pagkanulo sa Kristo
Pilak yaong kabayaran na may tatlumpung piraso!

3.   Sa bayan kong Pilipinas naging parte ng kultura
"Hudas" ang tawag sa iyo, kapagka:

       • nagbilad ka ng katiwaliang ginagawa sa gobyerno;
       • suwail ka sa maling utos ng sinumang maging bos mo;
       • ipinaglaban mo ang totoo at mga tamang prinsipyo;
       • nag-protesta ka, sanhi sa pagdukot sa maraming tao;
       • sumuway ka sa bulok na patakaran ng establisamiento,
       • maliit ka lamang at malaki kaysa iyo ang kinalaban mo!

4.   Si Rizal ay isang Hudas sa mata ng mga prayle
Si Bonifacio at Luna ay Hudas ding masasabi,
Si Lozada'y isang Hudas na sumilang sa ZTE [310]
Ang lahat ng inaapi ay Hudas sa nang-aapi!

5.   Si Hudas ay disipulong sa Aklat ay nasusulat
Na nagkanulo sa Guro, ang banal na Diyos-Anak!
Kung sa Pilipinas ang tawag sa inaapi ay Hudas
Ang "Kristo" ng Pilipino—sila ba'y ang mga:

       • korap na pinunong magnanakaw sa gobyerno?
       • bos ng mga manggagawang mapaniil/manloloko?
       • lider-pulitikong "I am sorry" ang prinsipyo?
       • lider-militar na mandurukot sa aktibistang Pilipino?
       • manggugulping otoridad sa rali na kontra-establisamiento?
       • mayayamang nagdidikta sa kilos ng mga pulitiko?

6.   **Tunay na kalunos-lunos ang sa ngayo'y kalakaran**
Ang diyos ng Pilipino, dimonyo ba ang kabagay?
Maiitim yaong buto at mahahaba ang sungay
Hindi ang tunay na Kristo—na sa Kurus ay namatay!

---

[309]   Sinulat: March 29, 2008.

[310]   Ang ZTE ay isang kompanya sa kumunikasyon na ari ng China. Ang kontrata nito sa Pilipinas ay ukol sa kompyuterisasyon ng mga opisinang pang-gobyerno na binalot ng katakot-takot na korapsyon. Humiwalay sa gobyernong-Arroyo si dating DENR Chairman Rodolfo Lozada, Jr. at Ibinunyag sa Senado ang nasabing korapsyon noong ika-8 ng Pebrero, 2008.

1.
Isang araw, kaliwa kong tenga ay biglang sumakit
    waring ako'y mabibingi
Labis akong nabahala at kaagad na nagtungo sa
    QCGH, Quezon City,
Alas-siete nang pumila doon sa "Admission Section"
    na kasabay ang marami
Alas-nuwebe'y sinabihang maghintay daw ako doon
    sa silid numero-dose.

2.
Alas-siete ng umaga ay mahaba na ang pila
    sa "ENT-HNS Department" [312]
Mga tatlumpung katao'ng nasa labas nitong klinik
    mga mata'y nasa langit,
Ang iba ay nakatayo, parang "NFA rice outlet"
    may tulakan, mayro'ng gitgit
Alas-dies ng umaga wala pa ring natatawag
    sa pilang may nagngingitngit.

3.
Sabi ng isang pasyente: "Para sa katotohanan,
    baka sila'y nagmimisa!"
Ang may kulabang umalis na hindi na nakatiis
    bumubulong—parang mura:
"Lintik sila, mabuti pang mabulag na akong talaga
    para di ko na makita
Ang lahat ng kabalbalan at klase ng anomalya
    sa Pilipinong sistema!"

4.
Magmula ng alas-otso, may mga tao sa "Room-12"
    na sa pinto'y pasok-labas
Ang sabi ng katabi ko: "Sila'y may kontak sa loob
    kakilalang doctor o nars,
Kaya unang natitingna't nalalapatan ng lunas
    kaysa pilang nasa labas
*Palakasan-System dito—pag kilala, pasok agad
    lalo na kung may Goldilocks!"* [313]

5.
Sang-ayon sa "reception clerk"—may "conference" daw ang doktor
    at ang ibang "health officers"
Kaya hindi nila agad natawag ang nasa lista
    na pangalan ng maysakit,
Apat na oras na noon nang sa pasyente'y sabihin
    maiinit na ang puwit
Nang alas-onse-media na, nag-umpisa'ng mga doktor
    sa pagtawag sa pasyentes.

---

311   Sinulat: April 15, 2008. Ang Quezon City General Hospital (QCGH) ay nasa Bahay-Toro, Q.C.

312   Ang ENT-HNS (Eyes, Nose, Teeth–Head and Neck Surgery Department) ay nasa Room 12.

313   Dalawang pasyente ang nakita ng awtor na may kahon ng "Goldilocks" na iniwan sa "reception table."

6.   Balik-karanasan ako: "Division of City Schools,"
          March 31, 2008 [314]
      Nanghingi ng "service record"—at pinagpasa-pasahan
          ako nang anim na beses,
      Pang-anim ay tumalikod sa akin at nang lumabas
          walang sabing tumalilis
      Sunod ako sa babae—dahil hawak-hawak niya
          ang "request letter" ng "Philhealth." [315]

7.   Humantong siya sa bodega, [316] nakita kong naghalungkat
          ng mga "files" sa salansan
      Sobrang init ng panahon—naisip kong makiusap
          sa opisyal na naturan,
      "Baka Ma'm puwedeng bumalik at sa "Record Section" [317] na lang
          ako roon ay maghintay?"
      "Eh, sino ba ang may sabi na ako ay inyong sundan?"
          ang sagot niya na pabalang.

8.   Di na ako nagwala pa, baka ako ay ma-"high blood"
          at atakihin pa ako
      Kagyat akong tumalikod at nagbalik sa itaas
          na naghintay sa rekord ko,
      Maraming ang Pilipinong may abusadong ugali
          sa serbisyong-pampubliko
      Katulad lang ng sitwasyon sa ospital-QCGH,
          para kang nasa impyerno!

9.   Ala-una na ng hapon basang-basa na ang likod
          sa pawis na nanlalagkit
      Isang doktora ang lumabas at ako ay nakiusap
          kung maaari ay masingit,
      Sabi niya'y inuuna ng naroong mga doktor,
          ooperahang pasyentes
      Ang hirit ko: *Baka puwedeng ako'y operahan na rin
          para ako'y makaalis."*

10.   Mga bandang alas-dos na noong ako'y tinawagan
          sinilip ang aking tenga
      Puno pala ng tutuli—na nanigas at nagbara
          "baby oil" ang rekomenda,
      At nang ako ay lumabas, nagtawanan ang barkada [318]
          nalamang tutuli pala
      **Kung di dahil sa tutuli ay hindi ko madarama
          pekeng-serbisyo sa masa!**

---

314 Naalala ng awtor ang karanasan noong March 31, 2008 sa Division of City Schools, Manila.

315 Kailangan niya ang "service record" sa Manila City Schools, para makakuha ng "Philhealth ID Card."

316 Ang bodega ng mga "files" ay nasa labas ng "Record Section," sa ibaba ng gusali.

317 May aircon (na mahina ang lamig) sa Record Section kaya doon naisip ng awtor na maghintay.

318 Naging barkada ng awtor ang mga pasyenteng naghihintay sa labas ng Room-12.

DAMANG-DAMA ANG ASENSO (ng Kahirapan?) [319]

1.
Noo'y abente ng Inero, *two-thousand-one* yaong petsa
Ang EDSA-II ay nabuo at tumindig yaong puwersa,
Sa nangyari ay pinulot sa "kankungan" si Estrada [320]
Marami ang nag-akalang may asensong darating na.

2.
Nalagas ang pitong taon sa aklat ng kasaysayan
Mas lalo pang umasenso ang antas ng kahirapan,
Ang kamandag ng korapsyon ay patuloy na gumapang
Sa maraming opisina at ahensya nitong bayan.

3.
Sa araw-araw na diyaryo ay wala kang mababasa
Kundi panay na korapsyon—talamak na anomalya,
May "pataba" si Bolante; si Garcie may "wire-tapping" pa
May NBN-ZTE Deal na binunyag si Lozada.

4.
Sa lahat nang nangyayaring halikwatan sa gobyerno
Tulad nang dapat asahan—ang masa ay apektado,
Lalo pa nga at mailap at madalang ang trabaho
Mamamaya'y nagugutom, mga mata'y may diliryo.

5.
Nang dahil sa kurakutan at pagtaas ng bilihin
Pilipino'y di na kayang bumili kahit ng noodle,
Pati bigas na NFA [321] iniipit nang palihim
Ng gahamang negosyante, para doble ang kitain.

6.
Maging tubig at koryente nag-init din ang halaga
Halos nadoble ang presyo nang matalsik ni Estrada,
Pati krudo at LPG, [322] ang gaas at gasolina
Halos hindi na maabot ang presyo ng dukhang masa.

7.
Ang pasahe ay sumunod, nagtaas ang mga drayber
Pagkat tantong wala na nga naman silang kikitain,
Ang masaklap pati "tuition" ay lomobo ang bayarin
Kay-rami ng estudyanteng sa aral ay napatigil.

8.
Sa kasawian ng bayan, kailanga'y rebolusyon
Upang ganap na malagot tanikala ng korapsyon,
Ang problema . . . sino'ng lider ang marapat na isulong [323]
Sa Lupaing Pilipinas—maraming lider ay buhong?

---

319 Sinulat: April 30, 2008. Ito ay sariling basa ng may-akda sa kasalukuyang islogan ng gobyerno.

320 Ika-20 ng Inero 2001, pinatalsik si Pres. Joseph E. Estrada ng pwersa ng EDSA-II.

321 Ang NFA ay "National Food Authority."

322 Ang LPG ay "liquified petroleum gas" na gamit sa pagluluto. Sige-sige ang pagtaas ng presyo.

323 Walang mapipili na lider sa Pilipinas na maka-Diyos, maka-bayan at maka-tao sa kasalukuyang panahon. Ang mga lider—buhat sa itaas hanggang pababa—ay mga korap ang karamihan.

SAYANG NA SAYANG LANG [324]

1.
Dalawampung taon na aking nilisan ang mahal kong bayan
Upang makatuklas ng berdeng bukirin sa ibang pasigan,
Sapagkat mahirap sa Pilipinas ang kumitang marangal
Ng perang pantustos sa mga basikong pangangailangan.

2.
Kahit may sipag ka at may karunungan sa lupang sarili
Hindi pa rin sapat para sa pamilya ang pagpupupunyagi,
Damit at pagkain, sa taas ng presyo ay hindi mabili
Bahay na tahanan at ang edukasyon—halos imposible.

3.
Dangan kasi naman ay sobrang talamak kanser na korapsyon
Na naging kulturang pinagpasa-pasa magmula kay Quezon, [325]
Sa maraming sangay ng pamahalaan patuloy ang sibol
Kahit na "pataba" ay kinukarakot—pati na ang "baboy."

4.
Sa Papua New Guinea, [326] limang taon akong nagbigay ng ilaw
Humubog sa isip niyong kabataan sa antas-teknikal,
Doon sa Somalia, [327] mga paarala'y muli kong binuksan
Na may sampung taong napinid dahil sa giyera niyong bayan.

5.
Sa bansang Malawi, ako ay konsultor sa I.L.O. [328] noon
Aking tinuruan ang mga guro ng isang institusyon,
Sa bansang Namibia, ako ay naglingkod na "training director"
Doon sa VTCN [329] at nagturo pa rin sa mga instruktor.

6.
Sayang na sayang lang ang dalawampung taong ginugol sa labas
Sa sariling bayan na lang sana ako nagbigay-liwanag,
Kung nagkagayon nga—hindi sana ako nalayo sa anak
Nalukuban silang lipos "pagmamahal" ng sariling pakpak.

7.
Minsa'y nag-iisip, mabuti pa yata ang naging kolonya
Na ang mga lider—wagas ang damdamin at banal ang pita,
Kaysa maturingan na bansang malaya, na ang ekonomiya
Ay palaging dahop—pagkat namumuno'y gutom na buwaya!

---

324   Sinulat: May 8, 2008. Ang tulang ito ay balik-alaala ng may-akda sa 20-taon na pagiging OFW.

325   Sa pananaw ng awtor, ang korapsyon ay isa nang bahagi ng kultura na ipinapasa-pasa lang ng mga lider o namumuno sa Pilipinas—magmula kay Quezon hanggang sa kasalukuyan.

326   Limang taon na nagging *technical instructor/traaining coordinator* ang awtor sa Papua New Guinea.

327   Ang awtor ay naging *education officer* ng UNICEF noong 1993-94. Muli niyang binuksan ng "Primary Education" sa Somalia na may 10 taong natigil dahil sa giyera-sibil. Ito ang pinakamatinding hamon sa kakayanan ng awtor na kanyang napagtagumpayan. Nagturo muna siya sa guro, prinsipal at opisyales ng edukasyon, bago nagpatayo ng mga paaralan sa tulong ng mga ahensiya ng United Nations.

328   Ang I.L.O. ay "International Labor Organization." Naging *technical consultant* ng I.L.O. ang awtor sa Malawi noong 1986-1988. Tinuruan niya ang mga lokal na technical instructors.

329   VTCN: "Vocational Training Center Namibia" Naging *curriculum adviser/assistant training director* ang awtor sa VTCN (1990-1992).

AKO'Y ISANG PILIPINO [330]

1.
Mahigit na pitong libo, isang daa't pitong pulo [331]
  na sa dagat ay lumutang
Mga islang ang gubat at kabundukang nakabakod
  ay muog na sakdal tibay,
Ang lambak at kapatagan ng mayaman kong lupain
  busog sa sikat ng araw
At may gandang pambihira, kaya't ito'y nakilalang
  "Perlas ng Dulong Silangan;"
Ako ay dito sumibol—sa lahi ng "Sampung Datung"
  tumakas kay Makatunaw [332]
Tinawag lang Pilipino nang dumating ang Kastila
  taon ng *fifteen-twenty-one.*

2.
Ako'y isang Pilipino—naging gabay ko sa buhay
  ang lantay na diwa't layon
Mabait sa kapwa-tao, lalong-lalo sa bisita
  ako'y tantong "hospitable," [333]
May respeto sa magulang/lolo/lola/tiyo/tiya,
  maging matanda sa nayon [334]
Kapag ako'y kinausap, "po" at "opo" ay lagi nang
  gamit sa pakiki-ulong;
Sa akin ay isang batas na sumunod sa matanda
  basta maganda ang layon
Pagkat sila ay nauna—kahit sa tubig daanin—
  mas marami nang nainom.

3.
Ako'y isang Pilipino—ang bigkis ng pamilya ko
  ay sakop ang buong angkan
Likas ang pagkakaisa sa hanay ng kamag-anak
  kumpadre at kumadre man, [335]
Pakikipagkaibigan ay sagradong saloobin
  magpahanggang kamatayan
Sa hirap man o ginhawa, ang palagi kong kasama
  ay tapat na kaibigan;
Ang mabuting pakisama [336] na sa aki'y isinukli
  na may halong pagmamahal
Ay isang utang-na-loob (pagkat ako'y Pilipino)
  na taglay ko habang-buhay.

---

330 Sinulat: June 24, 2008. Ang tulang ito ay naglalarawan ng natibong karakter ng isang Pilipino.

331 Ang Republika ng Pilipinas ay isang kapuluan *(archipelago)* na may total na 7,107 isla o pulo.

332 10x Datu na tumakas kay Sultan Makatunaw ng Borneo at nagtira sa mga isla ng Pilipinas: Datu Puti/ Bangkaya/Dumalugdog/Sumakwel/Lubay/Paiburong/Balensusa/ Dumangsil/Paduhinog/Dumangsol.

333 Maasikaso sa bisita *(hospitable)*—ito ang unang katangian ng Pilipino na tanyag sa mundo.

334 Paggalang sa nakakatanda *(respect for elders)* ay isa rin sa natibong karakter ng Pilipino.

335 Mahigpit na bigkis ng pamilya *(close family ties)* ay isa rin sa natibong paniniwala ng Pilipino.

336 Ang mabuting pakisama *(friendliness)* at utang-na-loob *(gratitude)* ay tradisyunal sa Pilipino.

4.   Ako'y isang Pilipino—likas akong matulungin
             kaya parating "batares" [337]
      Kung tawagi'y "bayanihan" kapag ako'y nasusungko
             na mag-araro sa libis,
      Dili kaya ay magsuyod sa linang na pataniman
             ng punlang palay sa bukid
      O maglipat naman kaya ng bahay-kubong maliit
             sa lugar na bagong nais; [338]
      Ito'y isang manipestong sa lahi ng ibang bansa
             ay hindi mo masisilip
      Ang diwa ng kaisahan ay ugali ng lahi ko—
             ang Pilipinong mabait.

5.   Ako'y isang Pilipino—ang dangal ng aking angkan
             ay pangunang kayamanan
      Mithiin ko ay umunlad at lumaya ang umunlad
             ang sinta kong Inang-Bayan,
      Ako'y sumilang sa mundo, may katapangang hinulma't
             hinubog ng kalikasan [339]
      Kagitingan ko ay handa sa oras na may magtangkang
             yurakan ang karapatan;
      Ilang beses ko na itong pina-angil ang daluyong
             mula sa isla ng Mactan
      Pugad-Lawin, Kalookan, Marikina, Pasong-Tirad
             Corregidor at Bataan.

6.   *Ako'y isang Pilipino—artistiko't romantiko* [340]
             na mahilig sa musika
      Kung maliwanag ang buwan, ako'y laging umaawit
             sa mutya ko ng harana,
      Ako'y likhang matalino, masikap at matiisin
             sa hirap ay mapagbata
      Ang lakas ko't kasipagan ay nasubok na't namalas
             sa disyerto ng Sahara;
      Ako'y isang relihiyoso na lagi nang sumusunod
             sa banal na utos Niya
      Ngunit bakit hanggang ngayon—maging "noodles" ay mailap
             sa kainang lamesita?

---

337   Ang salitang "batares" ay wala sa diksiyunaryo. Ito ay isang matandang salitang-Tagalog na ang ibig sabihin ay kusang-loob na pagtulong; walang hinihintay na kabayaran (pakikisama).

338   Ang "bayanihan" ay isang uri ng tradisyunal na pagtutulungan at pagdadamayan ng Pilipino—lalo na sa mga nayon—at tinatawag ding "batarisan." Ang tulungan ay nangyayari sa pag-aararo sa tumana at bukid, pagsusuyod sa linang na tatamnan ng palay, at paglilipat sa isang bahay-kubo sa ibang lugar.

339   Ang katapangan at kagitingan ay likas na katangian ng mga Pilipino. Ito ay napatunayan na sa maraming pagkakataon sa loob at maging sa labas man ng bansa.

340   Likas sa mga Pilipino ang pagiging romantiko at artistiko. Bukod dito, ang Pilipino ay masipag, matiyaga, matiisin at mapagbata sa hirap—idagdag pa rito ang pagiging relihiyoso. Ngunit sa kabila ng lahat, ang mga Pilipino ay patuloy pa ring naghihirap. Ang pagiging palakaibigan (*friendly*) at maasikaso (*hospitable*) ang **ugat** ng korapsyon sa buhay ng mga Pilipino.

"ALIPINAS" ANG BAYAN KO (?) [341]

1.
Mahigit na pitong libo, isang daa't pitong pulo
  na sa dagat ay lumutang
Mga islang—ang gubat at kabundukang nakabakod
  ay muog na sakdal tibay,
Ang lambak at kapatagan ng mayaman kong lupai'y
  busog sa sikat ng araw
At may gandang pambihira—PILIPINAS ang pangalan
  "Perlas ng Dulong-Silangan;"
Ang lahi ko'y Pilipino—may dugo ni Lapulapo [342]
  (ang pumatay kay Magellan)
Ni Sulayman, Lakandula, Dagohoy at Bonifacio
  Sumoroy at Diego Silang.

2.
Noong *nineteen-sixty-five* ang bayan ko ay kasunod
  ng Japan sa ekonomiya [343]
Ngunit dahil sa korapsyon—namulubi ang bayan ko
  at naghirap yaong masa,
Nagsimula nang mag-abroad ang maraming Pilipino
  nang mabuhay ang pamilya
Edukadong propesyonal—"domestic helper" ang bagsak
  upang kumita ng pera;
Tuwang-tuwa ang gobyerno pagkat bilyun-bilyong piso
  ang buwis na kinukuha
Sa suweldo ng OFW—na ang puhunan ay buhay,
  luha at pangungulila.

3.
May ilang araw na ngayon, ang Intsik-behong si Chip Tsao [344]
  sa Pilipino'y nangutya
Na bansa raw ng alipin o kaya'y "nation of servants"
  ang Pilipinas kong mutya,
Sa tunay na paglilimi—milyong DH [345] na alipin
  sa Pilipinas nga mula
Sa lantay na kahulugan—ang sinabi niya'y tama
  ano'ng dapat ikahiya?
Isusumpa ko si Chip Tsao kung ang ngalang PILIPINAS
  ang kinutya—halimbawa
Tinawag na "ALIPINAS"—pinalitan ang pangalan,
  inalipusta ang bansa!

---

341 Sinulat: April 1, 2009. Ang inspirasyon ng awtor sa tulang ito ay buhat sa artikulo na sinulat ng Intsik-behong si Chip Tsao sa Hongkong Magazine, noong mga huling araw ng Marso 2009.

342 Hindi matatawaran ang tapang at giting ng Lahing-Pilipino. Sa tala ng kasaysayan, si Lapulapo ng Mactan ang pumatay sa Kastilang eksplorer na si Magellan noong April 27, 1521.

343 Pangalawa sa maunlad ang ekonomiya ng Pilipinas sa Japan (sa Southeast Asia) noong 1965.

344 Si Chip Tsao ay peryodistang Intsik-beho na nangutya sa mga Pilipinong DH sa Hongkong.

345 Ang DH ay katulong sa bahay. "Servant" o alipin ang dating katawagan. Tama si Chip Tsao na sa Pilipinas nagmula ang DH sa Hongkong. Magagalit lang ang may-akda, kung papalitan ni Chip Tsao ang pangalang "Pilipinas" sa: "ALIPINAS." **Todo-insulto na 'to! Patayan na 'to!**

III. NATATANGING REKOLEKSIYON
(Sa Anim na Kontinente)

Mula pagkabata'y may isang obsesyon akong tinakdaan:
"Aking liliputin pitong kontinente sa mundong ibabaw,"
Subalit ang batas sa buhay ng tao'y mayroong hangganan
"Di mo mararating ang lahat ng nais na patutunguhan;"
Kung nagkagayon man, mapalad din ako—hamak na nilalang
Ang anim—sa pito—ay natuntungan ko kahit lang pahapyaw.

. . . Marcelino D. Catahan

"WALANG-HANGGANG LUNSOD" [346]

1.
Ako ay nagbalik no'ng *nineteen-eighty-three* sa bansang Somalia
Mula sa bakasyon, sa kalagitnaan ng aking kontrata,
Buhat sa Maynila ako ay sumakay patungo sa Roma
Upang mula roon, sa bansang Somalia ako'y komonekta.

2.
Sa Roma'y nalamang ang "connecting flight" ko ay biglang na-*delay*
Nang apat na araw sa hindi malamang mga pangyayari, [347]
Sa "Colonna Square" ako ay naghotel—"airline" ang naglibre
Kaya narating ko'ng ilang mga lugar na kawili-wili.

3.
Ang dalawang araw ay aking ginugol sa lunsod ng "Pisa"
At aking inakyat—tatlong-daang baytang nitong kampanilya,
Mula sa itaas ay kitang-kita ko ang tore'y hilig na
Halos limang metro ang sukat ng kiling na wala sa linya. [348]

4.
Sa ikatlong araw, aking binisita'ng "Walang-Hanggang Lunsod" [349]
Ang "San Sebastiano"—isang katakomba—ay aking nilibot,
Ang "Caracalla Bath," isang paliguan sa mundo'y nabantog
Labi ng "Colosseum" at ng "Roman Forum"—akin ding naabot.

5.
Ang templo ng "Pantheon" na ukol sa diyos ng mga Romano
Ay aking sinadya pati na ang tatlong "Arkong-Constantino,"
Sa "Piazza Navona" ay aking nakita'ng simbaha't palasyo
Iba't ibang muhon, katulad ng bukal ng diyos na "Neptuno."

6.
Tao'y matulungi't palakaibigan sa bansang Italia
Mga Italiano ay tantong maunlad na hayag sa mata,
Ang Vatican City, [350] sentro ng relihiyong Katolika-Romana
Ay kandong ng Roma—kaya malapit lang sa Diyos na Ama.

7.
Sa bayan kong mutya, tao'y matulungi't palakaibigan
Ngunit naghihirap, "malayo" sa Amang Makapangyarihan,
Sa maraming dako—ang namamayani ay lider na hunghang
Mga kurakistang nagsasamantala sa kaban ng bayan!

---

346 Sinulat: November 15, 2008. Ito ay rekoleksiyon ng may-akda sa Italia (Roma ang kapital) nang siya ay komonekta roon patungong Somalia, Africa. Dati siyang *supervisor-instructor* sa "Cooperative for American Relief Everywhere" (CARE-Somalia; 1982-'84). May siyam (sa 34) na bansa ng Europa ang binigyan niya ng balik-tanaw sa kabanatang ito.

347 Na-delay nang apat na araw ang koneksiyon ng awtor pa-Somalia dahil sa "security reasons." Kainitan pa ang giyera-sibil sa Somalia nang mga panahong yaon.

348 Binisita ng awtor ang "Leaning Tower of Pisa" bagamat may kalayuan ito sa Roma. Naranasan niyang akyatin ang may 300-baitang ng kampanilya at nakita niya ang pagkaka-kiling nito.

349 Nalibot din ng awtor ang ilang bahagi ng Roma, na ang tawag ay: "Walang-Hanggang Lunsod" (Eternal City). Nakita niya ang ilan sa mga pamosong muhon (landmarks) na binanggit dito.

350 Ang Vatican City ay ang sentro ng ispiritual na pamamahala ng Roman Catholic Church. Ang Vatican ay maliit na bansa, na 44-ektarya lamang ang sukat, at nasasa loob ng hilagang-kanluran ng Roma, Italia.

"LUNSOD NG LIWANAG" [351]

1. Noong unang panahon, ang rehiyon ng Francia ay *Galla* ang ngalan
   At ang unang tribu ay *Celt* kung tawagin; *Gaul* nang malaunan,
   Noong A.D. 800's ay nakapanaig ang tribung-Aleman
   Frank ang naging bansag at si Carlomagno ang haring tinanghal.

2. Dal'wang libong taon, matuling nagdaan sa lumang panahon
   Maraming dinastia'ng nagpalit-palitan, ang Francia'y sumulong,
   May *Carolingian* at mayro'ng *Capetian* hanggang nang lumaon
   Sa *French Revolution* ay biglang sumikat, Haring Napoleon.

3. Limang republika sa bansa ng Francia ang nagpalit-palit
   At si Charles de Gaulle ay talang sumikat no'ng *nineteen-fifty-eight,*
   Mataas na antas nitong kaunlara'y kanyang inihatid
   Modernong produksyon—sa pagawaan man, o maging sa bukid. [352]

4. No'ng *nineteen-eighty-five* ay pinalad akong marating ang Francia
   Sa *Hotel Mauricio* [353] sa lunsod ng Paris, sanlinggong tumira,
   Yaong *Eiffel Tower*—simbolo ng Paris—ay naakyat ko na
   Sa ilog ng *Seine* ay namangka ako nang lipos ang saya.

5. Sa *Cathedral-Notre Dame* ako ay nagdasal, at aking narating
   Ang *Arc de Triomphe, Place de la Concorde* at *Tuileries Garden,*
   Parke ng *Champ de Mars, Bois de Bologne* at *Bois de Vincennes*
   Ang *Louvre Museum*—at nakapanood sa *Opera Theatre.*

6. Ang bansag sa Paris na kinamulatan: "Lunsod ng Liwanag"
   Liwanag na dulot nitong kabihasnang ganap na maunlad,
   Sa buong daigdig ang balanang tao'y laging nangangarap
   Mag-*shopping* sa Paris, o kaya mamasyal sa magandang siyudad.

7. Romanong heneral na si Julius Caezar ay minsang nagbadya
   Ang mga Pranses daw ay matatalino't mga imbentor pa,
   Subalit palaging nag-aaway-away sa isa at isa
   Ang dahilan nito—ang gusto ng lahat ay "patas" ang gana.

8. **Ako'y nag-iisip, ang Pilipino ma'y sobra ang talino**
   Maging sa paglikha—katulad ng Pranses—imbentor din tayo,
   Ngunit mag-away man ay pulubi pa rin at walang asenso
   Pagkat tantong hayok—mga kurakistang lider ng gobyerno! [354]

---

351   Sinulat: November 22, 2008. Ang tulang ito ay rekoleksiyon ng may-akda sa kanyang pagdalaw sa Paris (ang kapital ng Francia) noong taong 1986. Pauwi na siya sa Maynila, mula sa sa Zambia, Central Africa nang mag-side-trip siya sa Paris.

352   Malaki ang naging kaunlaran ng Francia noong panahon ni Charles de Gaulle (1958-1969).

353   Sa "Hotel Mauricio" (sa lunsod ng Paris) tumira ang awtor sa loob ng isang linggo.

354   Ang mga Pranses ay matatalino at mga imbentor pa. Nag-aaway-away sila dahil sa ayaw ng kahit na sino ang malamangan. Gusto nila ay laging "patas" o parehas ang laban.

"THE FRANKFURT CONNECTION" [355]

1.
No'ng *nineteen-eighty-six,* ako ay nahirang na maging konsultor
Sa International Labor Organization ng United Nations,
Sa bansang Malawi ng Southern Africa ako ay tumulong
Sa proyektong MEDI, [356] isang paaralang para "entrepreneur."

2.
Matapos ibuno ang dire-diretsong santaong kontrata
Ako'y isinugo ng aking C.T.A. [357] doon sa Geneva,
Ang dalawang libro, [358] na aking sinulat, ako'ng pinagdala
Sa punong-tanggapan ng I.L.O. bilang isang pagkilala.

3.
Ang destinasyon ng biyaheng sinakyan ko ay lunsod ng Frankfurt
Doon ko kukunin ang aking koneksiyon magmula sa airport,
Nang kami'y lumapag sa paliparan ng maunlad na lunsod
Ako ay namangha sa aking namalas na ganda't alindog.

4.
Pinakamalaki ang paliparan ng Frankfurt sa Europa
Ang buong tanggapan ay lubhang malinis at sobra ng ganda,
Mga empleyado: seryoso, masipag at may disiplina
Subsob sa trabaho, masunurin lagi sa batas tuwina. [359]

5.
Katangiang ito ng mga Aleman ang punong-dahilan
Kung bakit maunlad at mas masagana ang kanilang buhay,
Johann Sebastian Bach, Ludwig van Beethoven—sa Musika'y paham
Sa Literatura—*Johann Wolfgang von Goethe;* saka si *Thomas Mann.*

6.
Sa piling larangang Kimika, Pisika at sa Medisina
Ang mga Aleman ay pandaigdigang laging nangunguna,
Komo nga palaging seryoso, masipag at may disiplina
Subsob sa trabaho, laging masunurin sa batas tuwina.

7.
Sa bayan kong sinta, mga Pilipino'y subsob sa trabaho
Palaging masipag pero, "ningas-kugon" at hindi seryoso,
Walang disiplina, sa batas ay laging "palusot" ang bisyo
Pero, sa korapsyon—laging nangunguna at numero-uno! [360]

---

355 Sinulat: December 6, 2008. Ang tulang ito ay balik-tanaw ng awtor sa kanyang karanasan sa Frankfurt—kapital ng West Germany. Komonekta siya doon patungong Geneva, Switzerland.

356 Naging konsultor sa ILO-MEDI (sa Malawi) ang awtor mula 1986-1988. Nagturo siya sa mga instruktor ng modernong pamamaraan sa pagtuturo ng kursong-teknikal at pangkabuhayan.

357 Ang "Chief Technical Adviser" (CTA) ng ILO/MLW/83/003 ay si Dr. Gene R. Ward ng Hawaii. Naging malapit ang CTA sa awtor dahil sa maganda nitong "performances" sa trabaho.

358 Sumulat ng dalawang libro ang awtor—isa para sa mga mag-aaral, at ang isa pa ay para sa mga instruktor. Inatasan ng CTA ang awtor na siya mismo ang magdala ng libro sa ILO-Geneva upang makatagpo rin ang matataas na pinuno sa ILO-Headquarter (1987).

359 Kilala ang mga Aleman sa mga katangiang: seryoso, masipag, may disiplina, subsob ang ulo sa trabaho at laging masunurin sa batas.

360 Karamihan sa Pilipino ay masipag din at subsob sa trabaho—pero ningas-kogon, mababa ang disiplina at mahilig magpalusot. Ito ang isa sa dahilan ng kanser na korapsyon.

"ISLAND OF PEACE" [361]

1.
Ang Switzerland ay pamosong bansa sa sandaigdigan
May produktong tsokolate, may alahas at orasan,
Sa bundok na nagyeyelo'y mapayapang nananahan
Ang tribu ng mga Pranses, Italiano at Aleman; [362]
Bagaman at kakarampot ang kayamanang mineral
"Damang-dama ang asenso," maunlad ang kabuhayan.

2.
Matulaing bundok—*Alpa, Jura, St. Moritz* at *Davoos*
Dinarayo ng turista upang doo'y dumausdos,
Malinis na tuyong hangin at marikit na palibot
Sa napagal na katawan, ginhawa ang tanging dulot;
Kung kaya ang mga Swiso—laging payapa ang loob
Wala silang kiyaw-kiyaw sa gulo ng sansinukob.

3.
Mga Swiso'y napabantog sa tradisyong kalayaan
Mula siglong-labinlima, sila'y may "polisang-neutral," [363]
"Island of Peace" [364] ang taguring angkop sa bansang Switzerland
Sa sigalot nitong mundo—wala silang pakialam;
Posisyon ng neutralidad ang puno't tanging dahilan
Kaya ang yaman ng mundo'y nakabangko sa Switzerland.

4.
Samahan ng mga Bansa'y nakahimpil sa Geneva
Dito nila nilulutas mga pang-mundong problema,
May I.L.O. [365] at I.R.C.; [366] W.H.O., [367] UNICEF [368] pa
At iba pang pandaigdig na makataong ahensiya;
Pagkat doon sa Geneva'y hindi sila binobomba
Wala doon ang ASG, [369] mapayapa ang balana.

---

361   Sinulat: December 20, 2008. Ang tulang ito ay balik-tanaw ng awtor sa karanasan sa Switzerland (Bern ang kapital) nang magtungo siya sa headquarter ng ILO upang isumite ang dalawang librong isinulat niya para sa mga mag-aaral at intruktor ng ILO-MEDI. Bukod sa ILO-Geneva, nagsadya rin ang awtor sa Zurich at nag-apply ng visa sa Chilean Embassy.

362   Ang mamamayan ng Switzerland ay binubuo ng tatlong dominanteng tribu—ang mga Pranses, Italiano at Aleman. Bagamat iba't iba ang tatlong tribu, mayroon silang pagkakaisa at mataas ang libel ng nasyonalismo. Malakas ang pintig ng patriotismo, kaya maunlad ang ekonomiya.

363   Ang mga Swiso'y natural na mapayapa ang loob at may "polisang-neutral" mula A.D. 1500 Wala silang pakialam sa gulo ng mundo. Wala silang pinanigan at nanatiling neutral noong una at ikalawang digmaang pandaigdig.

364   "Island of Peace" ang taguri sa bansang Switzerland dahil wala silang kinikilingan o pinapanigan sa mga bansang may sigalot. Ang neutralidad na ito ang dahilan kung kaya nagtitiwala sa kanila ang maraming bansa sa daigdig. Ang malaking yaman ng mundo ay nakalagak sa mga bangko ng Switzerland.

365   Ang I.L.O. ay daglat ng: "International Labor Organization."

366   Ang I.R.C. ay daglat ng: "International Red Cross."

367   Ang W.H.O. ay daglat ng: "World Health Organization."

368   Ang UNICEF ay daglat ng: "United Nations Children Fund." Marami pang iba-ibang ahensiya ng United Nations ang may headquarters sa Geneva, komo mapayapa. Ang Geneva ay sentro rin ng mga usapang pangkapayapaan sa daigdig.

369   ASG: Daglat ng: "Abu Sayaff Group," isang teroristang samahan sa Pilipinas.

5.   Sa maraming mga bansa ay lagi nang kalakaran
                Na magtayo ng regular na Hukbo ng Sandatahan,
                Upang mayro'ng nakahandang lakas na masasandigan
                Na sa baya'y magtatanggol sa oras ng kagipitan;
                Ang Switzerland ay taliwas sa ganitong kalakaran
                Wala ang "regular army" o teroristang militar? [370]

6.   Gayunpaman, pag nag-edad na nang bente ang lalaki
                Sinasanay ng gobyerno sa siyensya ng "military," [371]
                Hanggang edad na singkuwenta—anumang oras ay puwede
                Na sila ay ma-komisyon sa pagbabangon ng puri;
                Ang may mahinang katawan na di kaya ang magsilbi
                Ay nagbabayad ng buwis—ang halaga ay malaki.

7.   Ako'y nagtungo sa *Zurich*, mula Lunsod ng Geneva
                Upang sa Chilean Embassy [372] ay kumuha niyong visa,
                Habang tumatakbo ang tren nanggilalas yaring mata
                Sa namasdang kaunlaran na noon lang napagtaya;
                Sa *Laussane, Bern* at sa *Lucerne*—progreso ay makikita
                Kahit bundok yaong lugar, "asenso ay damang-dama." [373]

8.   Ang situwasyong-politikal sa Switzerland ay tahimik
                Kahit maraming partido ang naglalabang mainit,
                May *Catholic Conservative* at *Radical Democratic*
                May partidong kung tawagin ay ang *Social Democratic*;
                Kahit na may salungata't "political differences" [374]
                Pagkatapos ng halalan ay iisa yaong bigkis.

9.   **Marami rin ang partido sa bayan kong Pilipinas**
                Mainit din ang labanan araw-araw/oras-oras,
                Kahit halala'y tapos na, tuloy pa rin yaong ngak-ngak
                Nitong mga pulitikong mabibilang ang di-korap;
                Ang kataka-taka nito—may bansot na pamamansag:
                "Damang-dama ang asenso" (ng mas lalong paghihirap)? [375]

---

370   Sa lokal na pangyayari sa Pilipinas, ang karaniwang nagsasabog ng terorismo ay ang grupo ng: "Moro Islamic Liberation Front" (MILF); "Moro National Liberation Front" (MNLF); "New Peoples' Army" (NPA); "Abu Sayyaf Group" (ASG), at pati na ang militar ng gobyerno.

371   Walang "regular army" sa Switzerland. Gayunman, kapag umabot na sa edad-bente ang mga lalaking-Swiso, tinatawag sila ng gobyerno at sinasanay sa "military science." Sila ay puwedeng ma-komisyon sa "regular army" anumang oras na kailangan hanggang sa edad-singkwento. Ang hindi makapagsilbi dahil sa sakit o mahinang katawan ay nagbabayad ng malaking buwis na itinatakda ng gobyerno.

372   Ang "Chilean Embassy" (sa Switzerland) ay nasa Lunsod ng "Zurich." Sumakay sa tren ang awtor mula Geneva patungong Zurich at kumuha ng visa para makapasok sa Chile. Mula sa tren, namalas ng awtor ang kaunlaran ng mga nadaanang lunsod. Humanga siya sa mataas na antas ng progreso o pag-asenso.

373   Ang mga pangunahing lunsod na nakita ng awtor ay puro bulubundukin pero, lahat ay maunlad.

374   Ang "political differences" ay ang bangayan at batuhan ng putik ng mga partidong-politikal.

375   <u>Nota</u>: "Batu-bato sa langit, ang tamaan—huwag sanang mamatay sa galit."

118

"LUNSOD NG MANLILIMAS" [376]

1.   Sa Kahariang "Netherlands," [377] mamamayang sinauna
                ay may lumang kasabihan:
        *"Ang lumikha ng daigdig ay ang Diyos—at 'Dutch' naman
                ang lumikha nitong Holland,"*
        Ang ganoong paniwala ay lubhang may kayabangan
                subalit may katunayan
        Na sila nga ang literal na nagtayo nitong Holland
                sa nabuong daigdigan.

2.   Sa tala ng kasaysayan—kalahati ng Netherlands
                ay dagat, lago at bana [378]
        Ang dagat, lago at bana'y binakuran niyong dike
                at nilimas [379] na matiyaga,
        Gumawa ng mga kanal na daanan nitong tubig
                upang sa dagat magwala
        Mga "windmills" [380] ay ginamit upang ang bomba'y sumipsip
                nang matuyo yaong lawa.

3.   Mga kanal na *Herengracht, Keizergracht"* at *Prisengracht* [381]
                ay maayos na hinukay
        Upang tubig na nilimas ay tumunton sa landasing
                patakas sa karagatan,
        Matapos ang sampung siglo ay lumawak ang lupain
                nanagana'ng pataniman
        At dito na nagsimulang ang mga Dutch ay umunlad
                sa kanilang kabuhayan.

4.   Taon ng *nineteen-eighty-eight* nang ako ay magbakasyon
                mula bansa ng Malawi
        Pamuli kong naisipan ang dumalaw sa Europa
                bilang pabor sa sarili,
        Sa "Lunsod ng Manlilimas" na Amsterdam ang pangalan
                isang linggong nanatili
        Nakita ko ang progreso at nadama ang asenso
                na tamang ipagmalaki.

---

376   Sinulat: January 6, 2009. Ang tulang ito ay isang balik-tanaw sa pagbisita ng may-akda sa "Netherlands" (dating pangalan ay Holland.) Ang kapital ay "Amsterdam." Tinagurian ito ng awtor na, "Lunsod ng Manlilimas" dahil ang lunsod ay halos lubog sa tubig noon. Nilagyan ng mga Dutch ng dike o pilapil ang paligid upang ihiwalay sa tubig-dagat. Unti-unti, "nilimas" nila ang tubig at pinatuyo—hanggang sa lumitaw na nga ang lupa.

377   Ang Netherlands ay bansang Monarkia; ang tawag sa mamamayan ay: Dutch, Netherlanders o Hollanders.

378   Halos kalahati ng Netherlands ay lubog sa tubig ng dagat, lago at bana o "swamp."

379   Ang dagat, lago at bana ay nilimasan ng tubig para maging tuyong-lupa.

380   Ang "windmill" ay makinang pinaiikot ng hangin ang elise na nagpapa-andar sa bomba ng tubig. Ginamit ito ng mga Dutch noong unang panahon, hanggang sa maimbento ang elektrisidad.

381   Tatlong malalaking kanal sa Amsterdam na sadyang hinukay upang maging lagusan ng nalimas na tubig. Sa ngayon, daanan ito ng mga lantsa at bangkang gamit sa komersyo o kalakalan.

119

5.   Matulaing mga kanal sa lunsod ay nagsalabat
          nagsisilbing mga daan
      Lagusan ng mga batel at iba pang mga lantsang
          ginagamit pangkomersyal,
      Hilera ng mga mansion—nakatayong dikit-dikit
          sa dalawang mga pampang
      Ang hagdanang kolong-kolong, may lubid na taas-baba
          na ang bagsak ay sa kanal. [382]

6.   Ang *Stedelijk, Van Goch* at *Rijks* [383] ay mauseleo sa koleksyon
          na may obrang ubod-ganda
      Ang likha ni Vincent Van Goch, [384] sa uriang-pandaigdig
          ay panalong de-primera,
      Ang *Nieuwe Kerk* na simbahan, pati na ang *Royal Palace* [385]
          ay akin ding nabisita
      At mayroon pang iskinitang—sa estante'y nang-aakit
          ang "maniking humihinga." [386]

7.   Karaniwan ay *gezelligheid,* [387] sa trabaho'y matiyaga,
          masinop/ maayos ang Dutch
      Biro mo ba ang maglimas sa dagat, lago at bana—
          kalahati ng Netherlands?
      Hinukay ang mga kanal at doon ay pinadaan
          ang tubig—tumpa sa dagat
      Nang matuyo yaong lupa ay nilinang at tinamnan
          ng gulay at mga prutas.

8.   **Sa mutya kong Pilipinas—Pilipino'y masinop din,
          matiyaga at maayos
      Kapareho ng mga Dutch, tayo'y palakaibigan
          at malakas din ang loob,
      Subalit ang regulasyon nitong "tamang paglilimas" [388]
          ay laging di sinusunod
      Kabangyaman nitong bansa ang palaging nililimas
          ng mga lider-kurakot!**

---

382   Ang hagdanang gamit ng mga bahay sa gilid ng kanal ay parang kolong-kolong; dalawang metro ang lapad at isang metro ang taas. May taling lubid at kalo upang hatakin pababa-taas na parang "manual elevator." Ang sakay na tao/kargada ay sa pampang o kanal ang bagsak.

383   Ang Stedelijk, Van Goch at Rijks ay mga mauseleo na may koleksyon ng magagandang obra-maestra na gawa ng mga sikat na pintor.

384   Si Vincent Van Goch ay mahusay at sikat na pintor-Hollander, na kilala rin sa buong mundo.

385   Ang Royal Palace ay isa sa pangunahing atraksiyon na dinarayo ng mga turista sa Netherlands. Maganda at malaki ang nasabing palasyo at lagging nakabukas ito para sa mga turista.

386   Mga "call girls" na nakatayong parang manikin sa loob ng mga estante.

387   Ang "gezelligheid" ay Wikang-Dutch na ang kahulugan ay "palakaibigan." Kilala ang mga Dutch sa pagiging palakaibigan, masinop, matiyaga at maayos sa anumang mga ginagawa. Sa katunayan, halos kalahati ng Netherlands ay nilimasan nila ng tubig at pinatuyo para maging lupang taniman at tirahan. Isa ito sa mga kahanga-hangang nagawa ng mga Dutch.

388   Sa Pilipinas, marunong ding maglimas ang mga mangingisda na karaniwan ay sa sapa at bukid. Ang mga lider-kurakista ay iba naman ang nililimas—ang kabangyaman ng bansa!

KAHARIAN NG MGA "VIKINGS" [389]

1.   Mula Holland ang side-trip ko ay nagpatuloy sa "Denmark"
        doon naman bumisita
    At nag-aral nang pahapyaw sa naroong mga tala
        ng kasaysaya't kultura,
    Copenhagen ang kapital na sentro ng pulitika,
        industriya at ekonomiya
    Sa isang pondang maliit na mababa kung maningil
        doon ako napatira.

2.   Ang Denmark ay kaharian sa hilaga ng Europa
        na hitik ng kasaysayan
    Na itinitik ng *Vikings*—ang piratang mandaragat
        at gererong magnanakaw,
    Dati'y *Danes* [390] na mangingisda na napilitang lumublob
        sa burak ng kasalanan
    Upang bansa ay umunlad—mamamaya'y makaigpaw
        sa mahirap nilang buhay.

3.   Mga Danes ay matalino, matapang na nabigador
        abenturero't malikhain
    Sa kanilang pangingisda—mga batel na nililok
        kahanga-hanga sa tulin,
    Mula siglong ikapito [391] humina ang hanapbuhay
        kaya sumilang ang Vikings
    Na naghasik ng kilabot sa England, Ireland, Germany,
        France, Italy at sa Spain.

4.   Komo tribung matalino, natuto ang mga Vikings
        sa ginaping mga lugar
    Kristiyanismo ay tinanggap noong siglong ikawalo
        Odin at *Thor* [392]—tinalikdan,
    Unti-unting inilibing dating dahas sa pagpatay,
        panununog/pagnanakaw
    Pinagitaw yaong *Danish* na payapa't maka-Diyos
        produktibo sa komersyal.

---

389   Sinulat: January 12, 2009. Ang tulang ito ay rekoleksyon ng awtor nang mag-side-trip siya sa Denmark bago umuwi sa Pilipinas para sa taunang-bakasyon. Copenhagen ang kabisera ng Denmark, na isang kaharian sa Hilagang Europa. Ang Denmark ay isa lang bansang mahirap at umunlad lang dahil sa pamimirata ng mga naunang mamamayan na tinaguriang: "Vikings."

390   "Danes" o "Danish" ang katawagan sa mga mamamayan ng Denmark.

391   Mga ikapitong siglo (A.D. 700) nang magsimulang mamirata ang mga Vikings. Malaki ang naging kontribusyon ng mga Vikings sa pag-unlad at progreso ng Denmark. Mula sa pamimirata, itinuon ng Vikings ang kanilang abilidad sa mapayapa at produktibong pangungomersiyo.

392   Sina "Odin" at "Thor" ang dating mga diyos ng Vikings. Naging Kristiyano sila sa tulong ng mga tao sa mga bansang nasakop. Mula noon, natuto silang manalig at matakot sa tunay na Diyos. Tinalikdan nila ang pamimirata at itinuon ang kakayanan sa larangan ng komersiyo.

5.	Sa lunsod ng Copenhagen ay lubos kong napagmasdan
		ang progresong gumugulong
	Sa produksyon, transportasyon, komunikasyo't komersyo—
		kabuuan ay mayabong,
	Bagaman at itong bansa ay kulang at limitado'ng
		yamang-likas sa panahon
	Mga Danish ay mapalad sa taas ng pamumuhay,
		Vikings ang unang nagsulong.

6.	Sa kabila ng progreso, napansin ko'ng mga Danish
		ay simple at matipid pa
	Marami ang naglalakad sa sentro ng kalunsuran
		na sarado ang karsada, [393]
	Sa mga unang lansangan ay may linyang nakalaan
		sa maraming bisekleta [394]
	Katunayang nagtitipid—kaysa pa nga ang gumastos
		sa taas ng gasolina.

7.	Nakita at nahipo ko ang magandang *Little Mermaid* [395]
		sa piyer ng Copenhagen
	Na una kong nakilala sa aklat ng metolohiyang
		habi ni Christian Andersen,
	Ngunit aking iniwasan ang katabi niyang kapa [396]
		na may madyik at may galing
	Baka ako ay sukluban—bigla niya 'kong hatakin
		at isisid sa ilalim.

8.	Nalibot ko ang pamosong liwasang *Tivoli Gardens*
		na kilala sa daigdig
	Kastilyong *Christianborg Castle* at maayang *Town Hall Square*
		ay masigla kong nasilip,
	May larawan akong kuha doon sa *National Museum*
		na yaman kong iniligpit
	Kaakbay si Ronald Reagan, Pope Paul-VI at Khomenei
		mga piling personahes. [397]

9.	Minsan ako'y nagmumuni: Mga Vikings ay malupit
		na pumatay at magnakaw
	Marahas na kurakistang haplit na nagsamantala
		sa yaman ng ibang bayan,
	Subalit ang nakaw nila ay ginamit na maingat
		sa Denmark na kaunlaran
	**Ang "Vikings na Pilipino"—ninakaw na kayamana'y
		nakabangko sa Switzerland?**

393	Sarado ang maliliit na karsada sa sentro ng komersyo sa lunsod—naglalakad lang ang mga tao.

394	Maraming tao ang nakabisekleta lamang kahit na sa mga pangunahing karsada.

395	Ang "Little Mermaid" ay isang alamat na sinulat ng sikat na awtor na si Christian Andersen.

396	May rebulto ang mermaid sa piyer ng Copenhagen. May madyik-kapa ito na kapag isinuklob sa ulo ng lalaking kursunada ay puwede siyang makahinga at makatira sa ilalim ng dagat.

397	Ang mga personahes na nabanggit ay parang buhay na nilikha—ngunit yari lamang sa "wax."

LUPAIN NG "UNANG OMBUDSMAN" [398]

1.   Mula lunsod-Copenhagen, isang hapon ang pasyal ko'y
          humantong sa "Malmo," Sweden
      Isang lantsang makabago ang sinakyan at naghatid
          sa turistang nag-aaliw,
      Sa mahigit isang oras, yaong lantsa ay dumating
          sa kalawakan ng piyer
      Na sa gilid ay maraming industriyang naghuhumindig
          na ang sentro ay "shipbuilding." [399]

2.   Ang Sweden ay kaharian sa hilaga ng Europa
          kanugnog lamang ng Denmark
      Na ang unang kaunlara'y pinasulong din ng Vikings
          na piratang mandaragat,
      Katulad ng Danish Vikings—*Swedish Vikings* [400] ay naghasik
          ng lagim at nangulimbat
      Upang sila'y makaigpaw sa kahirapan ng buhay
          at nang bayan ay umunlad.

3.   Dati ay iisang rehiyon ang Sweden, Denmark at Norway—
          "Scandinavia" ang ngalan
      Ang tribu ng mga Swedish, malapit na kamag-anak
          ng mga Danes at Norweigians,
      Ang lingwaheng ginagamit ay may isang kasaysayan
          Germanic [401] ang pinagmulan
      Kaya itong tatlong bansa—pare-parehong may Vikings
          na piratang matatapang.

4.   Mapalad ang bansang Sweden sa likas na kayamanan
          at sa gubat na malawak
      Sari-sari ang produkto na sa pangmundong merkado
          ay kanilang 'niluluwas,
      Kung kaya ang mga tao'y sagana ang pamumuhay
          na ang antas—sobrang taas
      Lahat sila'y damang-dama ang progreso at asenso
          ng dalisay na pag-unlad.

---

398   Sinulat: January 17, 2009. Ang tulang ito ay rekoleksiyon ng awtor sa karanasan niya nang mag-side-trip sa Kaharian ng Sweden (Europa). Mula sa Copenhagen, sinikap ng awtor na makarating sa lunsod ng "Malmo" (Timog-Sweden) na 26-kilometro lamang ang layo. Ang kapital ng Sweden ay "Stockholm." Noong unang panahon, ang Denmark, Norway at Sweden ay iisang bansa—tawag ay "Scandinavia." Iisa ang minulan ng mga tao at nagkakaunawaan sila. Nahati ang Scandinavia sa tatlong bansa noong ikasampung siglo (A.D. 1000). Dati ring mahirap ang Sweden na umunlad lamang kinalaunan dahil sa pamimirata ng mga Vikings.

399   Isa sa pangunahing industriya ng Sweden ay ang "shipbuilding" o paggawa ng mga barko.

400   Sila ang mga pirata o Vikings na mula sa Sweden. May Vikings din ang Norway at Denmark.

401   Ang "Germanic Language" ay isa sa walong pamilya ng lenguwahe sa Europa na ang tawag ay "Indo-European Language." Ito ay binubuo ng mga lenguwaheng: English, German, Dutch-Flemish, Danish, Icelandic, Norweigian at Swedish.

5.   Bansang Sweden ay maunlad sa produktong inhenyeria—
            eroplano, kotse't barko
       Gamit sa komunikasyon, "electrical power supply,"
            gayundin ang telepono,
       Mga produktong kimiko: eksplosibo, plastik, guano
            at kasama ang posporo [402]
       Mula produkto ng kahoy: papel, kardbord, playwud, muwebles
            at bahay na piniraso. [403]

6.   Sa kontinenteng Europa, tatlumpu't apat ang bansa
            at nagunguna ang Sweden [404]
       Sa mataas na kalidad ng tustos-na-panlipunan
            na kanilang "social welfare," [405]
       Bawat bata'y may "allowance," lalo na ang naulila
            ang biyuda'y may sustento rin
       Retirado'y tumatanggap ng habambuhay na pensyon
            kaya mundo nila'y "boring." [406]

7.   Ang labis kong 'kinamangha—ang "Unang Ombudsman"[407] pala
            ay sa Sweden nagsimula
       Tinakda ng Parliamento para tugising mabilis
            ang kurakistang kuhila,
       Swedish Ombudsma'y marangal at malupit magparusa
            sa ulupong na masama
       Kaya naman limitado ang korapsyon sa gobyerno
            at masagana ang bansa!

8.   **Sa lupaing Pilipinas, mayro'n din tayong Ombudsman**
            ngunit lubhang kabaitan
       Pulitiko kung kumilos—matagal mag-imbestiga,
            magdesisyon ay mabagal,
       Kasong tulad ng Pataba/NBN-ZTE/Northrail
            ay laon nang nilalangaw
       Magtataka pa ba ako—kung bakit noodles na lagi
            ang pagkain ko sa dulang?

---

402   Sa Kaharian ng Sweden unang naimbento ang "posporo" noong taong 1844.

403   "Pre-fabricated house" o bahay na pira-piraso—kailangan pa itong buuin para maging tahanan.

404   Ang Europa ay binubuo ng 34 na malayang mga bansa at nangunguna ang Sweden sa maunlad at maginhawang pamumuhay.

405   Sa buong Europa, nangunguna ang Sweden sa pagbibigay ng malaking tulong para sa "social welfare" ng mga mamamayan. Ang mga bata ay may "allowance" at libre ang pag-aaral. May pension ang mga batang-ulila at pati na ang mga biyuda. May tustos para sa nawalan ng trabaho at para sa mahihirap na hindi makabayad ng renta. Ultimong ang mga bagong kasal ay binibigyan ng pautang upang makapagsimula sa buhay. Ang retirado ay may pension, sisenta porsiyento sa nagdaang pinakamataas na suweldo sa kanilang trabaho.

406   Marami ang nagsasabi na napakalaki daw ng ibinibigay na "social security" ng gobyerno kung kaya ang buhay ng mga retiradong Swedish ay kulang (empty) at kabagot-bagot (boring).

407   Sa Sweden unang itinakda ang Ombudsman ng Parliamento upang mahigpit na imbestigahan at parusahan ang mga kurakista, o empleyadong korap sa gobyerno. Marangal at matapat sa tungkulin ang mga Swedish Ombudsman kaya limitado ang korapsyon sa Sweden.

"REINO DEL CONQUISTADOR" [408]

1.

Ang side-trip ko'y nakarating sa "Reino del Conquistador" [409]
mulang bansa ng Ombudsman
Manlulupig na sumakop—tatlong-daa't tatlong taon
sa bayan kong hinihirang,
Sa tanggulan ng *Magerit* [410] na gawa ng mga Moro
pitong siglo, pagkamatay [411]
Tatlong araw ako roon upang aking pag-aralan
ang kultura't kasaysayan.

2.

Unang nuno ng Espanyol ay *Iberians* [412] ang taguri
sa dating lumang panahon
Na sinundan ng *Celts, Greeks, Carthagenians* at *Romans*
Germanic at *African Moors,*
Noong isandaang siglo—pagkamatay niyong Cristo
si *El Cid* [413] ay dumaluhong
Nagapi ang mga Moro, Kristiyanismo ay nanaig
na relihiyon, hanggang ngayon.

3.

Sa Madrid ay nadama ko'ng ekonomiya ng Espanya
na lantay ang kaunlaran
Marami ang pagawaan ng bakal, kotse, trak, barko,
kimikal at kasuotan,
Transportasyon, pangingisda, komunikasyon at mina
ay sumulong na mainam
Lalo noong *nineteen-fifties* ang produksyon at kalakal
ay malayo ang nalakbay.

4.

Ang Espanya ay mayaman sa tradisyong artistiko
at kilala buong mundo
Sina *Miguel de Cervantes* at *Calderon de la Barca*
bihira ang kapareho,
Sa larangan ng pintura—*El Greco, Goya, Murillo,*
at ang tanyag na *Picasso*
Lahat sila ay nagbigay ng kayamanan at dangal
sa kanilang bunying reyno.

---

408   Sinulat: January 20, 2009. Ang tulang ito ay rekoleksiyon ng awtor sa "Madrid," ang kapital ng Espanya. Mula sa Copenhagen ay nagdaan siya roon.

409   Ang Wikang-Kastila na "Reino del Conquistador" ay "Kaharian ng mga Manlulupig" sa Wikang-Filipino. Sinakop ng Espanya ang Pilipinas sa loob ng mahigit na 333-taon (1565-1898).

410   Ang "Magerit" ay kuta (fortress) na itinayo ng mga Moors o Moro sa lugar na ngayon ay Madrid. Malaki ang kontribusiyon ng mga Moro sa pagkatatag at pag-unlad ng siyudad.

411   Ang ibig na sabihin ng linyang "pitong siglo--pagkamatay" ay pitong daang taon, pagkaraang mamatay ang Cristo (A.D. 700). Bawat isang siglo ay may bilang na 100-taon.

412   Ang mga Iberians ang unang ninuno sa Espanya bago sinundan ng iba pang mga lahi.

413   Si "El Cid" ay isa sa pambansang bayani ng Espanya—"Rodrigo Diaz" ang tunay na pangalan. Tinalo ng Kristiyanong si El Cid ang mga Moro noong A.D. 1094. Ang El Cid ay nagmula sa salitang-Arabong "El Sayyid" na ang kahulugan ay: "Ang Panginoon."

5.   Sa plasa ng *Puerto del Sol*, na sentro ng kabisera
        at sa *Calle de Alcala*
     Naglipana ang negosyo—bangko, hotel at restoran
        hanggang *Avenida Gran Via,*
     Maharlikang *Royal Palace* [414] na ngayon ay isang museo
        antigo, ngunit maganda
     Mayro'ng tambak na koleksiyon, marikit ang halamanang
        dinarayo ng turista.

6.   Kabuuang ekonomiya ng Espanya'y progresibo,
        ang pamumuhay ay relaks
     Ito'y agad mapapansin sa haba ng tanghaliang
        may tagal na tatlong oras, [415]
     Pag alas-otso ng gabi ay lagi nang punong-puno
        ang kapihan, bar, disko't klab
     Mga tao'y nagbubunyi/nagsasayaw/naglulunoy—
        bumabaha yaong alak.

7.   Sa aklat ng kasaysayan ay maraming mga bansa
        ang sinakop ng Espanya
     Mula Cental America, West Indies, South America
        at Pilipinas sa Asia, [416]
     Kung totoong kinulimbat ng Kastila yaong yaman
        ng bawat bayang nakuha
     Bakit kaya *nineteen-fifties*—noon lamang nagsimulang
        sumulong ang ekonomiya? [417]

8.   Sang-ayon sa ilang tala—Kristiyanismo ang dahilan
        ng Kastilang panlulupig
     Upang ang aral ni Cristo sa mundo ay makarating
        at matutuhang masakit,
     Sa bayan kong Pilipinas ang Kastila'y nagtagumpay
        Kristiyanismo'y "ninety-percent"
     Ngunit ang bilang ng korap na Kristiyanong kurakista
        ay marami't nananaig.

---

414   Ang "Royal Palace" ay itinayo noong A.D. 1700 at naging tahanan ng mga maharlikang pamilya hanggang taong 1931. Noong mag-giyera-sibil sa Espanya, tumakas si Haring Alfonso XIII patungo sa ibang bansa. Pansamantalang naging Republika ang Espanya at ang unang naging presidente ay si Niceto Alcala Zamora na pinalitan ng diktador na si Francisco Franco (1936-'75). Nang mamatay si Franco noong 1975, si Juan Carlos—na apo ni Haring Alfonso XIII—ang naging hari sa Espanya.

415   Ang "lunch break" ng mga Kastila ay nakaugalian nang tatlong oras ang tagal: 12:00-3:00 p.m. at balik-trabaho uli mula 3:00-7:00 p.m.. Sa gabi, ang oras-hapunan nila ay 10:00-11:00 p.m.. Relaks na relaks ang mga Espanyol, dahil marahil sa kaunlaran.

416   Sa Central America, anim na bansa ang nalupig ng mga Kastila: Costa Rica, El Salvador, Guatemala, Honduras, Nicaragua at Panama. Sa North america ay ang Mexico, Texas, at California. Sa South America, labing-isang bansa (sa labindalawa) ang sinakop ng Kastila noong ika-15 siglo. Sa Asia, tanging Pilipinas lamang ang nasakop.

417   Ayon sa tala, ang ekonomiya ng Espanya ay nagsimula sa mabilis na pagsulong noong 1950's.

"SUPERYOR NA MANLULUPIG" [418]

1.

Taon ng *nineteen-eighty-nine* nang ako ay magbakasyon
mula bansa ng Namibia [419]
Pamuli kong naisipan ang magpremyo sa sarili
at mag-side-trip sa Europa,
Sa siyudad na napabantog na "London" [420] kung tagurian
isang linggo akong natira
Nakita ko ang progreso at unlad ng kabuhayang
ang asenso'y damang-dama.

2.

Pinakatanyag ang London sa maraming mga siyudad
na nalikha sa daigdig
Na kabisera ng England—ang bansa ng kinilalang
"superyor na manlulupig,"
Tribu ng *Celts, Romans, Angles, Saxons, Normans, Jutes* at *Danes*
Sa Atlantiko ay tumawid [421]
Ang nuno ng matalino, seryoso at di-mabirong
magalang na mga Ingles.

3.

Ang England ay tanging bansa na ang unang mandirigma'y
nasupil halos ang mundo
Pito lang ang kontinente pero, lahat ay may bakas
ng Ingles na gerilyero:
Asia, Africa, Australia, South America, North America,
Europa at Antartiko
Lahat dito ay may muhon ang Ingles na manlulupig
na abuloy sa progreso.

4.

Ang bansang England sa ngayo'y sagana sa eroplano,
kotse, barko't makinarya
Mayroong *wool, cotton, yarn, silverware,* bakal at yero
kimiko at porselana,
Mayro'ng *barley, cattle, sheep,* prutas, trigo, at ang keso
produktong agrikultura
May minaha't pangingisda na mayaman sa produksyon
na ang hatid ay ganansiya.

---

418   Sinulat: January 27, 2009. Ang tulang ito ay pagbabalik-tanaw sa karanasan ng may-akda sa England nang dumaan siya roon noong 1989, bilang isang bisitang-edukasyunal.

419   Ang may-akda ay naging "curricula/in-service training adviser" sa Vocational Training Centre Namibia (VTCN). Ang VTCN ay proyektong bokasyonal ng "Otto Benecke Foundation," isang pribadong Ahensiyang-Aleman. Noong December 1989, umuwi ang awtor sa Pilipinas para bakasyon. Nag-side-trip siya sa London. Nang magbalik siya sa Namibia matapos ang isang buwan, na-promote siya bilang "assistant training director" ng VTCN (1990-1992).

420   Ang London ay kabisera ng England, at pang-anim sa pinakamalaking siyudad sa mundo.

421   Ang mga tribung ito ang unang dayo sa England. Tumawid sila sa Atlantic Ocean mula sa kanugnog-bansa (700 B.C. – A.D.1066). Ang mga Ingles ay sinasabing matalino, seryoso, di mabiro, mataas ang halaga sa sarili, abenturero, at mahiyain (kaya, mukhang suplado).

5.   Sistema ng edukasyon—kalidad ay nangunguna
            sa buong sandaigdigan
        Mayro'ng libreng pag-aaral ang lahat ng mga bata
            at may "allowance" pang laan,
        Mula edad labing-isa'y ini-eksamin ang lahat
            upang hilig ay malaman
        Kung kolehiyo, teknikal ba, o edukasyong heneral
            ang marapat na tuluyan? [422]

6.   Sa London ay nakita ko ang pamosong *British Museum* [423]
            na antigo ang koleksyon
        Grandiosang *West Minster Abbey,* [424] ang simbahang naging saksi
            ng maraming koronasyon,
        Estatwa ng *Trafalgar Square* [425] na tagpuan ng turistang
            parang ibong nagtitipon
        Maging ang *Buckingham Palace,* [426] *Clock Tower, Big Ben, Tower Bridge*
            ay namalas ko'ng yamungmong.

7.   Sa total na kaunlaran, ang England ay nangunguna
            sa buong sandaigdigan
        Na pamana ng ninunong "superyor na manlulupig"
            na sa baya'y mapagmahal,
        Matalino at seryoso, di mabiro, abenturero,
            sa sarili ay magalang
        Di na bale ang suplado sa pananaw ng marami
            basta't maunlad ang bayan.

8.   **Marami ring Pilipino ang matalino't masipag
            ngunit hindi ang seryoso
        Sa buong sandaigdigan, abenturerong nagkalat
            naghahanap ng trabaho,
        Lider sa tao'y magalang, mapagmahal sa sarili
            pero, salot sa gobyerno
        Walang-habas mangurakot, kahit bansa'y mamulubi
            basta't sila'ng umasenso!**

---

422   Ang mga batang Ingles ay libre ang edukasyon. Sa edad na labing-isa, binibigyan sila ng eksamin ng gobyerno para mapayuhang maigi kung magpapatuloy baga ang isang mag-aaral sa "Grammar School" (College); sa "Secondary Modern School" (General Education), o dili naman kaya ay sa "Technical/ Vocational Education."

423   Ang British Museum ay nag-iingat ng mga antigong koleksyon na itinuturing na malaking kayamanan at dangal ng mga Ingles.

424   Ang West Minster Abbey ay isa sa pinaka-lumang simbahan sa London (A.D. 1000). Dito idinaraos ang maharlikang koronasyon, kasal at iba pang importanteng seremonya.

425   Ang Trafalgar Square ay isang pamosong "landmark" sa London na pinagtitipunang lagi ng mga turista mula sa iba't ibang bansa. Magmula sa Trafalgar Square ay tanaw na ang Parliamento na may Clock Tower, at gayundin ang Big Ben (isang malaking relo).

426   Ang Buckingham Palace ay ang opisyal na residensiya ng mga maharlika mula pa noong taong 1837. Isa ito sa mga lugar na dinarayo ng mga turista para masaksihan ang pagpapalit ng guwardiya sa palasyo.

KONTINENTE NG SOUTH AMERICA [427]

Sa labindalawang taong paghahanap-buhay sa labas ng bayan
Mga pitong bansa sa South America'ng aking nadaanan,
Aking naramdaman at napagmalas ko kahit na pahapyaw
Uri ng kulturang natibo sa mga liping namamayan;
Kultura ng lahi'y markang indikasyon na pangkaraniwan
Ay nagbabandila ng kasaganaan o hirap ng buhay.

1.   BRAZIL [428] yaong una sa laki ng bansa, sa South America
Guarani at *Tupi* ang naunang Indiang doon ay tumira,
Ang mga *Portuguese* ay dumating lamang siglong-labinlima
Kay naging "Brazil" (mula pulang kahoy) ang pangalan niya.

Marami ang likas na yaman sa Brazil, gaya ng mineral [429]
Malawak na gubat, maluwang na ilog at lupang sakahan,
Sa kabilang dako, medyo mababa pa yaong kabuhayan
Sapagkat sahol pa yaong kalinangan sa puntong-teknikal.

Ang mga turista'y laging dinarayong "Rio de Janeiro" [430]
Nais na makita bundok ng *Sugar Loaf* at ang *Corcovado*,
Copacabana Beach at yaong *Carnival* na bantog sa mundo
Ay yaman ng Brazil (na wala sa lahi nating Pilipino).

Sa dami ng tao, mayroon mang mahirap sa kasalukuyan
"Cristong Manunubos"—mula Corcovado'y nakamasid lamang,
Sa apat na gabi at tatlong araw na sayaw sa Carnival
May pag-asa pa ring umangat ang buhay ng mga Brazilian.

Tantong marami rin ang yamang mineral nitong Pilipinas
May *copper, manganese, gold, silver, iron* **at mayroong** *chromite*,
Sa labis na dunong—dumami ang lider na linsil at korap
May pag-asa pa bang makaahon tayo sa balon ng hirap?

---

427   Sinulat: February 2-10, 2009. Ang tulang ito ay batay sa naging obserbasyon ng may-akda sa pitong bansang nayapakan niya sa kontinente ng South America (may 12-bansa lahat). Ang paglalahad dito ay nakasentro lamang sa kultura, kabuhayan at kaunlaran ng mga bansang nakita niya—na ikinumpara naman sa kalagayan ng Pilipinas.

428   Brazil ang pinakamalaking bansa sa South America. "Brasilia" ang kapital. Ang mga unang tao sa Brazil ay Guarani at Tupi Indians. Dumating lang dito ang mga Portuguese noong A.D. 1500. Sa ngayon, ang tao sa Brazil ay halo-halong European, Indian at Negro. Ang ngalang "Brazil" ay bigay ng Portuguese mula sa pulang kahoy na ginagawang pangkulay (dyewood).

429   Maraming likas na yaman ang Brazil tulad ng depositong mineral (*bauxite/iron/manganese*), lupang sakahan, malawak na gubat at maluwang na ilog. Sa kabila nito, medyo mababa pa rin ang ekonomiya ng Brazil sa ngayon, dahil sahol pa ang mga tao sa kaalamang-teknikal. Gayunpaman, malaki ang potensyal na managana ang bansang ito sa hinaharap.

430   Ang "Rio de Janeiro" ay pinaka-sikat na lugar na dinarayo ng mga turista sa Brazil. Ang Sugar Loaf Mountain ay isang muhon sa Rio, gayundin ang Corcovado Mountain na may malaking estatuwa ng nakadipang Hesukristo. Ang Copacabana Beach at Carnival ay dalawa pa rin sa mga piling atraksiyon na palagiang dinarayo.

2.   ECUADOR [431] ang tawag, komo nasa gitna sa linya ng mundo
Dating kaharian—mga *Inca Indians* ang naunang tao,
No'ng *fifteen-thirty-four* [432] ang mga Kastila ay biglang dumayo
Tatlong-daang taon ang Inca'y sinakop na yuko ang ulo.

May ginto, asupre, langis, pati tanso sa minahan doon
May agrikultura at may industriya rin na hinay ang sulong,
Kabuhayang-total ay may kahirapan sa panahon ngayon
Pagkat limitado ang likas na yaman ng bansang Ecuador.

Isa sa pasyalan ng mga turista'y *Galapagos Islands* [433]
Mga islang likha ng nangagsi-sabog na aktibong bulkan,
Sari-saring hayop na sadyang kaiba ang matatagpuan
Mayroong *Iguana, mockingbird, great turtle, penquin* at *cormorant.*

Pagdami ng tao sa bansang Ecuador ay tantong mabilis
Di kayang tustusan nitong ekonomiya ang maraming bibig,
Ang taunang kitang tatlong daang dolyar ay napakaliit [434]
Maraming pamilya ang nagtitiis lang sa bundok ng *Andes.*

Ang bayan kong sinta'y higit na maunlad kaysa sa Ecuador
Pero Pilipino'y naghihirap pa rin—marami ang gutom,
Sa dili-dili ko, minsan ang isipa'y aking tinatanong:
"Totoo nga kayang walang Ecuadorean na DH sa Hongkong?"

3.   ARGENTINA [435] ay hango mula sa *argentum* na salitang-Latin
Pilak sa Tagalog; *plata* sa Espanyol, sa English ay *silver,*
No'ng *fifteen-thirty-five* dayuhang Kastila ay biglang dumating
Halos tatlong siglong sila ay naghari sa buong lupain.

Ang mina ng bansa ay mayroong *gold, silver, coal, salt* at *uranium* [436]
May agrikulturang kilala sa *corned beef* at trigong produksiyon,
Kabuhayang-total ay tantong maunlad sa panahon ngayon
Kaya maginhawa'ng mga Argentino sa bayan at nayon.

---

431   Ecuador ang tawag sa bansa, komo ito ay matatagpuan sa pinakahati o kalagitnaan ng bilog na mundo, na kung tawagin sa Ingles ay "equator." Quito ang tawag sa kabisera ng Ecuador.

432   Taong 1534 nang sakupin ng mga Kastila ang Ecuador at nanatili sila roon nang 300-taon. Noong 1861, naging republika ang bansa at si Gabriel Garcia Moreno ang unang presidente.

433   Ang Galapagos Islands ay nasa Pacific Ocean, 600-milya ang layo sa kanluran ng Ecuador. Dinarayo ito palagi ng maraming turista dahil sa eksotikong uri ng mga hayop.

434   Halos $300 ang taunang kita ng isang Ecuadorean—maliit para suportahan ang isang pamilya. Ang mga tao ay nagtitiis na tumira kahit na sa gilid ng bundok ng Andes. Nagpapastol sila ng kambing, at tupa. Gayunman, mataas ang pagpapahalaga ng mga Ecuadorean sa sarili. Sa mga taong natanong ng awtor, wala raw kahit isang Ecuadorean ang DH sa Hongkong.

435   Ang ngalang "Argentina" ay mula sa Wikang-Latin na "argentum" na ang kahulugan ay pilak. "Buenos Aires" ang kapital. Sinakop ng mga Kastila 1535-1816 (261 na taon). Pangalawa sa laki ang Argentina sa mga bansa ng South America.

436   Bukod sa nabanggit na mineral, ang Argentina ay mayroon pa ring *building stone, lead, zinc, tungsten, beryllium, sulfur, iron, ore, nickel* at *mica.* Agrikultura ang pangunang kabuhayan.

Ang *Christ of the Andes* ay piling pasyalan ng mga turista
Isang estatuwa sa hanggan ng Chile at ng Argentina,
Mayroong *Iquaqu Falls* malapit sa Brazil na bansang kahangga
May magandang "resorts" gaya ng *Miramar* at ng *Mar de Plata.*

Sumikat sa "tango," ang sayaw mula sa lunsod-Buenos Aires
Na hinahangaan at isinasayaw sa buong daigdig,
May isa pang "tangi" na kaymarahil ay tala na sa *Guinness* [437]
Sa Argentina lang naging presidente ang "Mister" at "Misis"

Sa bayan kong sinta, isang "Misis" ngayon ang tanging pangulo
Sa taong 2010, si "Mister" na kaya'ng aakyat sa trono?
Kung magkagayon man wala 'kong problema, ako'y "magtatango"
Basta matuldukan sakit na korapsyon—baya'y umasenso!

4.   PERU [438] ang pangatlo sa laki ng bansa sa South America
Ang unang ninuno ay Indiang nagbuhat sa tribu ng *Inca,*
No'ng *fifteen-thirty-two,* Kastilang *Pizarro* [439] ay biglang umentra
Higit tatlong siglo, mga Peruviano'y tantong nadumina.

Industriya ng Peru sa komersiyong isda ay sikat sa mundo
May *copper, lead, silver, zinc, iron ore,* at pati petroleo,
Sa pangkabuhayan—mga Peruviano'y parang Pilipino
Mulagat ang mata sa tindi ng gutom at walang asenso.

Ang yaman ng bansa ay hawak ng ilang pamilyang "upper class"
Halos ang situwasyon ay nakakatulad nitong Pilipinas,
Ang mababang klase ay nakakarami at kuba sa hirap
Daming Peruviano ang mga "squatters"—parang sa Maynilad.

Mga mamamayan, nobenta porsiyento'y mga Katoliko
Ang suweldo ng pari ay mula sa kaha ng gobyernong-Peru,
Mga Peruviano'y tantong madasalin sa Poong si Cristo
Ngunit hanggang ngayon, nagsasalat pa rin ang maraming tao.

Ang Pilipino ma'y tantong relihiyoso, malapit sa Diyos
Parang Peruviano—naghihirap pa rin at naghihikahos,
Ngunit may bentaha kaysa Peruviano—ang sa paring sahod
Galing sa simbahan, bagamat mahirap pa rin ang naghandog.

---

437   Ang "Guinness Book of Records" ay nagtatala ng mga di-karaniwang bagay o pangyayari sa mundo. Inaakala ng awtor na marahil ay nakatala na sa aklat ang kaso ng mag-asawang Argentino na sina Juan Peron at Isabel Peron. Naging magkasunod na pangulo ng Argentina ang dalawa—si Juan noong 1973, at si Isabel noong 1974 (matapos mamatay si Juan).

438   Ang Peru ay pangatlo sa laki, sa 12-bansa ng South America. "Lima" ang kabisera. Pinakamalaki ang industriya ng pangingisda sa buong mundo pero, hindi pa rin ito sapat para madama ng mga Peruviano ang masaganang pamumuhay. Limitado ang yamang likas ng Peru at kontrolado ito ng mga membro ng "upper class."

439   Si Francisco Pizarro ng Espanya ang namuno sa mga Kastilang manlulupig noong 1532. Naging malaya ang Peru noong 1879.

5.   VENEZUELA: [440] ang tawag sa Ingles ay: "The Little Venice"
       Sa lunsod ng Venice (ng bansang Italia) ay may pagkahawig,
       Mga unang tao ay tribu ng Indiang *Arawak* at *Carib*,
       Na nangagsiyuko sa mga Kastila—A.D. 1500.

       Itong Venezuela'y panlima sa bilang ng bansa sa mundo
       Na napakalakas ang produksiyo't benta ng minang petroleo,[441]
       Sa pangkabuhayan, mga Venezuelan ay tantong asenso
       Kung may mahirap man, kumakain pa rin kahit na paano.

       May metal na nikel, ginto at diamante ang likas na yaman
       Na nakakatulong sa pagpapaunlad ng pangkabuhayan,
       Ang agrikultura, mina, pagawaan at ang kalakalan
       Ay libong maunlad kung ikukumpara sa kanugnog-bayan.

       Rebolusyonaryong si *Simon Bolivar* na bantog sa mundo
       Ay sa Venezuela nag-ugat ang lahi at ang pagkatao,
       Ecuador, Colombia, Panama, Bolivia at pati ang Peru
       Pinalaya niya sa pananakop ng Kastilang dumayo.

       Andres Bonifacio—lokal na katumbas ni Simon Bolivar
       Sa mga Kastila ay isang bayaning naunang lumaban,
       Subalit kinapos at sinawimpalad, siya ay pinatay
       Ng mismong kabalat at sa Bundok-Tala'y [442] nabuwal na bangkay!

6.   COLOMBIA [443] ang tawag sa bansang pang-apat ang lawak at laki
       Ng South America—tanyag sa produktong petroleo at kape,
       Mga *Chibcha Indians* [444] ang unang ninuno na doo'y namirme
       No'ng *fifteen-thirty-six*, ang mga Kastila'y dumayong nanggapi.

       Taguring "Colombia" ay sunod sa ngalang *Christopher Columbus*
       Bantog na eksplorer, sa North America'y naunang nanakop,
       Ang bansa'y may mina: *coal/emerald/gold/platinum/silver/salt*
       At mayro'ng petroleo, yamang nakalaan para Colombianos.

       Ang agrikultura'y may produksyong saging, mais, kape, kakaw,
       Patatas, kasaba, trigo, tubo, prutas, tabako at palay,
       Produktong semento, balat, damit, bakal, kemikal, asukal
       Ay nakakadagdag sa pang-araw-araw na pangkabuhayan.

---

440   Ang Venezuela ay kahawig ng Venice, Italy kaya tinawag na, "Little Venice;" "Caracas" ang kabisera.. Naging malaya ang Venezuela noong 1811 matapos and 300-taong pananakop ng mga Kastila. Ang mga unang tao sa Venezuela ay mula sa tribung Arawak at Carib Indians.

441   Ang Venezuela ay panlima sa mga bansang may pinakamalaking produksyon ng langis sa buong mundo, kasunod ng: Saudi Arabia, Iran, Iraq at Soviet Union. Sa langis nanggagaling ang nobenta porsiyento ng kanilang kita sa kalakalan.

442   Sa Bundok-Tala ng Maragondon, Cavite pinatay si Andres Bonifacio noong May 10,1897.

443   Colombia ang pang-apat sa pinakamalaking bansa sa South America; "Bogota "ang kabisera.

444   Ang Chibcha ay isa sa tribu ng mga Indian na unang tao sa South at North America. Sila ang dinatnan ng mga Kastila sa Colombia (sa pamumuno ni Alonzo de Ojeda) noong 1536.

Sang-ayon sa tala, ang unang eksplorer sa bansa'y dumatal
Upang paghanapin yamang nakatago ng pinunong Indian,
Ngala'y *El Dorado* pagkat pati damit ay nabubudburan
Ng metal na ginto—ngunit ito pala'y parabola lamang. [445]

Sa bundok ng Baguio ay nabalita rin na may gintong-Buddha
Yamang ibinaon ng sundalong Hapon at ni Yamashita,
Ayon sa balita, "na-goldnap" [446] **daw ito ng may impluwensiya**
Ngayo'y nakabangko sa bansang Switzerland, doon sa Europa.

7.   CHILE [447] ay hinango sa salitang "chilli" niyong *Araucanian*
Ang ibig sabihin ay pinakadulo ng lupang hinirang,
No'ng *fifteen-thirty-five*, ang mga Kastila ay biglang dumatal
Nilupig ang Indian—sinalot ang ginto't tanang kayamanan.

Mapalad ang Chile sa likas na yamang mineral sa turing:
Coal/copper/iron ore/gold/nitrate/petroleum/zinc/silver/iodine,
Ang agrikultura't mga pagawaa'y tantong maunlad din
Sa pangkabuhayan, ang mga Chilenos, mataas ang libel. [448]

Natural na ganda ng Chile'y pang-akit sa mga turista
Nagyeyelong *Andes* ay padausdusan ng tuwa't ligaya,
Playang *Viña del Mar, Concon, San Antonio* at ang *Cartagena* [449]
Ay nakakaanod sa dusa't pighati ng taong balana.

Sa Literatura, ang Chile'y nag-ambag ng *Gabriela Mistral* [450]
At *Pablo Neruda*—premyado ng Nobel na pandaigdigan,
Ang panulat nila'y yugyog na gumising sa sangkatauhan
May aral na hatid na ang tanging lundo ay kapayapaan.

Marami rin tayong mga manunulat sa bayan kong sinta
Mayro'ng Jose Rizal at si Bobby Dacer, at maraming iba,
Subalit sa halip na premyo ng Nobel ang tanggapin nila
Premyong-kamatayan—libreng pasaporte sa langit na glorya!

---

445   Ayon sa unang tala, mayroon daw isang pinunong Indian na ang pangalan ay El Dorado na may nakatagong ginto sa Colombia. Ang mga unang eksplorer ay dumating para hanapin ang ginto, subalit ang yaman palang sinasabi ay nagmumula lamang sa kape at langis.

446   Sa Pilipinas, may Gintong-Buddha raw na nahukay sa bundok ng Baguio pero, ito ay "na-goldnap." Ang ibig sabihin ay inagaw o ninakaw ng isang maimpluwensiyang lider ng bansa. Ayon sa sabi, ang Buddha raw ay nakadeposito na ngayon sa bangko ng Switzerland. Hindi sigurado ang may-akda kung ito'y totoo o parabola lang na katulad ng istorya ni El Dorado.

447   Ang pangalang Chile ay mula sa salitang "chilli" ng Araucanian Indian—na ang kahulugan ay "dulo ng lupa." Noong 1535 ay dumating ang mga Kastila sa pamumuno ni Diego Almagro (manlulupig ng Peru). May 282 na taong nalupig ang Chile. "Santiago" ang kapital. Lumaya noong 1818—sa rebolusyong pinamunuan ni Bernardo O'Higgins at Jose de San Martin

448   Mataas ang libel ng kabuhayan ng mga Chilenos kaysa ibang mga bansa sa South America.

449   Ilan ito sa mga lugar na dinarayo ng mga turista dahil sa ganda ng aplaya.

450   Tumanggap ng Nobel Prize (pandaigdig na parangal) sina Gabriela Mistral (1948) at Pablo Neruda (1971) dahil sa mga tulang naisulat, na malaking kagalingan ang naidulot sa mundo.

Labimpitong mga bansa ang sa ngayo'y malaya na sa Hilagang Amerika [452]
Dalawa ang nayapakan at pahapyaw kong namalas ang kabihasna't kultura,
May sandaling hinangad ko na sana kung mangyayari, doon na 'ko magtitira
Ang buhay sa Pilipinas—sobrang hirap at hilahil—laging tirik yaring mata;
Ang dalawang bansang ito'y "United States of America" at "Monarkia ng Canada"
Na maluwag ang trabaho, ang buhay ay masagana't mataas ang ekonomiya.

UNITED STATES OF AMERICA [453] (USA kapag dinaglat) ang una kong nayapakan
Nang doon ay ipagamot ang pareho kong lalaki—dalawang anak na espesyal,
Sa mahigit isang taon sila'y aking pinatingnan (*nineteen-eighty to eighty-one*)
Sa Ospital ng Stanford, Palo Alto, California—isang taong naggamutan;
At lumaon ay lumipat—"Desert Life Medical Center"—sa Tuczon kami nanahan
Kaya pito ang estadong nakita ko't naobserba sa kultura't kaunlaran.

1. CALIFORNIA ay lupain ng tribu ng mga Indian bago naging "Golden State" [454]
    Ang sakahan, pagawaan, pangingisda at minahan tantong maunlad na labis,
    May *Disneyland* sa Anaheim; *Bird Colony* sa San Diego; *Hollywood* sa Los Angeles
    At *Vineyard* sa Napa Valley—mga lugar na palaging sa turista'y nang-aakit;
    Ang kayamanang natural ay bukal na bumubulwak, waring abot hanggang langit
    Sagana ang kabuhayan, maginhawa at kompleto—sa balana'y panaginip.

2. ARIZONA [455] ay kilala sa taguring "Grand Canyon State," dating dominyo ng Indian
    Disyerto lang noong una, pero ngayo'y progresibo sa sakahan at minahan,
    Ang mineral nilang tanso ay pang-sampu ang produksyon sa buong sandaigdigan
    Kung kaya ang mamamayan ay maunlad at matatag—kompleto ang kabuhayan;
    Painted Desert/Petrified Forest ng Grand Canyon sa turista ay palaging kumakaway
    May dagdag na kayamanang nagbibigay katatagan sa kaban ng Arizonians.

3. NEW MEXICO [456] ay isa pang tirahan ng mga Indian bago sumilang ang Cristo
    Ang agrikultura't minahan ngayo'y mayama't maunlad, sari-sari ang produkto,

---

451   Sinulat: February 12-20, 2009. Ang tulang ito ay rekoleksiyon ng may-akda sa mga bansa o estadong nabisita niya sa kontinente ng North America (1980-'81). Isang taong mahigit na ipinagamot ang dalawang anak na espesyal (autistic/schizophrenic) sa California at Arizona.

452   Ang North America ay binubuo ng 17-bansang malaya at 19 na "political units" o teritoryo. Tanging ang USA at Canada lamang ang narating ng sumulat. Hindi niya narating sa iba pang mga teritoryo ng North America.

453   Ang USA ay pederasyon ng 50-estado na may sari-sariling pamahalaan. "Washington D.C." ang kabisera. Pitong estado sa USA ang binigyan ng awtor ng maikling paglalahad dito.

454   Ang California ay tinawag na "Golden State" dahil sa ginto na naging atraksiyon sa mga minerong dayuhan noong 1849 (gold rush). "Sacramento" ang capital. Ang California ay dating lupain ng mga Indian na iba't iba ang tribu: *Hupa, Maidu, Yuma, Miwok, Modoc,* at *Mohave.* Dumating at nanakop ang mga Kastila noong 1592; at, ang mga Ingles noong 1579. Nagtayo ng permanenteng misyon at tirahan ang mga Kastila noong 1697. Noong 1848, nakuha ng mga Amerikano ang California. At ito ay naging ika-31 estado ng USA (September 9, 1859). Si Peter H. Burnett ang naging unang gobernador.

455   Ang Arizona ay kilala sa taguring "The Grand Canyon State" dahilan sa kagila-gilalas na mga bundok. "Phoenix" ang kapital. Ang Grand Canyon sa Colorado River ay itinuturing na isa sa "Seven Wonders of the World." Ang mga unang tao sa Arizona ay mula sa tribu ng mga Indian na: *Anasan, Hohokan, Mogollon, Apache* at *Navajo.* Noong 1572, nagtayo ang mga Kastila ng misyon at tirahan sa Arizona. Nakontrol ng mga Amerikano ang Arizona noong 1848 at ito ay naging ika-48 estado ng USA noong February 14, 1912.

456   Ang New Mexico ay tinatawag na "Land of Enchantment" sapagkat marikit ang paligid at mayaman din ang kasaysayan. "Sta. Fe" ang kabisera. Mula 500 B.C., ang tribung *Mogollon, Anasazi, Pueblo, Navajo, Apache, Ute* at *Comanche* ang mga naunang Indian. Nasakop ng Espanya at nalipat ito sa Mexico; bago nakuha ng USA noong 1848, at naging 47th State noong June 6, 1912.

May *petroleum, natural gas, copper, potash, uranium* at materyal na atomiko [457]
Ang total na ekonomiya ay matatag-na-matatag, kabuhaya'y progresibo;
Mga parke, museum, misyon, rantso, mohon, monumento, ilog, kagubata't lago
Na sa turista'y ligaya ang "skiing," pangingisda, "sightseeing" at pangangaso.

4.   Ang NEVADA [458] ay dati ring lupain ng mga Indian noon pang lumang panahon
Ngayo'y isa sa estado ng pederasyong USA—kalakalan ay masulong,
Pagawaan at minahan ang pangunang naghahatid ng mataas na produksyon
Kasama na ang Casino [459] na ang kita'y bilyun-bilyon sa loob ng isang taon;
Kung bagaman at disyerto, bulubundukin sa turing ang nasasakop na rehiyon
Maunlad ang ekonomiya't maginhawa ang mamuhay—malayo sa pagkagutom.

5.   Ang UTAH [460] ay dating reyno ng natibong mga Indian sa panahong nakaraan
Tinawag na *Beehive State*, mula salitang "honeybee," na *Mormon* ang kahulugan,
Ngayo'y estado ng Mormon—ang relihiyong itinatag ng "pioneer" na Brigham Young
Tao'y may takot sa Diyos, sa kapwa ay may damdamin na lipos ng pagmamahal;
Kaya naman ang estado ay lubos na pinagpala, kasama ang mamamayan
Progresibo'ng ekonomiya, ang trabaho ay marami, kabuhayan ay magaan.

6.   Sa NEW YORK [461] ang unang tao'y mga Indian sa pamilya ng *Algonkian* at *Iroquois*
Dutch ang unang mananakop na tinalo niyong Ingles (superyor na manlulupig),
Naging sentro ng industriya, pagbabangko at kalakal—tinawag na "Empire State"
Ang produkto'y sari-sari—transportasyon, makinarya't kagamitang-elektroniks;
Ekonomiya ng estado ay kompleto at matatag na kilala sa daigdig
Ang matawag na "New Yorker" ay mataas na taguri, may dangal na nakasabit.

7.   Ang HAWAII [462] ay panlimampu sa Estado ng USA—lupain ng *Polynesians*
May taguring "Aloha State," mga tao'y mapagmahal lalo na't sa kaibigan,
Noong *eighteen-eighty-seven* yaong Haring Kalakaua, sa USA ay nagbigay
Na magtayo ng "Pearl Harbor," at noong *eighteen-ninety-eight* ay sinakop itong Hawaii;
Kung bagamat batang-bata sa samahan ng estado ay ganap ang kaunlaran
Mataas ang ekonomiya—pamumuhay ay ginhawa ng mapalad na Hawaiian.

CANADA [463] ang ikalawa sa mga bansang nakita sa Hilagang Amerika
Noong ako ay mag-side-trip—taon ng *nineteen-eighty-nine*—pakonekta sa Europa,
Bukod sa pagnanasa kong matutuhan nang kaunti ang kabihasna't kultura
Ang panaho'y ginugol ko, upang tatlo kong kapatid ay madalaw at makita;

---

457   Ang "potash" ay gamit sa paggawa ng pataba at ang "uranium" ay materyal ng bomba-atomika.

458   Ang Nevada ay tinawag na, "The Silver State" dahil sa deposito ng pilak. "Carlson City" ang kapital. Dominyo ito ng mga Indiang: *Pueblo, Mojave, Palute, Shoshoni* at *Washoe*. Isinalin ng Espanya sa Mexico; nakuha ng USA (1848) at naging 36th State noong October 31, 1864.

459   Legal ang sugal sa Nevada. Ang malalaking Casino na dinarayo ng mga turista ay matatagpuan sa Las Vegas, Reno at Lake Tahoe na ang kita ay bilyun-bilyong dolyar sa isang taon.

460   Ang Utah ay naging 45th State ng USA noong January 4, 1896. "Salt Lake City" ang kapital. Ang unang tao ay mga Indian: *Gosiute, Palute, Shoshoni, Ute* at *Navajo*. Sa Old English, ang ang Mormon ay "honeybee" ang kahulugan. Ang pangalang "Utah" ay sunod sa tribung Ute.

461   New York ay dating pag-a-ari ng *Algonkian* at *Iroquois* Indians. "Albany" ang kapital. Dutch ang unang sumakop (1624). Nakuha ng Ingles (1664). Naging 11th State ng USA noong June 26, 1788.

462   Ang Hawaii—kabisera ay "Honolulu"—ay naging 50th State ng USA noong August 21, 1959.

463   Ang Canada ay pinakamalaking bansa sa mundo sa lawak ng sakop. "Ottawa" ang kabisera. Mayaman ang Canada sa maraming mineral gaya ng *copper, iron ore, petroleum* at iba pa.

Sila ay "immigrant" doon, mula *nineteen-seventy-two* ay doon na nakatira
Naging "Canadian Citizens," pagkat bilang Pilipino ay tirik ang mga mata.

Ang Canada'y isang bansang malawak ang sinasakop—lupaing dati ng Indian [464]
Mapalad at nangunguna sa produkto ng industriya, agrikultura't minahan,
Ang pangalan ay hinango sa *Kanata* o *Kanada* na salitang Iroquoian
Kahuluga'y isang "nayon" o "grupo ng mga kubo"—komunidad ang kabagay;
Noong siglong labing-anim, mga Pranses ang naunang mananakop na dayuhan
Hanggang sila ay magapi ng Ingles na manlulupig—pitong taon ang labanan. [465]

1. Sa probinsiya ng ALBERTA, [466] nakita ko'ng kaunlaran na hatid ng gas at langis
    Ang "pipelines" o linyang-tubo'y nakalatag sa Canada na abot pa hanggang U.S.,
    Produktong agrikultura ay *beef/cattle/barley/oat/hog/wheat/hay/fur/rapeseed*
    Pagawaan ay marami—malaganap at maunlad industriyang *fishing* at *forest*;
    Kaya naman sa Alberta, maginhawa'ng kabuhayan—walang matang tumitirik
    Sa tatag ng ekonomiya damang-dama ang asenso, ang buhay ay parang langit.

2. Nakita ko'ng MANITOBA,[467] ang panlima sa probinsiya ng dominyo ng Canada
    Maunlad ang pagawaan, agrikultura't minahan—matatag ang ekonomiya,
    May likas na kayamanan—*nickel, copper, gold, zinc, petroleum, gas* at iba pa
    May produktong mula metal, kagamitang transportasyon at pati ang makinarya;
    Ang pangalan ay hinango sa lingwahe ng Algonkian, tawag na *monito waba*
    "Great Spirit Strait" sa Ingles—pagdakila sa anito ng ninunong sinauna.

3. Narating ko ang ONTARIO [468] ika-apat sa probinsiyang nakasama sa dominyo
    Pangalawa sa Alberta sa produksyon at pagmina niyong langis at petroleo,
    May pagawaan ng kotse, kagamitang transportasyon sa lugar ng Golden Horseshoe
    Nauuna sa produkto ng *egg/poultry/vegetable/fruit/beef/cattle/hog/tobacco*;
    Sa wika ng Oroquois isinunod ang pangalan ng lalawigang Ontario
    "Beautiful Lake" kung sa Ingles, pagkat probinsiya ay ligid ng maraming mga lago.

Sa kabuuang konklusyon: Pitong "States" sa USA, tatlong probinsiyang Canadian
Halos buong kontinente ay pag-aari pala noon ng tribu ng mga Indian?
Kung sila man ay nilupig at ganap na niyurakan sa kanilang karapatan
Sila ngayon ay asenso, damang-dama'ng kaunlaran at busog ang mga tiyan;
Alin ang mas mahalaga, malaya ka pero, gutom dahil KORAP itong bayan
O aliping maginhawa, pagkat dama ang asenso ng matinding kaunlaran?

---

464   Ang unang tao sa Canada ay mga Indiang *Algonkian, Athabaskan, Haida, Huron, Iroquois, Salish,* at *Eskimo.* Labindalawa ang probinsiya ng Canada.

465   Pranses ang unang sumakop sa Canada (1604). Tinalo sila ng Ingles sa "Seven Years War" (1754-1760). Naging ganap na "Dominion of Canada" noong 1867.

466   Alberta—"Edmonton" ang kapital—ay ikawalo sa naging probinsiya ng Canada (Sept. 1, 1903).

467   Manitoba ang panlimang probinsiya sa dominyo (July 15, 1870). Ang kapital ay "Winnipeg."

468   Ontario ay ika-apat sa probinsiya ng dominyo (July 1, 1867). "Toronto" ang kabisera.

KONTINENTE NG AFRICA [469]

Panglawa ang AFRICA sa lawak ng kontinente—nangunguna yaong Asia
Singkwentay-dos yaong bansa na dati ay nabusabos at ngayon ay malaya na,
Mga bansang dati-rati'y hinati ng pitong Vikings ng kontinenteng Europa [470]
Karamihan ay lumaya sa gapos ng panlulupig—taong sisenta/sitenta;
Kung bagamat natagalan bago sumikat ang araw sa "madilim" [471] na Africa
Sadyang ganyan lang ang buhay, kailangang magpatuloy kahit kapos sa paghinga.

Ang Lupalop ng Africa'y mayroon ding kayamanang mga likas na mineral
Mga *diamonds/cobalt/copper/manganese/gold/uranium/hydroelectric potential,*
Ang sa ngayo'y pumipigil para ganap na sumulong ang industriya at minahan
Ay puhunang magagamit at teknikong-kaalaman ng natibong mamamayan;
Sa pag-usad ng panahon, ang modernong teknolohiya sa Africa ay daratal
May liwanag ding sisikat sa kontinenteng madilim, na hatid ay kaunlaran.

1.   Unang destino'y SOMALIA [472] sa silangan ng Africa, anaki ay isang sungay
Ng hayop na "rhinoceros," sa mapa ng kontinente ay kawangki ang larawan,
Industriya at pagsasaka ay mabagal sa pag-unlad, mahirap ang kabuhayan
Kaya kahit mamirata'y ginagawa ng Somali—si Allah ay sinisinsay;
Somali ay masikreto, di mo agad matatarok ang laman ng kalooban
Karaniwan ay mailap, lalo na kung ang kaharap ay Kristiyano (sa usapan).

2.   Minsan ako'y napadalaw sa kalapit na DJIBOUTI, [473] isang bansang ubod-liit
Ang kahirapa'y laganap, balaho ang ekonomiya—ang trabaho'y nasa langit,
Komo gutom ang sikmura, marami sa mga tao'y napipilitang mag-adik
Sa pagnguya noong "khat," [474] isang dahon na ang dulot ay ligayang labis-labis;
Noong siglong labingwalo, may daungang itinayo ang mananakop na Pranses [475]
Upang magsilbing tanggulan sa pagharang sa kalaban na barko ang laging gamit.

---

469   Sinulat: February 22-23, 2009. Ang tulang ito ay rekoleksiyon ng may-akda sa mga bansang nabisita niya sa kontinente ng Africa. Labindalawang taong nadestino ang awtor sa Africa sa pagtatrabaho sa iba't ibang bansa (1982-'94). Labinlima, sa 52-bansa ng Africa, ang kanyang nayapakan.

470   Ang Africa ay pangalawa sa laki sa pitong kontinente ng mundo. Pitong bansa sa Europa ang naghati-hati sa Africa mula taong 1770: England, France, Italy, Germany, Spain, Portugal at Belgium. Karamihan sa 52-bansa ng Africa ay lumaya lamang noong dekada sisenta/sitenta.

471   "Madilim na Kontinente" o "Dark Continent" ang nakagawiang itawag ng mga Europeo sa Africa dahil kapos ang impormasyon na nakukuha nila mula sa kontinente.

472   Ang Somalia—"Mogadiscio" ang capital—ay isang bansa sa Horn of Africa." Islam ang relihiyon ng natibong Somali. Mayaman sa deposito ng *iron ore* at *gypsum* ang bansa pero, hindi ito mamina dahil kulang ang puhunan at kaalamang-tekniko. Mahirap ang Somalia kaya ang tribung "Affar" at "Issa" ay napipilitang mamirata sa karagatan. Sinakop ito ng mga British noong 1884 at lumaya noong June 26, 1960. Nagtrabaho dito ang awtor sa dalawang pagkakataon: una ay sa CARE-Somalia (1982-'84); at ikalawa ay sa UNICEF(1993-'94).

473   Ang Djibouti ay isang maliit na bansa na katabi ng Somalia sa East Africa. "Djibouti" rin ang tawag sa kabisera. Mahirap lamang ang bansa at limitado ang likas na kayamanan.

474   Sobrang hirap ang buhay sa Djibouti kaya ang mga tao dito ay nababaling ang atensiyon sa pagnguya ng "khat.' Ito ay dahon ng isang halaman na ang epekto ay parang marijuana.

475   Ang Djibouti ay dating parte ng Somalia. Sinakop ito ng mga Pranses at tinayuan ng daungan ng barko upang maging tanggulan (1862). Lumaya ang bansa noong January 27, 1977.

3.   Nadaan ako sa SUDAN, [476] lupain ng mga tribung *Black Africans* at ng *Nubians*
        Sa hilaga ay disyerto, sa sentro ay kapatagan, sa timog ay kagubatan,
        Sang-ayon sa sabi-sabi, ang ginto raw nilang yaman ay hinakot at ninakaw
        Niyong Pharaoh ng Ehipto, kaya naghirap ang buhay ng mga tao sa Sudan;
        Ang totoo—ang produktong agrikultura't industriya'y di gaanong karamihan
        Pagkat mailap ang tubig, at laging may giyera-sibil at iba pang kaguluhan.

4.   Ako'y natira sa KENYA, [477] ang minulan ni Obama sa silangan ng Africa
        Lupain ng *Black Africans, Kalenjin, Kamba, Kikuyu, Luo, Maasai* at *Luhya,*
        Tsaa, kape at turismo ang pangunang kayamanan sa kabuang ekonomiya
        May produkto ring kimikal, petroleo, semento, damit at gamit sa makinarya;
        Animnapu't walong taong ang Kenya ay binusalan at sinakop ng Britanya
        Kaya naman hanggang ngayon ang impluwensya ng British, mababakas itong marka.

5.   TANZANIA [478] ay nakita ko—isang malawak na bansa sa Afrikang kontinente
        Maunlad ang ekonomiya bunga ng agrikultura at minahan ng diyamante,
        May hatak din sa turismo, marami ang mga hayop sa reserbang mga parke
        May *Kilimanjaro Mountain/Lake Victoria/Lake Tanganyika/Plain of Serengeti;* [479]
        Mula kamay ng Aleman ang Tanzania ay nasalin, at British ang humalili
        Hanggang ganap na lumaya noong *nineteen-sixty-one*—ika-9 ng Disyembre.

6.   Sa ZAMBIA [480] ay nanirahan noong dekada-otsenta at doon ko namalayan
        Maunlad ang ekonomiya dahil sa mina ng tanso na pangunang kabuhayan,
        Idagdag pa'ng pangingisda, proseso ng pagawaan at produkto ng sakahan
        Bansang Zambia ay matatag, nadarama ang asenso ng maraming mamamayan;
        Mula siglong labingwalo ay nakontrol ng Britanya ang negosyo't kalakalan
        Natanggalan lang ng gapos noong dekada-sisenta at lumaya nang lubusan.

7.   Sa MALAWI [481] ay nanahan, isang bansang maralita, silangang-timog Africa
        Mahina ang kapasidad ng industriya't pagawaan at maging ang pagsasaka,
        Mga tribung *Bantu, Chewa, Ngura, Nyanja, Nguni* at *Lao* kailangang dumayo pa
        Sa minahan ng Zimbabwe, South Africa at ng Zambia para kumita ng pera;
        Ang Malawi ay sinakop ng Ingles na manlulupig, kinontrol ang ekonomiya
        Hanggang sila ay kalagan at ganap na pinalaya noong dekada-sisenta.

---

476   Ang Sudan ay pinakamalaki sa 52-bansa sa kontinente ng Africa, subalit isa sa pinaka-mahirap dahil sa limitado ang yamang-likas. "Khartoum" ang capital. Dati itong lupain ng tribung *Black Africans* at *Nubians*. Sinakop ang Sudan ng Ehipto (kasosyo ang Britain) sa loob ng mahigit na 50-taon. Naging malaya lamang ang Sudan noong January 1, 1956.

477   Ang Kenya—kapital ay "Nairobi"—ay isang bansa sa "puno ng sungay" o "Horn of Africa." Dito nagmula ang lahi ni Pres. Barack Obama ng USA. May nirentahang apartment ang awtor sa Nairobi noong nagtrabaho siya sa UNICEF-Somalia (1992-'94). Ang tsaa, kape at turismo ang pangunahing pinagkukunan ng ekonomiya. Maraming turista sa Kenya dahil sa iba't ibang uri ng hayop, gaya ng mga: *lephant/giraffe/rhinoceros/zebra/antelope/buffalo/cheetah/leopard/lion/crocodile/hippopotamus/ eagle/ostrich/stork* at iba pang klase ng ibon. Nasakop ng Great Britain noong 1895 at lumaya noong December 12, 1963 (68-taon nasakop).

478   Ang kapital ng Tanzania ay "Dar Es Salam" Isa itong malawak na bansa sa Silangang Africa. Dati ay binubuo ito ng dalawang bansa (Zanzibar at Tanganyika) na pinag-isa. Nasakop ito ng Germany noong 1891; naging teritoryo ng Britain noong 1946, at lumaya lamang noong December 9, 1961. Matatag ang ekonomiya ng Tanzania, kumpara sa ibang bansa sa Africa, dahil sa agrikultura, yamang mineral (*diamond/gold/mica/salt/silver/tin*) at turismo.

479   Ang "Kilimanjaro" ang pinakamataas na bundok sa Africa (5,895 meters) Ang "Lake Victoria" ang pinakamalaking lago sa Africa. Ang "Lake Tanganyika" ay pinakamahabang lago ng sariwang tubig at isa sa pinaka-malalim sa buong mundo. Ang kapatagan ng "Serengeti" ay maraming "wildlife reserves" na dinarayo ng mga turista. Malaking kita ang dagdag ng turismo sa ekonomiya ng Tanzania.

480   Ang Zambia ay nasa katimugang-sentro ng Africa at mayaman sa mineral na *copper, cobalt, lead* at *zinc* kaya mas maunlad. "Lusaka" ang kabisera. Mula 1924, sinakop ng British ang Zambia ("North Rhodesia" pa ang tawag noon). Lumaya ito noong October 24, 1964.

481   Ang Malawi ay mahirap na bansa sa silangang-timog ng Africa. "Lilongwe" ang kapital. Agrikultura ang unang kabuhayan. Kapos sa ekonomiya ang bansa, ngunit matahimik ang mamamayan. Sinakop ng mga British ang Malawi noong 1901 at lumaya noong July 1964.

138

8.	Sa ZIMBABWE [482] nakita kong agrikultura'y maunlad, lalong-lalo ang minahan
	May *asbestos/chrome/copper/tin/coal/iron ore/gold/precious gem* na mineral,
	Kaya yaong mga Ingles lumalaban ng patayan, bansa ay ayaw bitawan
	Kahit ngayong malaya na, tuloy pa rin ang sigalot dahilan ay pangangamkam;
	Sa Zimbabwe ko nakurong ang likas na kasakiman ang una't tanging dahilan
	Sa panlulupig ng Vikings sa maraming mga bansa sa buong sandaigdigan.

9.	Ang isa pang kasakiman ng manlulupig na Vikings, nakita ko sa NAMIBIA [483]
	Ayaw bitawan ang bansa pagkat marami pang yaman ang hindi pa nakukuha,
	Una'y kolonyang-Aleman, pagkatapos ay nalipat—British ang nagsamantala
	Hanggang lubos na lumaya, pagkat United Nations na ang nagbigay nitong manda;
	Mula dekada-nobenta ay tumindig ang Namibia (na dati'y Southwest Africa)
	Nabawi ng Black Africans ang lupain ng ninuno—lehitimong sa kanila.

10.	Ang BOTSWANA [484] ay lupain ng mga tribung *Batswana* at ng lagalag na *Bushmen*
	Sa malawak na disyerto, kung tawagi'y "Kalahari," lipat-lipat ng tirahan,
	Ang pang-unang ekonomiya ay mula sa pagsasaka at "manganese" na mineral
	Ang libel ng pamumuhay ay higit na maginhawa kumpara sa ibang bayan;
	Ang Botswana'y nilukuban ng anino niyong British—walumpung taon ang total
	Dekada-sisenta lamang nagsimulang magsarili sa kanilang pamumuhay.

11.	Ang ANGOLA [485] ay mayaman sa diyamante at petroleo at maging sa pagsasaka
	Maunlad ang ekonomiya kumpara sa ibang bansa sa lupalop ng Africa,
	Mula labinlimang siglo, mga Vikings na Portuguese ang nanlupig sa Angola
	Napilitang palayain nang dahil sa MPLA,[486] FNLA [487] at UNITA; [488]
	Gayunpaman nanatiling magulo ang pamumuhay pagkat palaging may giyera
	Ang tatlong organisasyon na ang hangad ay manaig at maghari bawat isa.

12.	MOZAMBIQUE [489] ay dating lupa ng tribu ng mga *Bantu* sa pampang ng Indian Ocean
	Malawak ang mga puwertong dinesenyo ng Portuguese para magsilbing daungan,
	Ang pangunang ekonomiya ay mula agrikultura at serbisyong kabayaran
	Sa paggamit nitong piyer at ng riles na mahabang patungo sa ibang bayan;
	Mula siglong labinlima ang Mozambique ay nilupig at inari ng Portugal
	Lumaya lang nang tumindig ang gerilyerong FRELIMO,[490] noong siglong labinsiyam.

482	Ang Zimbabwe ay ayaw bitawan ng mga Ingles dahil sa likas na yamang-mineral at maunlad na sakahan. "Bulawayo" ang kabisera. Ang dating tawag dito ay "Rhodesia" at nakontrol ng mga Ingles noong 1895-1978. Lumaya noong April 18, 1980 pero, tuloy pa rin ang gulo.

483	"Windhoek" ang kapital ng Namibia na dating kolonya ng Germany. Nalipat ito sa mga British noong 1920. Sa manda ng United Nations, naging malaya ang Namibia noong March 21, 1990. Nakita ng awtor ang paglaya ng Namibia. Naging *curricula/in-service training adviser* siya sa Vocational Training Centre Namibia (VTCN, 1989-1990), at *assistant training director* (1990-1992.

484	"Gaborone" ang kapital ng Botswana—bansa sa sentro ng Southern Africa. Mga tribu ng Batswana at Bushmen ang unang tao. Nakontrol ng British mula 1885, at lumaya noong September 30, 1966.

485	Angola ay sinakop ng Portugal mula 1500's. "Luanda" ang kabisera. Lumaya: Nov. 11, 1975.

486	MPLA—Daglat: "Popular Movement for the Liberation of Angola" (mga rebeldeng komunista).

487	FNLA—"Front for National Liberation of Angola" (rebelde mula North Angola).

488	UNITA—"National Union for the Total Independence of Angola" (rebelde mula South Angola).

489	Ang Mozambique ay nasa baybayin ng Indian Ocean sa silangang-timog ng Africa na lupain ng mga Bantu. "Maputo" ang kabisera. Mula 1500's ay sakop na ito ng Portugal. Ginawa itong daungan ng mga barkong pang-internasyunal. Lumaya ang Mozambique noong 1975.

490	FRELIMO—Daglat ng; "Front for the Liberation of Mozambique."

13.	Ang SWAZILAND [491] ay maunlad sa likas-yamang mineral, kagubata't pagsasaka
Kaharian nitong *Swazi*—tribung makisig, magalang ng katimugang Africa,
Ang hari ng mga Swazi, mula taong *eighteen-eighty*, yaong bansa'y pinarenta
Sa negosyanteng Europeo (magka-sosyong Dutch at British) bilang pastulan ng baka;
Nang malaon ay naglaban ang dalawang negosyante at sa British napapunta
Ang pag-aari sa bayan, hanggang ito ay bitawan noong dekada-sisenta.

14.	Sa loob ng South Africa'y isang reyno ang tumubo—ang pangalan ay LESOTHO [492]
Mahirap man itong bayan, matatag ang mamamayan mula tribu ng *Basotho*,
Pangunahing kabuhayan ay mag-alaga ng baka, limitado ang produkto
Pagkat halos panay bundok yaong buong kaharian at mahirap ang trabaho;
Mula *eighteen-sixty-eight* sila'y kusang napasakop sa mga Ingles na dayo
Nanghingi lang ng paglaya noong dekada-sisenta, tinalikdan yaong amo.

15.	SOUTH AFRICA [493] yaong bansa sa lupalop ng Africa na sakdal ng kaunlaran
Industriya't agrikultura tantong labis na maunlad, pati ang yamang mineral:
Asbestos/copper/diamond/gold/platinum/uranium/manganese/chromium/coal
Kaya yong mga *Boers* at British na manlulupig, lumalaban nang patayan;
Ang siste mo, isang "itim"—taon ng *nineteen-ninety-four*—ang pangulong inihalal
Nabaligtad and "Apartheid," mga puti naman ngayo'y nananangging walang laban.

Sa kabuuang konklusyon:	Limampu at dalawa'ng bansa sa lupalop ng Africa
Labinlima ang narating, nasilayan at nadama ang kabihasna't kultura,
Yaong buong kontinente ay nasakop, hinati ng pitong Vikings sa Europa
Kaya lamang binitawan, Black Africans ay dumami at lumakas na ang puwersa;
Ako'y lubhang nahahabag sa tribu ng mga Indian doon sa North America
Kanila bang kontinente'y isa na lang panaginip o bakas ng alaala?

491	Ang Swaziland ay isang kahariang maunlad sa Timog-Africa. "Mbabane" ang kapital. Naging kolonya ito ng mga Dutch at British mula 1880. Noong taong 1902, naggiyera ang dalawang Vikings, at sa British nauwi ang pananakop. Lumaya ang Swaziland—September 6, 1968.

492	Ang kahariang Lesotho ay nasa loob mismo ng bansang South Africa. "Maseru"ang kapital. Bulubundukin at mahirap ang lugar. Pag-aalaga ng baka, tupa at kambing ang pangunang kabuhayan. Mula 1868, nasakop ng England ang Lesotho. Lumaya ito noong October 1968.

493	Pinakamayaman ang South Africa sa mga bansa sa kontinenteng Africa. "Pretoria" ang kapital. Una itong sinakop ng mga Dutch (tinawag na Boers) noong 1562. Noong 1806, inagaw ng mga British ang kontrol sa bansa. Naging malaya ang South Africa noong 1931, subalit ang kontrol ay nasa mga British at Boers pa rin. Nagpa-iral sila ng polisa ng "apartheid" na nagdidiskrimina sa mga Itim sa lipunan. Nahalal na pangulo sa South Africa ang natibong si Nelson Mandela noong 1994—kaya mga puti naman ngayon ang biktima ng segregasyon.

KONTINENTE NG AUSTRALIA [494]

1.   Ang AUSTRALIA ay kasama sa kilalang kontinente
               (pito ang bilang sa mundo)
    Bilang isang kontinente, sukat nito'y pagkaliit
               at sa rango'y ikapito,
    Kapag 'tinuring na bansa, lawak nito ay pang-anim
               sa bansa ng uniberso
    Kung sa yaman mag-uusap, Australiano'y kahilera
               ng Canadia't Amerikano.

2.   Sa lupalop ng Australia ay marami'ng kayamanan
               mga likas na mineral
    May *bauxite/coal/gold/iron/lead/tin/natural gas/silver/zinc/*
               petroleum/uranium/opal,
    Produktong agrikultura—*dairy products/beef/pork/mutton/*
               barley/oats/wheat/wool/fruits/sugar
    Sa teknikong pagawaan, may *aircraft/automobile/ship/*
               steel/paper/furniture/handcraft/textile.

3.   Dati'y lupa ng "Australoids" [495] na sinakop ng eksplorer
               ang pangala'y Captain James Cook
    At ginawang *bilangguan* ng kriminal sa lipunan
               ng British na mananakop,
    Nang maglaon ay sinundan ng iba pang mga Ingles
               na sa England ay dayukdok
    Lalo pa nang matuklasan na may mina itong ginto
               sa may malapit sa "Bathurst." [496]

4.   Sa panahong ito ngayon progreso ng ekonomiya
               sa Australia'y damang-dama
    Mga dayong karamihan nagmula pa sa maraming
               mga bansa sa Europa,
    Samantalang ang natibong *Aborigines* ay totoong
               nalupig at nandalang na
    Dinaranas nila ngayon ang parehong katayuan
               ng Indian sa America.

---

494   Sinulat: March 13, 2009. Ang tulang ito ay rekoleksiyon ng awtor sa karanasan sa pagtira niya sa kontinente ng Australia noong taong 1982. "Canberra" ang capital. Matapos ipagamot ang dalawang anak sa USA, pinauwi niya ang pamilya sa Pilipinas. Dumaan siya sa Australia at napasok na *quality controller* sa Leyland Motors sa Sydney. Umuwi rin siya sa Pilipinas matapos ang anim na buwan. Hindi niya malunok ang naranasang diskriminasyon sa Australia.

495   "Australoids" o "Aborigines" ang tawag sa tribu ng natibong tao sa Australia. Sinakop sila ni Captain James Cook noong 1770. Noong May 13, 1787 labing-isang barko na puno ng mga "presong kriminal" na Ingles ang idinala sa Sydney ni Captain Arthur Philip para itapon at doon na manirahan. Noon na nagsimula ang pagdami ng mga puti sa Australia, lalo na nang matuklasan ang mina ng ginto (1851).

496   Ang unang mina ng ginto ay natagpuan sa New South Wales, malapit sa Bathurst. Sumunod ay natuklasan uli ang mina sa Victoria at Kalgoorlie (Western Australia).

5.   Noong ako'y bago pa lang, nilalakad ko palagi'ng
          "train station" ng Liverpool
At doon ko naranasan—sistemang di makatao,
          tawag ay diskriminasyon,
Batang puti sa karsada ako'y laging hinaharot
          at kanilang hinahabol
"Uog, uog . . . uog, uog!" [497] yaong sigaw—ako raw ay kakaiba
          hitsura ko'y mukhang-Vietcong.

6.   Sa train station ng Sydney, ako'y minsang nagkamali
          sa pagpili ng "ticket booth"
Ang "teller" na taga-tiket sa kabila ako tinuro
          nang pasigaw at umingos,
Tiyempo namang may binatang biglang tumawid sa "railway"
          ako'y bugok na sumunod
Pagdating ko sa kabila, ang binata'y nanlilisik
          na sa akin ay nanudsod. [498]

7.   Ang sabi niya: *"With your age now, you should be knowing exactly*
          what in the world, you are doing?
Truly, you can be imprisoned for the crime you just committed,
          which is . . . willful railroad-crossing?"
Ang sagot ko: *"I followed you, why did you cross, if the act is . . .*
          regarded as a grievous sin?
With your job and with your age now, you should be setting examples,
          acting as a good role-model!"

8.   Minsang ako ay namasyal sa isang seksiyon ng Sydney
          na kung tawagin ay King's Cross
Naisip ko na subukan at nang aking maranasan
          kung pano'ng pagsakay sa bus,
Pag-akyat ko sa itaas, ako'y dagling sumalampak
          sa upuang bandang-likod
Nang ako'y biglang sigawan ng drayber: *"Hey, get your ticket,*
          come, and pay first . . . you idiot!" [499]

<u>Sa kabuuang konklusyon:</u> Sa sarap ng pamumuhay sa lupalop ng Australia
Bakit di ko nasikmura ang nangyaring karanasan—hanggang ako'y umuwi na?
Ako'y isang "immigrant" din (mula taong *two-thousand-six*) sa Estadong California
Pero ako'y di tumagal—matapos ang sampung buwan, sinayang ko yaong visa;
Minsang ako'y nag-iisa, tinatanong ang sarili: "Ano ba talaga, Kuya . . .
Malaya ka sa bayan mo—ngunit gutom ang sikmura't nag-aaway ang bituka?"

---

497   Sa kanugnog-bayang Liverpool nagtira ang awtor. Sumasakay siya sa tren papuntang trabaho sa Sydney at pauwi. Papunta sa estasyon, ilang beses na hinarot siya ng mga batang Puti at sinigawan ng "Uog" na ang ibig sabihin ay "Unwanted Oriental Gentlemen."

498   Pangalawang beses ito na nadama ng awtor ang diskriminasyon. Sumunod siya sa isang binata sa pagtawid sa "railway" patungo sa kabilang "ticket booth." Ang binata pala ay empleyado ng railway. Pagkatawid ng awtor, pinagsabihan siya nito nang magaspang at masakit.

499   Pangatlong beses na dumanas ng diskriminasyon ang awtor sa bus. Hindi siya muna kumuha ng tiket at nagbayad, basta umupo agad. Akala niya ay may konduktor—katulad sa Pilipinas.

KONTINENTE NG ASIA [500]

Ang ASIA ay nangunguna sa lawak ng lupang sakop at sa dami nitong tao
Marami ang katangiang namumukod kaysa anim na kontinente sa mundo,
May bundok na sakdal taas, ilog na ubod ng haba't sakdal lawak na disyerto
Maluwang na kapatagan, makapal na kagubata't sari-saring mga tribu;
Sang-ayon sa lumang tala, ang mga tao sa Asia ang unang sibilisado
Nagtayo ng mga lunsod, kultura, literatura at sistema ng gobyerno.

Ang kontinente ng Asia ay mapalad sa mineral—katutubong yamang likas
Oil/gold/lead/diamond/copper/manganese/uranium/tungsten/aluminum/zinc/cobalt
May industriya ng asukal, proseso ng lamang-dagat, tabako, prutas at bigas
Pagawaan ng sasakyan, makinarya, kagamitan, barko, damit at ng armas;
Kung bagamat hindi pantay—apatnapu't isang bansa—may mayaman at mahirap
Darating din ang panahong may liwanag na sisikat sa mga bansang kulelat.

1. Sa bansang PAPUA NEW GUINEA [501] ay mahigit limang taong ako noo'y nanirahan
    Nasa Dagat Pasipiko, sa hilaga ng Australia, doon ang bansa'y gumitaw,
    Mga tao ay maitim at kulot ang mga buhok, mula tribong, "Melanesians"
    Na nilupig at sinakop nang halos tatlumpung-taon ng mga lahing Aleman;
    Noong taong *nineteen-fourteen,* ang bansa ay napalipat at sinakop ng Australian
    Hanggang ganap na lumaya noong *nineteen-seventy-five,* at sarili nang namuhay.

2. Sa Reynong SAUDI ARABIA [502] ako ay may tatlong buwang tumira at nagtrabaho
    Nakita ko'ng kaunlarang binubukal niyong langis sa mainit na disyerto,
    Malamig at masekreto, walang paki at malayo sa dayuhan ang Arabo
    Ito'y lubos kong nadama pagkat ako ay nagturo—isang gurong pang-tekniko;
    Kaymarahil ang ugali at kultura ng Arabo ang tanging puno at dulo
    Kaya sila'y di nalupig ng kahit na aling bansa ng kontinenteng Europeo.

3. Ang isa pang di nasakop ng Vikings na manlulupig ay ang imperyo ng JAPAN [503]
    Hari ng yaman sa Asia, bagaman at limitado ang kayamanang mineral,
    Minsang ako'y nagbakasyon, sa paliparan ng Tokyo ako noo'y napadaan
    Namasdan ko ang asenso at progresong damang-dama ang matinding kaunlaran;
    Magalang at masekreto, di mo halos matatarok ang sa Hapong kalooban
    Ngunit ito'y makikita sa taas ng ekonomiya at libel ng pamumuhay.

4. Kaharian ng MALAYSIA [504] ay nakita kong pahapyaw minsang ako'y nagbakasyon
    Kumpara sa Pilipinas—maunlad ang kabuhayan, ekonomiya ay masulong,
    Mula labinlimang siglo, tatlong bansa sa Europa'ng naghalinhinan sa kontrol
    Hanggang ganap na lumaya noong dekada-sisenta sa makabagong panahon;
    "Rubber" at "tin" ang produktong nangunguna sa Malaysia na sa bansa'y nagpayabong
    At ang natibong kultura—masikap ang mamamaya't limitado ang korapsyon.

---

500   Sinulat: March 30, 2009. Ito ay rekoleksiyon ng awtor sa mga bansang nayapakan sa ASIA.

501   Anim na taong nagtrabaho ang awtor sa Papua New Guinea (PNG). "Port Moresby" ang kapital. Siya ay Instructor/Training Coordinator sa Newtown Training Center (1975-'80).

502   Ang awtor ay tatlong buwan na naging Technical Instructor sa YANPET (Yanbu, Saudi Arabia).

503   Nakita ng awtor ang kaunlaran nang dumaan sa paliparan ng Tokyo (kapital ng Japan).

504   Portuguese/Dutch/English ang sumakop sa Malaysia. Kapital: "Kuala Lumpur." Lumaya:1963.

5.   Sa lunsod ng Bombay, INDIA [505] noong minsang mapadaan, nahambal ang kaluluwa
      Mga tao'y nagtalungko—may hawak-hawak na tabo—sa may gilid ng karsada,
      Doon sila dumudumi, pag sumapit ang umaga, pagkat wala ni-kubeta
      Ang sukdol na kahirapa'y noon ko lang nasaksihan sa dalawang mga mata;
      Mula siglong labimpito, sinakop ng mga British yaong bayan ni Mahatma [506]
      At ganap lang na lumaya noong *nineteen-forty-seven,* pero tuloy din ang giyera.

6.   Sa SINGAPORE [507] ay nadaan, minsang ako'y nagbakasyon sa bayan kong Pilipinas
      Nakita ko'ng kaunlaran at taas ng ekonomiya niyong mga Singaporeans,
      Sentro sa sandaigdigan ng kalakal at serbisyong pagbabangko at pag-angkat
      Sa malawak na daungan at lokasyon ng Singapore—ang yaman ay nagbubuhat;
      Mahigpit ang disiplinang pinaiiral sa bansa ng gobyernong naghahawak
      Ultimong kalye'y malinis, ni-upos ng sigarilyo'y may parusa ang magkalat.

7.   Ang THAILAND [508] ay isang bansa sa timog-silangang Asia na di nalupig ng Vikings
      May kayamanang mineral: *antimony/coal/copper/gold/lead/manganese/tin/tungsten,*
      Maunlad ang pangingisda, yamang-gubat at sakahang naghahatid ng pagkain
      At saganang pamumuhay sa mga "Thais" na natibong mabait at masayahin;
      Kung bagaman at mabuway ang sistemang pulitika sa nabanggit na lupain
      Mamamayan ay malayo sa lublob ng kahirapan at matinding suliranin.

8.   Sa HONGKONG [509] ay naranasan uri ng diskriminasyon ni Tsip Chao sa Pilipino
      Nang ako ay maparaan sa airport ng mga Sanglay, na taguri'y Intsik-beho'
      Opisyal ng imigrasyon ay magaspang na nagalit at ako ay ininsulto
      Nang ang "portable computer" ay hindi ko ipinasok sa x-ray na instrumento;
      Sa halip ay 'pinakita ang ID Card na "Diplomat"—sa UNICEF ang trabaho
      Tanong niya: *"Diplomat you . . . or domestic helper you?"* at ngumisi pa ang loko.

      <u>Sa kabuuang konklusyon:</u>   Noong dekada-sisenta ay sunod tayo sa Japan
      Sa rehiyon ng "Southeast Asia," sa ganda ng ekonomiya at taas ng pamumuhay,
      Sa pagdaan ng panahon, yaong kanser na korapsyon kumalat sa buong bayan
      Tulad ng Fort Bonifacio, ang "NBN-ZTE Deal" at ang "Fertilizer Scam;"
      Kung kaya ang Pilipino—kahit na magpa-alila'y gumagawa ng paraan
      Magagagalit ka ba ngayon kung tawagin kang alipin ng Intsik-behong si Chip Tsao?

---

505   Ang India ay pangalawa sa China sa mga bansang may pinakamaraming tao sa buong mundo. Ang kapital ay "New Delhi." Pampito ang India sa pinakamalawak na bansa sa daigdig at isa rin ang India sa pinakamahirap na bansa. Ang likas na yaman ay hindi pa ganap na namimina. Nasakop ito ng British mula 1575 at lumaya noong August 15, 1947.

506   "Mahatma" o taong punong-puno ng karunungan ang tawag kay Mohandas K. Gandhi. Siya'ng bayaning namuno sa laban para lumaya ang India. Binaril siya at napatay noong 1948.

507   Ang Singapore—"Singapore" din ang kapital—ay istrikto ang mga batas kaya disiplinado ang mga mamamayan na ang resulta ay kaunlaran. Sinakop din ng British ang bansa, mula 1826 at naging malaya lamang noong 1965 (135-taong nalupig).

508   Ang Thailand ay isang monarkia na hindi nalupig ng alinmang bansa sa Europa. "Bangkok" ang kapital. Maunlad ang ekonomiya ng bansa kumpara sa Pilipinas, gayong sa Pilipinas lamang nag-aral ang mga "Thais" kung paano ang tamang pagsasaka?

509   Wala pa si Tsip Chao—ang supladong "writer" na nagsabing ang Pilipinas ay bayan ng mga alipin—nang madaan ang awtor sa Hongkong (1994). Sa isang banda, totoo na ang Pilipinas ay bansa nga ng mga alipin. Mahirap ang buhay at nagpapa-alila ang mga Pilipino sa ibang bansa para mabuhay ang pamilya—habang patuloy ang korapsyon sa iba't ibang sangay ng pamahalaan.

SA LUMANG SIMBAHAN [510]
(Tulang-kasaysayan)

1.
Isang dapit-hapon noon ang panahon ay masungit
At ang unos na matindi'y nagbabanta yaong ngitngit,
Sa pisngi ng kalawakan ay wala nang mamamasid
Liban sa ulap na itim na may dala-dalang hapis;
Hapis na pag ibinagsak, kasunod ang madlang galit
Na tiyakang pipinsala't magdudulot ng ligalig.

2.
Samantala, sa simbahang larawan ng katandaan
Daan-taong napatirik sa pusod ng isang bayan,
Abot-abot ang kalampag, wari manding matatanggal
Yaong yerong naka-atip na doon ay nakatapal;
Ngunit laking pagtataka—sa altar na dalanginan
Ay may binata't dalagang nakaluhod/nagdarasal.

3.
"Oh, Mina ng aking buhay," noo'y bulong ng binata
"Ang pag-ibig ko sa iyo—batid ng Diyos—darakila,
Ito'y pangako sa iyo, isang matibay na sumpa
Ikaw lang ang iibigin hanggang doon kay Bathala;
Ang pamanhik ko sa iyo, pahirin ang mga luha
Hindi kita tatalikdan, lumuwas man ng Maynila.

4.
"Kung ako man ay lalayo sa piling mo, aking mahal
At sa lunsod ng Maynila'y makikipagsapalaran,
Ito'y dahil din sa iyo, nais kitang mahandugan
Ng bukas na maligayang may matibay na sandigan;
Kung ako ba ay palaring matapos ang pag-aaral
Di pagbalik ko sa iyo, ihahandog ko'y tagumpay?"

5.
"Kung ako lang aking Lino, hindi ako naghahangad
Sapat na ang mamalagi ka sa akin hanggang wakas,"
Ang iba pang sasabihin ng dalaga'y di natupad
Nang ang labi ng binata sa labi n'ya ay lumapat;
Samantala, yaong ulan ay biglaang ibinagsak
Kasunod ang mga kulog at guhit ng mga kidlat.

6.
Lumipas ang mga araw na puspos ng kalungkutan
Ang dalawang magkasuyo'y tuluyang nagkahiwalay,
Ang binatang napatungo sa Maynila'y di nagkulang
Sa pagsulat sa dalagang lumuluha nang iwanan;
Samantalang ang dalaga tuwina ay nagdarasal
Pagsapit ng dapit-hapon, doon sa lumang simbahan.

---

510   Sinulat: March 12, 1964. Ang tulang ito ay hango sa isang lumang kundiman na may ganito ring pamagat: "Sa Lumang Simbahan." Isinama ng awtor sa kabanatang ito bilang "natatanging rekoleksiyon" sa una niyang pag-ibig. Nagtamo ng unang gantimpala ang awtor nang bigkasin niya ito sa timpalak-bigkasan sa kanyang paaralang, "Technological Institute of the Philippines" (TIP, Manila) noong March 1964.

7.
       Tuwing uuwi ang binata tinitipan ang dalaga
       Doon sa lumang simbahang sumaksi sa sumpa nila,
       Sa harap ng Nazareno ay patuloy ang panata
       Ng busilak na pag-ibig na laan sa isa't isa;
       Ilang beses na inulit ang sumpaang walang-bawa
       Sinaksi ang Panginoon sa dalisay na pagsinta.

8.
       Minsan noon, si Lino nang umuwi ay di dinatnan
       Ang dalagang iniirog doon sa lumang simbahan,
       Sa sulok na naging saksi ng matapat na sumpaan
       Makapal ang alikabok ng dati nilang luhuran;
       Ito'y matibay na saksing si Mina niyang minamahal
       Ay tiyak na di sumipot—di tumupad sa tipanan.

9.
       Palibhasa ang binata ay likas na maramdamin
       Di na niya inalam pa, mga bagay-bagay/dahil,
       Sa Maynila'y agad-agad na nagbalik siya noon din
       Upang hugasan ang pusong nasugatan/nahilahil;
       Hindi na rin sinulatan ang dalagang ginigiliw
       Sa tindi ng hinanakit—para siyang mababaliw.

10.
       Napatuon ang binata sa kaniyang pag-aaral
       Ang lahat ng hinanakit sa aklat niya ipinataw,
       Nagsikap nang lalong-higit sa kaniyang hanapbuhay
       Upang lubos na malimot ang mahapding karanasan;
       Kaya naman sa paglipas at pagdaan nitong araw
       Halos ay di na mabigkas pangalan ng kasintahan.

11.
       Isang araw nang si Lino'y naglalakad na papasok
       Sa kaniyang paaralan, siya'y biglang napaudlot,
       Pagkat kanyang nasalubong ang kababayang si Carlos
       Na lumuwas ng Maynila upang doo'y magpagamot;
       Nang kaniyang usisain ang tungkol kay Minang irog
       Nailing ang kababata at malungkot na sumagot.

12.
       "Si Mina mong minamahal ay lagi kong nakikita
       Doon sa lumang simbahan na may lalaking kasama,"
       Ang iba pang sasabihin ni Carlos ay may pumara
       At si Lino ay humadlang: "Carlos, sukat na . . . sukat na;
       Kaya pala di sumipot ang taksil at palamara
       Doon sa aming tipanan, ay mayro'n nang bagong sinta!" [511]

---

[511] Nota: Ang mga kaganapang inilahad, mula sa una hanggang sa ika-12 saknong ay tunay na naganap sa buhay at pag-ibig ng awtor. Totoong nagkaroon siya ng unang pag-ibig sa isang dalagang may pangalang "Mina." Magka-eskuwela sila sa "Central Luzon School of Arts & Trades" (CLSAT), Cabanatuan, Nueva Ecija. Naging bida sila na magkatambal ni Mina sa isang operetang may pamagat na: "Reyna ng Silangan." Itinanghal ang operata nang buong isang linggo sa paaralan (gabi-gabi). Dito nagsimula ang romansa nila ni Mina. Naging magkasintahan sila at nagsumpaan sa harap ng Poong Nazareno sa lumang simbahan ng Cabanatuan (1959), bago lumuwas ng Maynila ang awtor para magtrabaho at mag-aral. Subalit sa buhay, anumang bagay na talagang hindi para sa iyo ay hindi mo matatamo. Si Mina ay naunang nag-asawa—nagpakasal sa isang dating kamag-aral nila sa CLSAT.

13. "Magbabayad s'ya nang mahal sa kaniyang pagtataksil
     Sa kaniyang paglililo, siya'y aking sisingilin,
     Ito'y matibay kong sumpa, siya'y aking hahanapin
     Hanggang dulo ng daigdig buhay ko man ay makitil."
     At umuwi ang binatang sa dusa'y halos mabaliw
     Pagkat mahal-na-mahal pa sa kanya ang ginigiliw.

14. Dapit-hapon nang sapitin ng binatang nadidimlan
     Ang malayong pinangsadya na pusod ng kabayanan,
     Lakad-takbo ang ginawa—humahagok/humihingal
     Nang sapitin yaong bungad sa bakuran ng simbahan;
     At hampas ng pitong kulog, nakabukas ang pintuan
     Sa loob ay may dalawang kaluluwang nagdarasal.

15. Sukat sa nakitang yaon, balaraw n'ya ay hinugot
     At tinarakan sa puso ang dalagang iniirog,
     Ang lalaki'y nakatakbo at hindi na nagpaabot
     Sa kay Linong naglalatang/nagagalit/napupuot;
     Nang si Lino ay bumaling kay Minang nanggigipuspos
     Sa laki ng pagkahabag ay kinalong na mataos.

16. "Mina, ako'y patawarin kung ito man ay ginawa
     Ang pag-ibig ko sa iyo—batid ng Diyos—darakila,"
     "Lino, di ka nagkasala," paos na tinig ng mutya
     "Kaya lamang, dapat sana'y iyo munang inunawa;
     Ang lalaking nakita mo'y dili-iba't pinsan ko nga
     Na sa aki'y naghahatid dito sa simbahang luma."

17. "Noong minsang umuwi ka . . . Oh, Lino ng aking buhay
     Ako ay mayroong sakit, sa banig ay nakaratay,
     Ngayong mapag-unawa mo ang bagay-bagay/dahilan
     Patawarin mo na ako, kung ito ma'y pagkukulang."
     Di naglaon ang dibdib niya ay tumigil sa paggalaw
     At hinigit ang balikat—tuluyan nang nalungayngay.

18. "Mina . . . hintay aking Mina, ako giliw ay hintayin
     Kita'y aking iniibig, hininga mo ay bawiin,
     Dito sa lumang simbahan tayo ay pagtataliin
     Upang di na maghiwalay magpahanggang luksang libing!"
     Pagkatapos ang dibdib niya'y sinaksak nang buong-diin
     Hanggang ang lumang simbaha'y balutin ng dusa't lagim. [512]

---

512   Nota: Ang mga kaganapan mula ika-13 saknong hanggang sa katapusan ay hindi totoong nangyari. Ito ay haraya lamang ng malikhaing kaisipan ng awtor. Trahedya ang naging wakas sa tulang ito—taliwas sa tunay na pangyayari sa buhay. Si Mina ay muling nakita ng may-akda, makalipas ang 25-taon ng kanilang pagkakahiwalay. Nakasakay niya si Mina sa isang diyep—mula sa Blumetritt—patungong Muñoz, Quezon City. Ayon kay Mina, hindi raw siya nabiyayaan ng kahit na isang anak. Marahil daw ay dahil sa pagtalikod niya sa sumpaan nila sa harap ng Nazareno sa lumang simbahan ng Cabanatuan. Bagamat hindi sila nagkatuluyan ni Mina, ang may-akda ay wala nang anumang hinanakit. Matagal na siyang nakasulong mula sa kanyang natatanging karanasan sa unang pag-ibig.

IV. BAKAS NG AKING NAYON

Nais kong marating ang patutunguhan
Kaya binabakas yaong pinagmulan,
"Ang hindi lumingon sa pinanggalingan
Di makararating sa paroroonan!"

. . . Matandang Salawikain

ANG AKING NAYON [513]

1.
Sa dalawampung taong paghahanap-buhay
Sa labas ng bansang aking sinilangan,
Kontinenteng anim, aking nayapakan
Ang di ko nalipot—ikapitong bilang. [514]

2.
Sa dami ng lugar na aking narating
Larawan ng nayon ay bao't kapiling,
Sa puso ko't diwa'y gintong salamisim
Ang alindog niyang doo'y nakatanim.

3.
Ang nayon kong sinta ay nasa pagitan
Ng dalawang buhay na agos-tubigan,
May sapang maliit sa gawing silangan
At malaking ilog sa bandang kanluran.

4.
Ang sapang maliit ay maraming isda
May hito at bulig, may suso at biya,
Sa pananalakab, o sa pangangapa
Tiyak ang pang-ulam ng kanayong dukha.

5.
Magkabilang pampang ng sapang maliit
Kawaya't bagutot ang pader sa gilid,
Upang di maligaw—ibaliktad ang damit
Pag daan sa punso: "Nuno, paraan . . . please!"

6.
Malasawang ilog na palikaw-likaw
Ang kristal na tubig ay puno ng buhay:
Gurame, lukaok, bangos, karpa, ulang
Palos, hito, bulig, hipo't buwan-buwan.

7.
Sa kabilang-ilog—tumanang maganda
Sari-saring gulay bubuglaw sa mata:
Pakwan, mais, melon, gabe at kasaba
Kamote, saluyot, okra't ampalaya;
Ito'ng mga gulay na hindi kasama
Na sa "Bahay-Kubo," dapat idagdag pa.

8.
Singkamas at talong, sigarilyas at mani
Sitaw, bataw, patani,
Kundol, patola, upo't kalabasa
At saka mayro'n pang labanos, mustasa;
Sibuyas, kamatis, bawang at luya
Sa paligid-ligid ay puno ng linga. [515]

---

513   Sinulat: January 6, 2004. "Sumacab" ang pangalan ng nayon na sinilangan ng may-akda.

514   Bilang OFW, anim na kontinente (sa pito) ang nayapakan ng awtor. Plano niya na marating din ang Antartica (ika-pito) pero, napilitang umuwi noong 1994. Naglason ang anak na si Mao.

515   Inilista ng awtor ang mga gulay na binanggit sa tradisyunal na awiting: "Bahay-Kubo."

9.   Ang kabilang sapa'y latag na bukirin
Taniman ng palay na ginto sa tingin,
Habang pantay-tuhod at berde sa turing
Suso, hito, bulig, talangka'y hulihin.

10.   Pag namimilapil sa lawak ng linang
Kinakailangang marunong manimbang,
Bukod sa makipot ay may naghambalang
Amorseko't damong makahiyang ligaw. [516]

11.   Sa puso't damdami'y hindi mapapaknit
Larong kabahagi noong ako'y paslit,
Kapag maliwanag ang buwan sa langit
Piko, harantaga, sungka at kurikit. [517]

12.   Alas-kwatro pa lang sa madaling araw
Ako'y nasa likod nitong si kalakian, [518]
Upang pakainin muna ng almusal
Bago sa araro siya'y aking isingkaw.

13.   Magbabaguntao,[519] ako'y walang habas
Mang-umit ng mangga, sampalok, bayabas,
Kamatsile, santol, mabulo at duhat
Sa ibang bakuran laging hinahagad.

14.   Pakwang ubod-tamis ni Tandang Agaton [520]
Kagyat nang may kipkip pag siya'y nalingon,
Magkaminsa'y mayro'n pang dagdag na melon
Panghalo-halo sa init ng panahon.

15.   Sa aki'y di likas ang gawang mang-umit
Ngunit tuwa ko nang palagi sa dibdib,
Ang may pasalubong sa mga kapatid
Na sa labing-isa'y—pito ang maliit. [521]

16.   Nais kong marating ang patutunguhan
Kaya binabakas yaong pinagmulan,
"Ang hindi lumingon sa pinanggalingan
Di makararating sa paroroonan!"

---

516   Ang "amorseko" ay damong-ligaw na tunutubo sa bukid. Ang bunga ay parang tinik at makapit sa damit. Ang "makahiya" ay matinik ang baging; maliliit ang dahong tumitiklop pag nagalaw.

517   Ang mga ito ang karaniwang uri ng laro ng mga bata sa nayon kapag maliwanag ang buwan.

518   "Kalakian" ang tawag ng awtor sa malaki niyang lalaking kalabaw na katulong sa pagsasaka.

519   Ibig sabihin ay malapit nang magbinata. "Baguntao" ang tawag sa lalaking husto nang binata.

520   Si "Mang Agaton Francisco" ay may tanim na pakwan at melon sa tumana. Pag nadaan ang awtor sa pakwanan, madalas ay natutukso siyang "manikwat" ng isang hinog na bunga.

521   Labing-isa silang magkakapatid. Pang-apat siya, kaya pitong batang kapatid ang pinaliligaya pag may dalang pasalubong. Likas sa kanya ang pagtulong. Siya ang "naghawan ng landas" kaya nakapag-aral ang huling kapatid—na ang apat ay nakatira sa Canada at isa sa US.

"ANG GATAS NG HAYOP . . ." [522]

1.
    Sa kasalukuyang panahon ang DOH [523] ay mayroong
        TV-komersiyal pambata
    Ang gatas daw nitong aso ay gatas na natatangi
        na para lamang sa tuta,
    Ang gatas daw nitong baboy ay pasuso na biik lang
        ang dapat na managana
    At ang gatas nitong baka ay nutrisyong nakalaan
        na para lamang sa guya;
    Binibigyang-diin dito, pagpapasuso ng ina
        sa kaniyang bungang mura
    Upang supling ay lumusog—sa katawan at isipan
        sa salita at sa gawa.

2.
    Ang konsepto ng DOH ay totoong mahalaga
        sa kanino mang mag-ina
    Ito'y dunong-kalusugan na nasusulat sa aklat
        magmula pa noong una,
    Ngunit may pagkakataong hindi ito nasusunod
        ng maraming mga ina
    Pagkat "taboo" [524] na ang ina'y magpakita nitong suso
        sa masuring mga mata;
    At mayroon pa ring kaso, ang babae ay nagsilang
        na totoong matanda na
    Anuman ang kanyang gawin—ang katawan ay tuyot na
        walang gatas na makuha.

3.
    Noong taong *nineteen-fifty*, halos limampung taon na
        nang si inang ay magsilang
    Kapatid kong ikasampu—ang akala nami'y bunso
        "Amelia" ang 'pinangalan,
    Komo isang may edad na, wala na ang kapasidad
        ng ina kong minamahal
    Na makalikha ng gatas pagkat yayat na at tuyot
        ang lupaypay na katawan;
    Kaya gatas-kondensada ang ibinuhay kay "Bunso" [525]
        simula pa nang isilang
    Isang kurus na mabigat—pagkat walang hanapbuhay
        ang aking tatang at inang.

---

522   Sinulat: January 20, 2004. Ito ay pagbabalik-tanaw ng awtor sa hirap ng buhay na pinagdaanan noong kanyang kabataan. Pang-apat siya sa labing-isang magkakapatid. Panganay siya sa dalawang lalaki, at sa kanyang balikat maagang napaatang ang liderato ng pamilya. Ang tatang niya ay "wala" at kasapi noon sa "Hukbo ng Bayan Laban sa Hapon" (HUKBALAHAP).

523   Ang "DOH" ay "Department of Health"—ahensiya ng gobyerno para sa kalusugan ng mamayan.

524   Ang "taboo" ay ginagamit, na ang ibig sabihin ay bawal o kahiya-hiya.

525   Akala ng pamilya ng awtor ay panghuli na si "Amelia" sa hilera ng magkakapatid, kaya "Bunso" ang nakagawiang itawag. Pero, hindi pala—may sumunod pang isang babae. Sa ngayon, si Amelia ay isa nang matagumpay na propesyonal sa Canada, mula pa noong 1970s.

4.   Ang tatang ko ay malayo—nasa Bundok Sierra Madre
                     kasapi sa HUKBALAHAP
         Kami noo'y naka-"retreat" [526] sa bayan ng Cabanatuan
                     sumasakop sa Sumacab,
         Labindal'wang taon ako—dapat sana'y nag-aaral
                     naghahanda para bukas
         Pero ako'y nasa kalye—naglalako nitong diyaryo
                     para mayro'ng ipang-gatas;
         Ngunit sa buhay ng tao, may araw na binubwenas
                     mayro'n ding araw na malas
         Kapag ako'y di kumita, yaong gatas ni Amelia'y
                     palaging "aam" [527] na maalat.

5.   Sa awa ko sa kapatid na lagi nang umiiyak
                     kapag "aam" ay sinisipsip
         Ako'y natutong gumawa nang labag sa tamang-asal
                     ako'y natuksong mang-umit,
         Kapag ako'y walang kita sa pagtitinda ng diyaryo
                     mayroon ding ilang beses
         Nasok ako sa palengke—pag nalingon ang tindera,
                     kondensada'y nakasukbit; [528]
         Sa mura kong kaisipan, tiyak nitong aking budhi
                     ang hangad ko ay malinis
         Nais ko lang maisalba sa gutom ang aming "Bunso"
                     iyo'y batid nitong langit.

6.   Subalit kahit malinis, hangarin man ay busilak
                     kung paraan ay di tama
         Ay may karmang nakalaan upang pigilin ang tao
                     sa gawaing nalilisya,
         Sa ikatlong pang-uumit nitong gatas-kondensada
                     ako'y kagyat na napatda
         Nang ako ay sinunggaban sa baraso ng tindera
                     at pinigil nang patuya:
         "Amang, sa mura mong gulang—isa ka nang magnanakaw
                     hindi ka ba nahihiya?
         Sana'y nagsabi ka na lang—wag mong sirain ang dangal
                     sa paggawa ng masama." [529]

---

526   Noong unang mga taon ng 1950s, laganap ang gulo sa Nueva Ecija dahil sa paglalaban ng mga HUK at ng pamahalaan. Ang nayong Sumacab ay isa sa pinamumugaran ng mga HUK kaya madalas mag-raid ang mga sundalo ng Philippine Constabulary (PC). Lumikas ang pamilya ng awtor sa Cabanatuan. Komo hindi makapagtanim sa tumana at bukid, ang pamilya niya ay dumanas ng matinding kahirapan.

527   Ang "aam" ay isang klase ng sabaw na gawa mula sa lugaw, o kaning malambot.

528   Sa tuwing papasok sa palengke ang awtor, walang ibang bagay siyang inuumit kundi isang lata lamang ng gatas-kondensada, para maipasuso sa kapatid na si Bunso.

529   Ang tinderang nakahuli sa kanya ay siya ring may-ari ng tindahan. Ang pangalan niya ay "Angela"—isang pangalang bagay-na-bagay sa kanyang katauhan. Isa siyang dating guro, na nang lumaon ay nagnegosyo na lamang, kaya puno ng aral ang kanyang mga salita.

7.   Pumapatak yaong luha, kasaliw ang mga hikbi
           ako ay nagpaliwanag:
     "Napilit po 'kong mang-umit—kapatid ko'y nagugutom
           kailangan n'ya ng gatas,
     Kung gusto n'yo, hayo kayo—at sa akin ay sumama
           upang kayo'y makatiyak
     Na ang rason ko'y totoo—ako po ay nang-umit lang
           pagkat buhay ang katapat;"
     Ang tindera ay sumagot: *"Kung bagaman at totoo*
           ang lahat mong inihayag
     Hindi pa rin makatuwirang gumawa ka ng masama
           at mang-umit ka ng gatas.

8.   *"Kung maraming Pilipino ang matututong magnakaw*
           pagkat tantong kailangan
     Ano na ang mangyayari sa bukas na hinaharap
           nitong ating Inang-Bayan?
     Kung sa murang kaisipan ninyong mga kabataan
           matatak ang panlilinlang
     Anong klaseng Pilipino ang henerasyong susunod,
           naiisip mo ba, amang?
     Dapat sanang ginawa mo, sa akin ay nagsabi ka
           disi'y di sana nagnakaw
     Baka sa awa ko sa'yo—ang gatas na kondensada
           ay ibigay ko na lamang!

9.   *"Hindi kita papu-pulis, pero di ko ibibigay*
           nang libre ang kondensada
     Magsikap ka at mag-ipon, bayaran mo ako dito
           kapag ika'y nagka-pera,
     Huwag-na-huwag kang magnakaw, kung kailangan mo'ng gatas
           sa akin ay magbalik ka
     Ika'y pauutangin ko—pero dapat kang magsikap
           at bayaran ang nakuha;
     Sa buhay ng isang tao, ngayon pa lang ay tandaan
           sa isipa'y ipanata
     Walang libre—kahit ano'y dapat mo lang paghirapan
           nang matamo ang ginhawa."

10. At gano'n nga ang nangyari—ang gatas na inumit ko'y
           inilista bilang utang
     Nang ako ay makaipon mula sa diyaryong paninda
           ay agad kong binayaran,
     Mula noo'y palagi nang may istak na kondensada
           kapatid kong minamahal
     At ako'y lalong nagsikap na kumita ng salapi
           sa paglipas niyong araw;
     Ngayon ko lang napaglimi—kahit na "gatas ng hayop"
           ay labis ang katuturan
     Si Amelia ay lumaking propesyonal—maka-Diyos
           makatao't makabayan!

BUKID AT TUMANA ⁵³⁰

1.
Isang hiwagang nagisnan sa nayon kong sinilangan
     itong bukid at tumana
Pa'no kaya nadiskubre nitong tao ang sistema
     sa pagbubungkal ng lupa?
Madawag na talahiban ay hinawan at binungkal
     gamit ang sipag at tiyaga
Pagkatapos ay tinamnan nitong palay at ng gulay
     sa buhay ay pampahaba.

BUKID:

2.
Kalikasan ay katulong sa siyensiya ng pagbubukid
     tuwing Hunyo ay maulan
Iniipon ng pilapil yaong tubig sa pinitak
     upang mabuhay ang palay,
Mayo pa lang, magsasaka'y may sabog nang mga binhi
     sa nakatakdang punlaan
Upang pagpasok ng Hulyo, mga punla ay bunutin
     at maitundos sa linang.

3.
Matapos na maitanim ang punla sa tamang agwat
     at hanay ng pagkatundos
Ang alaga at pataba ay pirmihang nakaplano
     sa sistemang sunod-sunod,
Pag ang usbong nitong palay ay malapit nang pumantay
     sa taas na lampas-tuhod
Dadamuhan ang pagitan upang ganap na sumibol
     at mabilis na lumusog.

4.
Sa maingat na subaybay ng dakilang magbubukid
     sa loob ng apat na buwan
Yaong palay ay sumapaw, nagyuko ng mga uhay
     butil ay may gintong kulay,
Ito'y kagyat na ginapas, sa belita'y hinalayhay
     pinatuyo sa arawan
Tinimbon at ipinangko, sinipok at minandala
     bilang handa sa giikan.

5.
Dumating ang tilyadora't ang mandala ay giniik
     hiniwalay yaong butil
Sa sako ay inilagay at pagdating nitong bahay
     sa matong ay isinalin,
Magsasaka'y nakangiting nagpahid ng kanyang pawis
     at sa langit ay tumingin:
"O, Diyos ko, salamat po—pamilya ko'y siguradong
     isang taong may pagkain!"

---

530   Sinulat: March 4, 2004.

TUMANA:

6.   Kahoy, kugon at talahib—ang madawag na bagutot
                buong hirap na hinawan
       Upang ito ay bungkalin at matamnan nitong gulay:
                labanos, mustasa't bawang,
       Singkamas, mais, kamatis, talong, melon, sitaw, upo,
                kundol, kalabasa't pakwan
       Sibuyas, patola, mani, gabe, ampalaya, kasaba,
                saluyot, okra at bataw.

7.   Noong aking kabataa'y nasaksihan sa tumana
                pagbulaklak ng akasya,
       Santol, mangga, kamatsile, atis, sampalok, mabolo,
                kamyas, bayabas, banaba,
       Langka, suha at anonas, guyabano't sinigwelas,
                duhat, saging at papaya,
       Katuray at diliwariw, kulasiman at kulitis
                amorseko't damong-marya.

8.   Nasubok ko ang humimlay nang mag-isa sa tumana [531]
                sa kubo nang buong tapang
       Habang ako'y nagbabantay sa hitik na pamumunga
                ng tanim naming halaman,
       Tanging awit ng kuliglig at huni ng mga tuko
                sa pusikit na karimlan
       Ang oyaying nagsisilbi para ganap na malimot
                yaring aking kamalayan.

9.   Tumana rin ang "guro" ko sa disiplina't tungkulin
                bilang isang manggagawa:
       "Ang lahat kong kakainin sa tulo ng aking pawis
                nararapat na magmumula,"
       Sa likod ng kalakian ko at sa buntot ng araro
                ay lubos kong naunawa
       Ang kawawang kalagayan ng maraming Pilipino
                na tulad kong maralita.

10.   Sa pagdami nitong tao nagbago na ang tadhana
                sa palad ng aking bayan
       Itong bukid at tumana'y unti-unting nabubura
                sa mapa ng kasaysayan,
       Karamiha'y dinebelop, tinayuan ng gusali
                at ginawang residensiyal [532]
       **Magsasaka, saan ka ba magtatanim pa sa ngayon
                ng palay mo at ng gulay?**

---

531   Labing-isang taon ang awtor nang simulang tumulong sa mga magulang, sa bukid at tumana. Natutulog siya nang nag-iisa sa kubo habang nagbabantay sa mga halamang-gulay.

532   Sa ngayon, marami na ang bukid at tumana na ginawang industriyal at residensiyal na lugar.

SI TATA BASILIO [533]

1.
Sa lahat ng amain ko sa lahi ng aking tatang
Tanging si "Tata Basilio" ang humubog sa isipan, [534]
Ang halaga nitong dunong—sa kanya ko natutuhan
Sa pagtula at pagsulat, siya'ng aking unang gabay.

2.
Sa nayong kong sinilangan siya'y lider na matatag
Kapitan s'ya nitong baryo—iginagalang ng lahat,
Palibhasa ay mapintog ang katawan at malapad
Ang bansag ng mga tao: "Si Tata Basiliong Bondat." [535]

3.
Ngunit hindi lamang tiyan ang bondat sa amain ko
Bondat din ang kaisipan at likas na matalino,
Siya ang unang nagpundar—naging "Maestro ng Arakyo" [536]
Isang dulang kabanalan, sa tuwing sasapit ang Mayo.

4.
Lubha siyang maistrikto sa palakad nitong nayon
Kaya tao'y mababait—wala kahit isang maton,
Ang sinumang magkamali, matitikman yaong baston [537]
Ng amain kong diretso ang landasing tinutunton.

5.
Mahigpit sa disiplina, kahit na ang kamag-anak
Aabutin ng hambalos pag sa tuwid ay luminsad,
Ako'y malimit bantaan: *"Dadakulan kita, anak*
Kapag ikaw ay nagluko, maglalatay buong balat!"

6.
Malaki ang naitulong nitong si Tata Basilio
Sa tahimik at maunlad na progreso nitong baryo,
Ang balanang residente'y "damang-dama ang asenso"
Dahilan sa may tuntuning sinusunod na pantao.

7.
Kaya ako'y umasenso sa pagdulang nitong dunong
Hanggang ako'y maging ganap na doktor ng edukasyon,
Salamat Tata Basilio, sa gabay mo at pagtulong
Ikaw nawa'y lumigaya—saan ka man naroroon!

---

533 Sinulat: April 10, 2004. Si Ginoong Basilio S. Catahan (SLN) ay pinakamatandang kapatid ng tatang ng may-akda. Anim silang magkakapatid—dalawang babae at apat na lalaki.

534 Si Tata Basilio ang unang nagturo sa awtor sa pagsusulat, pagkanta at pagtula. Paborito siyang pamangkin ni Tata Basilio, komo bibo raw at likas na matalino. Sa gulang na sampung taon, hinirang siya ni Tata Basilio na gumanap sa papel ng, "Prinsipe Constantino" sa palabas na: "Arakyo: Buhay ni Sta. Elena."

535 Ang "bondat" ay karaniwang bansag sa isang taong malaki ang tiyan, kaysa sa normal.

536 Si Tata Basilio ang unang Maestro ng Arakyo—isang dula sa entablado na parang komedya. Ang komedya ay isang dula sa buhay ng mga hari, reyna, prinsipe at prinsesa. Samantalang ang Arakyo ay tumutukoy sa kasaysayan ng mga taong banal—halimbawa ay ang buhay ni Sta. Elena sa pagdulang ng banal na Kurus na kinamatayan ng Hesukristo.

537 Palaging may bitbit na baston si Tata Basilio. Mahusay siya sa "arnis-de-mano," kaya takot o ilag ang mga lokong siga-siga sa nayon.

KAHULUGAN NG SALITANG "ARAKYO" [538]

1. Noong nabubuhay pa ang aking tatang [539] siya'y tinanong ko:
   "Saan baga tatang, talagang nagmula'ng salitang "Arakyo,"
   Kaiba ba ito sa dulang komedia, parsa't moro-moro?"
   Kagyat kong namalas waring napakunot yaong kanyang nuo.

2. Ang tugon ni tatang: "Salitang Arakyo'y talagang kaiba
   Moro-moro'y laban ng Moro't Kristiyano sa sampalataya, [540]
   Saynete ay dula ng katatawanan (may tawag ding parsa) [541]
   Buhay ng prinsipe, prinsesa at hari naman ang komedya." [542]

3. "Ang Arakyo'y dula ng piniling tao na may kabanalan
   Ng Santo at Santa at ng Panginoong Makapangyarihan,
   Ito ay hinango sa Kastilang **'ara'** (na 'altar' sa lokal) [543]
   At salitang **'cuya'** na 'kanino' naman yaong kahulugan.

4. "Kapag tinanong ka: *'Cuya es este ara?'* (sa Wikang-Español)
   Ang ibig sabihin: *'Kaninong altar ito?'* (sa wika ng Pinoy),
   'La ara cuyos Cristianos' ang dapat isagot sa nasabing tanong
   Sa salitang lokal, *'Altar ng Kristiyano'* naman ang transkripsiyon.

5. "Ang **ara** at **cuyo** ay kusang binago para maibagay
   Pinag-isa ito, naging *'aracuyo' ('altar ng')* sa lokal,
   Ngunit nang lumaon ang letrang 'c' at 'u' ay sadyang tinanggal
   Ito'y pinalitan ng isang letrang 'k' at **Arakyo** ang pinal.

6. "Kapagka nagtanghal ng pistang: 'Arakyo ni Santa Elena'
   Ang 'Altar ng Buhay ni Santa Elena' ang dapat makita,
   Ito ay konseptong lubhang orihinal at di mababasa
   Sa alinmang libro na ngayo'y nasulat at napa-imprenta."

7. **At napagtanto kong di pala komedya ang dulang Arakyo**
   At di moro-moro, hindi rin saynete—banal at di biro,
   Senado't Kongreso, moro-moro'y sobra—dapat nang mahinto
   Panahon na ngayong ang lider ng bansa nama'y mag-arakyo! [544]

---

538   Sinulat: May 6, 2005. Wala pa sa Diksiyunaryong Filipino ang salitang "Arakyo." Harinawang maging daan ang sulating ito para maidagdag sa diksiyunaryo ang Arakyo.

539   Si G. Margarito S. Catahan ang tatang ng awtor na humaliling Maestro ng Arakyo sa nayon ng Sumacab matapos pumanaw and nakatatandang kapatid na si G. Basilio Catahan.

540   Ang "moro-moro" ay isang dulang patula na naglalarawan ng paglalabanan ng mga Moro at Kristiyano, dahilan sa pagkakaiba ng pananalig o pananampalataya.

541   Ang "saynete" o "parsa" ay maikling dulang katatawan na ang layon ay magpatawa sa mga manonood.

542   Ang "komedya" ay dulang patula tungkol sa buhay ng mga hari, reyna, prinsipe at prinsesa.

543   Ang Wikang-Español na "ara" ay "altar" ang kahulugan sa Wikang-Filipino.

544   Ang ibig sabihin ng awtor ay dapat nang maging **banal** ang mga lider ng bansa sa pagtupad ng tungkulin—katulad ng mensahe na nakapaloob sa Arakyo. Panahon na para wakasan ang moro-moro o away-away sa paghahangad ng mas malaking pera na makokorap sa kabangyaman. Dapat ay mag-Arakyo na ang mga lider-pulitiko para ganap nang umunlad ang Pilipinas.

ARAKYO: BUHAY NI STA. ELENA (Santa Cruz de Mayo) [545]

1.

Ang Arakyo'y isang dula ng hirap na dinaanan
 nitong si Santa Elena
Sa pagdulang niyong Kurus na kung saan nalungayngay
 ang Diyos na Poong Ama,
Hinamak n'ya ang panganib, tinahak ang madlang parang
 at inakyat ang Golgotha
Sa simbahang tinabunan ng lupa at ng panahon
 Mayo noon nang makita. [546]

2.

Isinilang na Pagano ang butihing si Elena
 sa siyudad ng "Drepanum" [547]
Noong kanyang kabataan, siya'ng tagapamahala
 na sa ponda [548] ay katulong,
Dito niya nakilala ang mandirigma ng Roma
 noong minsang napasilong
Heneral Constantius Chlorus—sila'y nagkamabutihan
 nagsama sa isang bubong.

3.

Ang kanilang pagsasama'y biniyayaan ng Diyos
 isang sanggol na lalaki
Tinawag na Constantino, [549] naging Hari niyong Roma
 na sa ama'y humalili,
Unang haring nagpabinyag, sa kasaysayan ng Roma'y
 naging Kristiyanong mabuti
Nagpatayo ng simbahan, basilika at katedral
 inandukha ang marami.

4.

Sa gulang na sisentay-tres, si Elena'y nagpabinyag
 sa relihiyon ng Kristiyano
Siya na ang namahala sa proyektong pang-mahirap
 niyong Haring Constantino,
Nakadamit lang nang simple, nakikinig s'ya ng misa
 parang taong-ordinaryo
Kawanggawa'y pinaigting para dukha ay abutin
 kahit labas ng kumbento.

---

545 Sinulat: May 16, 2007. Ang "Arakyo: Buhay ni Santa Elena" (Santa Cruz de Mayo) ay idinaraos taon-taon sa Sumacab, bilang isang paraan sa preserbasyon ng kulturang Pilipino.

546 Ang Kurus na kinamatayan ni Kristo ay nadulang ni Santa Elena sa isang tinabunang simbahan sa bundok ng Golgotha, Herusalem. Buwan ng Mayo nang makita ang Kurus (makaraan ang mahigit na 300 taong pagkamatay ni Hesus), kaya tinawag na "Sta Cruz de Mayo."

547 Isinilang na Pagano o di-binyagan si Elena noong A.D. 255 sa Drepanum—isang matandang siyudad na sakop sa ngayon ng bansang Turkiya.

548 May ponda ang mga magulang ni Elena. Ang ponda ay isang bahay na inuupahan at tinitigilan ng manlalakbay noong panahong yaon. Dito sila nagkita ni Hen. Constantius Chlorus.

549 Ang buong pangalan ni Constantino ay "Flavius Valerius Aurelius Constantinus" na pinanganak noong A.D. 275. Ang ama niya (Constantius) ay naging hari ng Roma at namatay: A.D. 305. Naging hari si Constantino ng Roma noong A.D. 306, at namatay noong A.D. 337.

5.   Sa kapangyarihan at rangyang nasa kamay ni Elena
          bilang reyna nitong Roma
    Pinili n'ya ang mababa ngunit tapat na utusan
          ng Diyos na Poong Ama,
    Nagpatayo ng simbahan, Kristiyanismo'y isinabog
          na pananampalataya
    Kaya naman kinilala "Emperadora ng Mundo." [550]
          at itinanghal na "Santa."

6.   Buhay ni Santa Elena ay puno ng sakripisyo
          nang dahil sa paglilingkod
    Sa maraming mga dukha na ang lundo ay pagsunod
          sa utos ng Amang Diyos,
    Nang dahil sa pagmamahal sa kay Kristong Panginoon
          hinanap n'ya pati Kurus
    Kaya siya ay tinawag ng buong ka-Kristiyanuhan:
          Santa Elenang tibobos. [551]

7.   Sa edad sitentay-otso,[552] binawian nitong buhay
          Emperadora ng Mundo
    Kabanalan ni Elena, makikita't mababasa
          sa imaheng Byzantino:
    Larawang-guhit, eskultura, sa disenyo ng simbahan
          mga lilok at mosaiko
    Sa mga batang babaing ang pangalan ay "Elena "
          na kalat sa uniberso.

8.   **Sa lupaing Pilipinas, may babaing naghahangad**
          marahil ay maging "Santa" [553]
    Tumutulong sa mahirap pero, asensong pag-unlad
          sa TV lang makikita,
    Langit na "Gloria" ang ngalan, punong-puno ng luwalhati
          higit sa ngalang Elena
    Ngunit may sabing palasak: "Madali ang maging Santa,
          mahirap magpaka-Santa!"

---

550   Tinawag si Santa Elena na "Emperadora ng Mundo" ng mga mamamayan sa Roma. Sa kabila ng rangya at kapangyarihan, sakripisyo, pagtulong at pagpapakasakit para sa mga dukha ang pinili ng Diyos para sa kanya. Ang tanaw ni Santa Elena sa sarili ay isa lamang "hamak na utusan" ng Panginoong Hesukristo. At dahil sa pagmamahal sa Diyos, hindi siya tumigil hanggang sa matagpuan ang banal na Kurus na kinamatayan ni Hesus.

551   Ang relikya ng tunay na Kurus na kinikilala at iginagalang ng mga Kristiyano ay tradisyunal na isinasama sa buhay ni Santa Elena—ang Santang tunay, puro o tibobos.

552   Namatay si Reyna Elena sa gulang na 78 taon noong A.D. 333. Ang kanyang purong kabanalan ay pinatutunayan ng maraming imaheng Byzantino; larawang-guhit; eskultura o lilok; at mga mosaiko (na nakadisenyo sa maliliit na piraso ng bato, salamin o kahoy na palamuti ng mga simbahan). Marami sa mga larawan si Santa Elena ay hawak ang tunay na Kurus habang namumudmod ng tulong na pagkain sa mga taong mahihirap. Isa ring pagpapatunay ng kabanalan ang maraming simbahan sa buong daigdig na isinunod sa kanyang pangalan, bukod sa maraming batang babae na pinangalanan ng: "Elena o Helena."

553   Iniiwan ng awtor sa guniguni ng mga mambabasa, kung sino ang babaing tinutukoy dito.

1.   Sa nayon kong sinilangan kung Mayo'y may pagdiriwang
        "Flores de Mayo" ang tawag
        Lakip sa tunay na piyesta ng Arakyo, o Santa Cruz
        ng Santa Elenang hayag,
        May prusisyon na ang tampok ay binata at dalagang
        magagara yaong gayak
        Sa karsada nitong baryo—magkatambal kung ilibot
        sa mga arkong bulaklak.

2.   Arkong niyari sa buho, isang uri ng kawayan
        na ang laman ay manipis
        Hinubog at binalantok—rosas, kamia, sampaguita
        palamuting isinabit,
        May salik pang amarilyo, ilang-ilang na masamyo
        sunflower, orchid at *tulip*
        Dahong sasa at banabang may kulay na lantay-berde
        kasaganaan ang hatid.

3.   Sa hulihan ng prusisyon may kantores at musikong
        makalangit ang tugtugin
        Ang *"Dios te salve, Maria . . . Llena eres de gracia "*
        ay madalas na awitin,
        Kasunod ay pasalamat, mga dasal at pamanhik
        sa Ama, Anak at Birhen
        Na ang baryo'y manatiling matahimik at sagana
        at maligtas sa hilahil.

4.   Sa kabuang pagdiriwang, balikatang tradisyunal
        ay konseptong nasa loob
        Bayanihan nitong nayon, tulong-tulong at ambagan
        sa kapistahan ay gastos,
        May isponsor na pamilyang ang abuloy ay malaki
        komo buhay ay maayos
        May padrino at padrinang nakatoka sa musiko
        at hapunan pagkatapos.

5.   Pagkaurong ng prusisyon ang misa ay idaraos
        sa maliit na simbahan
        Kasunod ay masaganang salu-salo sa pagkain
        sa bahay ng ninong/ninang,
        Pagkatapos ng hapunan ang Arakyo ng Santa Cruz
        ay kaagad itatanghal
        "Tandang Tasyo, magsabi ka, pasalamat ba sa Diyos
        ay gawaing kabaliwan?" [555]

---

554   Sinulat: May 22, 2007. Ang "Flores de Mayo" ay bahagi ng pista ng, "Arakyo: Buhay ni Santa Elena."

555   Sa "El Fili" ni Dr. J. P. Rizal, sinabi ni Pilosopong Tasyo na ang pagpipista raw ay: "kabaliwan."

SI NANA DIDANG [556]

1. *"Bilisan n'yo ang pagtundos!"* ang sigaw ni Nana Didang
        sa langkay ng manananim
    *"Nakapundo na ang ulan, dapat matapos ang linang
            bago sumapit ang dilim,
    Iwasan na ang dakdakan at tikumin ang bunganga
            daliin ang pagtatanim
    Lakas ninyo ay haplitin, bukas ay kay Pareng Kanor
            ang bukid na lulusungin!"*

2. Sa ibabaw ng pilapil nakatayong de-pamewang
            ang tiya kong kabisilya [557]
    "Nana Didang" ang tawag ko, pagkat siya'y pinsang-buo
            (sa ina) ng aking ama,
    Sa nayon kong sinilangan, siya'ng tanging kabisilya
            sa lahat ng magsasaka
    Masipag ang manananim at mabilis ang pagtundos
            maganda ang disiplina.

3. Sa maraming mga nayon ang pangkat ng manananim
            ay may usong-kalakaran
    Habang sila'y tumutundos ang dalaga'y kumakanta
            sa awiti'y bumabagay,
    Ang binata'y tumutugtog ng gitara't sumasabay
            sa pag-urong at paghakbang
    Upang kagyat na maibsan ang hirap na dinadala
            sa pagyuko sa arawan.

4. Subalit ang usong ito ay salungat sa konsepto
            ng istriktang kabisilya:
    "Kung trabaho ay trabaho; kung kantahan ay kantahan," [558]
            madalas na idiin n'ya,
    *"Sa anumang ginagawa, ay kailangang gumamit
            ng karakter/disiplina* [559]
    *Upang maging indibidwal—anuman ang lilikhain
            ay madali't kayang-kaya."*

---

556   Sinulat: August 4, 2007. Ito ay parangal sa "Nana Didang" ng awtor (Bb. Adelaida Sebastian , SLN).

557   "Kabisilya" ang tawag sa namamahala ng mga manananim sa bukid. Siya rin ang komokontrata at nagtatakda ng araw kung kailan tatamnan ng palay ang bukid ng isang magsasaka. Istrikta si Nana Didang sa paghawak ng tao, kaya ang mga binata't dalagang manananim ay walang tsansang magligawan habang nagtatanim ng palay. Marahil ang dahilan nito ay nais niyang matapos kaagad ang kontrata, o maaari ring masungit siya, kaya isang tumandang dalaga.

558   Ang ibig sabihin dito ay disiplina at dedikasyon sa anumang ginagawa. Sunod ito sa salawikaing Ingles na: *"Work, while you work; play, while you play."*

559   Sa konsepto ni Nana Didang: Kapagka ang tao ay maganda ang karakter, ang kasunod nito ang tamang disiplina sa sarili, na magiging daan para maging ganap na indibidwal (o, isang tao ma may kakayanan na gumawa ng mga bagay na di karaniwang nagagawa ng iba).

5.   Isang epektibong lider at tunay ang pagkatao
      ng istriktang tiyahin ko
Sa produksyon nitong palay at pag-unlad nitong nayon
      mahalagang instrumento,
Sa kasalan at binyagan, sa pabasa at pasiyam
      siya'ng laging nagungulo [560]
Sa pagluluto ng handa para tiyak na mabusog
      daan-daang mga tao.

6.   Sa taunang paggunita sa kalbaryo ng Maykapal
      kung panahon ng Kuwaresma
Si Nana Didang ang laging namumuno't nag-aayos
      ng gawain sa bisita,
Tomotoka sa pamilyang naghahatid ng pagkain
      sa lahat ng mambabasa
Sa Pasyon ng Hesukristong karaniwa'y binabasa
      sa simbahan nang pakanta.

7.   Minsang malinaw ang tubig ay pabiro kong tinanong
      ang istriktang Nana Didang:
"Bakit po di nag-asawa, wala po bang manliligaw
      noong inyong kabataan?"
Ang wika n'ya: *"Marcelino, mag-asawa'y hindi biro*
      kaya mo bang maibigay:
Bahay, damit, edukasyon, pagkain *at* **pagmamahal** [561]
      sa anak mong isisilang?

8.   *"Pag-aasawa'y tungkulin at banal na obligasyon*
      sa Diyos na Panginoon
Hindi hangal na gawain—na tanging ang kamunduhan
      ang masidhing nilalayon,
Kung ang aking iyaanak ay daranas ng dalita
      sa mundo habang panahon
Mabuti pa ang tumanda at pumanaw na soltera
      na may budhing hindi sahol."

9.   Buong nayon ay naghatid sa libing ni Nana Didang
      noong siya ay tawagin
Ng mahal na Panginoon upang sa trono ng langit
      maging banal na kapiling,
"Nana Didang, sinikap kong ang basikong kailangan
      iyalay sa aking supling
Nagkulang sa pagmamahal—pagkat dalawampung taon ding
      di ko sila nakapiling." [562]

---

560   Sa lahat ng malalaking handaan sa Sumacab, si Nana Didang ang palaging sinusungko para mamahala at magluto ng pagkain. Sa tuwing sasapit ang kuwaresma, siya ang namamahala sa bisita: dekorasyon, pamumuno sa dasal, pagsungko at pagpapakain sa mga mambabasa.

561   Ang limang nabanggit na basikong pangangailangan ng anak ay dapat ibigay ng magulang.

562   Nagkulang ang awtor sa pagbibigay sa mga anak ng isang basikong kailangan (pagmamahal).

"DOKTOR KASYO" [563]

1.   Mahigit anim na taon ang edad n'ya kaysa akin
    Kaya naman "Kuyang Kasyo" kung siya'y aking tawagin,
    Siya'y aking pinsang-buo, anak ng aking amain
    Na kapatid ng tatang ko, sa nayon kong matulain.

2.   Maliit ang kanyang bulas, may balat na kaitiman
    May kahinaan ang ulo sa arte ng pag-aaral,
    Kaya inabot ko siya sa ika-apat na baitang
    Siya'y naging ka-eskuwela sa mababang paaralan.

3.   Kahit likas na tahimik, masipag at sobra'ng bait
    Siya'y parating tampulan ng pagtukso at paglait,
    "Kasyong Uwak" [564] kung tawagin ng lahat ng namumuwisit
    Sa tuwinang naririnig—ang dugo ko'y nag-iinit.

4.   Isang araw nakita kong dumarating na luhaan
    Siya'y agad kong tinanong: "Bakit umiiyak, kuyang?"
    Sa sagot na putol-putol ako'y kanyang sinabihan
    Ka-eskuwela naming Pacing, siya raw ay binatukan.

5.   Si Pacing ay mas matanda't ang katawan ay malaki
    Kaya naman nang dakulan hindi siya nakaganti,
    "Tahan ka na, Kuyang Kasyo—si Pacing [565] ay hindi libre
    Sa uwian . . . sa tanghali, titikim s'ya ng sakote."

6.   Kaagad kong binilinan ang kaawa-awang pinsan:
    "Sa kaliwang binti ako't ikaw naman ay sa kanan,
    Sunggaban natin nang sabay at marahas na ibuwal
    Pagkatapos ay itapon, itambak natin sa kanal."

7.   At gayon nga ang sinapit ng bulastog na si Pacing
    Naligo nang hindi oras sa tubig na nangingitim,
    Bago siya iniwanan binalaan kong maigting:
    "Ang kuya ko'y huwag na huwag mo na uling lolokohin!" [566]

8.   Ako'ng kanyang manananggol hanggang kami'y maghaiskul
    At pagdating sa "second year" ay tumigil siya noon,
    Siya'y hindi na nag-aral at sa ama ay tumulong
    Sa pagsasaka sa bukid, doon na s'ya napa-ukol.

---

563   Sinulat: August 8, 2007. Ang tulang ito ay isang parangal kay G. Nicasio Catahan, ang Kuyang Kasyo ng awtor (pinsang-buo) na naging malaking bahagi sa kanyang kabataan.

564   "Kasyong Uwak" ang tawag sa pinsan ng awtor dahil sa kaitiman ng balat nito. Bagamat maitim sa kaanyuan, busilak naman ang kanyang pagkatao; likas na masipag, mabait at magalang.

565   "Pacing" ang pangalan ng ka-eskuwela ng awtor na bumatok sa kanyang Kuyang Kasyo. Higit na malaki si Pacing kaysa Kuyang Kasyo, kaya hindi nakalaban ang huli nang batukan.

566   Magmula noon, hindi na niloko pa ni Pacing (at ng iba pang mga mag-aaral) si Kuyang Kasyo.

9.   Pagkatapos ng haiskul sa Maynila'y napatungo
Nagtrabaho 'ko sa gabi at nag-aral sa kolehiyo,
Sa baryo kong sinilangan dumalang na ang uwi ko
Hanggang ako'y maging guro sa haiskul-pampubliko.

10.   Minsang ako ay dumalaw sa nayon kong tinubuan
Laking gulat nang marinig, ang kuya ko'y "doktor" [567] na raw,
Marami nang napagaling na taong may karamdaman
Sa hulo't luwasan ng nayon naging bantog ang pangalan.

11.   Sinikap kong makausap ang pinsan kong albularyo
"Paano ka nanggagamot, saan galing ang anito?"
Anya: "Mayro'ng isang duwendeng naging kaibigan ako
Na sa bukid-Kabangkalan [568] ay kinupkop ko sa kubo."

12.   Dagdag niya: "Siya'ng nagturo sa akin ng panggagamot
Tinutukoy n'ya sa akin pati pilay pag nanghilot,
Itong aking "batong puti" na parang holeng mabilog
Anting-anting ko sa kulam na siya rin ang naghandog."

13.   Ang sabi ko: "Ang tumulong sa maysakit ay maganda
Pero mag-ingat ka lamang sa pagdating ng problema,
Baka pasyente'y mamatay ay may pananagutan ka
Maaari kang kasuhan at sa korte ay ihabla." [569]

14.   Ang tugon ng aking pinsan: *"Ah, di iyon mangyayari,*
Ako'y ginagarantiyahan ng kaibigan kong duwende,
Bukod dito—may permisong nagmula sa Amang kasi
Na ako raw ay manggamot sa maysakit na marami."

15.   Kung may isip-ordinaryo ang sa kanya'y makarinig
Agad na hihinalaing may "hogeng" [570] ang kanyang bait,
Ngunit ako'y may tiwala at sa kanya'y nananalig
Pagkat siya'y kilala ko na ang puso'y sakdal-linis.

16.   **Duwende'y munting engkantado—espiritu ang katulad**
Sa malilinis ang puso'y may kaloob na agimat,
Sa panahong ito ngayon, ilang "Kasyo" kayang lahat
Ang tatanggap ng pabuya—dahil may pusong busilak?

---

567   Ang Kuyang Kasyo ng awtor ay isang albularyo. Hindi siya nagtapos ng medisina pero natutong manggamot, gamit ang mga uri ng halaman na nagpapagaling naman sa maraming tao.

568   "Kabangkalan" ang tawag sa lugar na pinagsasakahan ni Kuyang Kasyo, dahil marami doong puno ng bangkal noong mga panahon yaon.

569   Pinaalalahanan ng awtor na mag-ingat ang Kuyang Kasyo niya sa panggagamot, pagkat baka mademanda sa korte kapag may namatay na isa sa mga pasyenteng kanyang ginagamot. Ipinaliwanag ng awtor ang pananagutan na maaaring ibunga kapagka may namatay na isang pasyente sa panahon ng kanilang paggagamutan.

570   Ang "hogeng" ay isang salitang kolokyal na wala pa sa Diksiyunaryong Filipino. Ang ibig sabihin nito ay may tama o sira ang utak.

ATTY. RUPERTO SAMPOLEO [571]

1.
    Ikaw yaong kababatang buwan lamang ang tanda ko
        sa nabuong kamalayan
    Sa kalakhan nitong nayon—ikaw lang ang namumukod
        na lantay kong kaibigan,
    Ika'y anak ng kumpare, ka-prinsipyo, kasamahan,
        ka-Hukbalahap [572] ni tatang
    At ikaw rin ang kasama, kalaro ko sa tumana
        sa pastulan ng kalabaw.

2.
    Ang buhay mo ay natigib ng matinding kahirapan
        simula sa pagkabata
    Subalit kahit ni-minsan ay hindi ko namalayang
        nanimdim ka at lumuha,
    Buong tapang kang lumaban, ang kaba ng pagkatalo
        ay hinawi sa gunita
    Ang puso mo at isipan ay ginamit mong sandata
        sa pagdulang ng biyaya.

3.
    Ikaw yaong halimbawa ng nilalang na kumpleto
        ang ipinormang pundasyon
    May **reberensiya** sa Diyos, **disiplina** at **karakter**
        indibidwal—kung sa dunong,[573]
    Sa sikap mo at sigasig, nag-aral ka at nagtapos
        naging isang manananggol
    Abogado [574] kang naunang isinilang at nag-alay
        ng dangal sa ating nayon.

4.
    Ikaw ay piling "registrar" [575] nang maraming mga taon
        sa Pamantasang Araullo
    Nagpa-aral ng iskolar, tumulong sa mahihirap
        at nilingap yaong baryo,
    Ang biyaya mong nakamit ay hindi mo sinarili,
        binahaginan ang tao
    Katwiran mo: *"Ang biyayang isinabog ay uusbong*
        at babalik na pihado."

---

571   Sinulat: September 30, 2007. Ito ay tulang-parangal para sa matalik na kaibigan ng may-akda.

572   Ang tatay ni Atty. Ruperto Sampoleo ay kasama ng ama ng awtor sa dating kilusang: "Hukbo ng Bayan Laban sa Hapon" (HUKBALAHAP).

573   Sa konsepto ng awtor—ang **reberensiya** sa Diyos ang unang dapat na matutuhan ng isang tao para mahubog ang istriktong **disiplina** at magandang **karakter**. Ang taong may disiplina at maganda ang karakter ay madaling magkaroon ng **indibidwalidad**.

574   Si Atty. Ruperto Sampoleo ang unang nakatapos ng abogasya sa mga residente ng nayon. Hindi siya napag-aral ng mga magulang dahilan sa kahirapan subalit hindi ito naging sagabal sa pag-abot ang ambisyon. Namasukan siyang "all-around handyman," o katiwala sa kilalang pamilya—ang "Esteban." Ang mga Esteban ay isa sa mga may-ari ng "Araullo University" sa Cabanatuan, Nueva Ecija. Sila ang tumulong para makapag-aral si Atty. Sampoleo.

575   "School Registrar" si Atty. Sampoleo sa Araullo University, at nag-retiro lang noong taong 2005.

5.	Sa pagtupad ng tungkulin matapang ka at parehas,
	    palaging nasa katwiran
	Wala kahit isang tao ang manunumbat sa iyo
	    na ikaw ay nasuhulan,
	Marunong kang makitungo, makisayaw sa maingay
	    at makatsang na lipunan
	Kaya naman nasa iyo ang basbas ng Panginoon
	    sa patuloy mong tagumpay.

6.	Marami ang kababaryong sa utak mo ay lumilim
	    at payapang sumalilong
	Sa bukal ng iyong puso ay uhaw na nakilagok
	    sa simulain mo't layon,
	Ika'y dangal at idolo ng maraming kabataan
	    na sumisibol sa ngayon
	Sinusunod ang budhi mo't sila'y ampong sumasandal
	    sa dunong mo, bilang hukom.

7.	Noong *nineteen-seventy-three*, ako'y biglang nagkaroon
	    ng asunto sa Maynila [576]
	Ikaw yaong umalalay para ako'y ipagtanggol
	    at ang mali'y maitama,
	Hindi mo 'ko tinalikdan at hindi ka nagpabayad
	    ni-isang pera ma'y wala
	Ang wika mo: *"Kahit buhay, ilalaan ko sa iyo*
	    'wag ka lang mapanganyaya."

8.	**Ako'y lubos na mapalad sa pagpili ng katoto,**
	    ayon sa payo ni tatang:
	"Bago ka sana patali sa buhol ng kaibigan
	    isipin munang mataman,
	Pagkat kamay na kaliwa'y tinataga pa ring minsan
	    ng natirang kanang kamay
	Ang dakilang kaibigan ay mapagkikilalala mo
	    sa oras ng kagipitan!"

---

576   May 13 gurong militante sa Ramon Avanceña High School (RAHS) sa Tanduay St., San Miguel, Manila noong 1973. "Labintatlong Hudas" ang tawag sa kanila at ang awtor ang pinaka-puno. Idinemanda ng prinsipal ang pitong "Hudas" dahil pumirma sila sa isang petisyon—sa Legal Department ng Malakanyang—na imbestigahan ang bentahan ng materyales na sumobra sa bagong katatayong RAHS. Hindi kasama sa pumirma ang awtor, komo nasa ospital siya at nagbabantay sa maysakit na anak. Noon ay may limang buwan na ang Martial Law o Bagong Lipunan. Nagkaroon ng imbestigasyon ang Legal Department ng Malakanyang. Subalit ang Bagong Lipunan pala ay "luma" pa rin. Napawalang-saysay ang imbestigasyon dahil ang prinsipal ay dating ka-guro ni Donya Josefa (nanay ni dating Presidente F. Marcos). Bunga nito, idinemanda ng "libelo" ng prinsipal ang mga pumirma sa petisyon. Sa pitong Hudas na pumirma sa petisyon, apat ang nag-"back-out." Pumirma sila ng "retraction letter," kaya tatlo ang natira. Naghain ang awtor ng "counter charge" kasama ang tatlong titser na naipit. Sa buong proseso ng demandahan, si Atty. Ruperto Sampoleo ang nagbigay sa awtor ng isang abogado para ipagtanggol ang kaso niya sa korte, hanggang sa humingi ng areglo ang prinsipal—na tinanggap naman ng awtor.

166

PATRONG SANTA CATALINA [577]

1.   Ika'y templo na salaan ng maraming kaluluwa
    Daingan ng madlang hirap at kadluan ng pag-asa,
    Ang sinumang makisilong at sa iyo'y mamanata
    Tumatanggap ng bendisyon at pagpapala sa tuwina.

2.   Ika'y maningas na sulo na ang lantay na liwanag
    Ay adhikang tumatanglaw sa karimlang malaganap,
    Sa sinumang naliligaw ay may laang munting sinag
    Na iilaw sa damdami't gigiyahan yaong landas.

3.   Ika'y bukal na ang tubig ay puspos ng kabanalan
    Sa maraming nakiinom, ginhawa ang pakiramdam,
    Budhing kahit pa binalot ng matinding kasalanan
    Kapag sa'yo ay lumuhog ay nagiging isang banal.

4.   Ikaw yaong mandirigmang may espadang dala-dala
    Tanggulan ng buong nayon—muog ng layon at pita,
    Sa sala ng kamunduhan ay hayag kang nakibaka
    Kalinisan nitong budhi'y winagayway mong bandera.

5.   Sa ginawa mong paglingap at pagtulong sa maysakit
    Sa hangad mong ang mahirap maandukha rin ng langit,
    Ang bayan ng Alexandria—sa giting mo ay naglupit
    Itinali ka sa gulong ng pahirap at pasakit. [578]

6.   Babaing ang kabanala'y kinilala't iginalang
    Ng Simbahang Katoliko sa buong sandaigdigan,
    Ang pag-ibig mo sa Diyos pinagpala ng Maykapal
    Kaya ikaw yaong Patron ng nayon kong minamahal.

7.   **Bilang gintong pagdakila sa dangal mo't alaala**
    Huling linggo ng Nobyembre, [579] Sumacab ay nagpipista,
    Harinawang manatili ang paglingap mo tuwina
    Sa nayon ko't mamamayan, Patrong Santa Catalina!

---

577   Sinulat: November 25, 2007. Ang tulang ito ay isang mataimtim na pagpupugay na isinulat ng awtor para sa "Patrong Santa Catalina" *ng* nayong Sumacab na kanyang sinilangan.

578   Ayon sa The World Book Dictionary (Vol. 1, A-K), si Santa Catalina ng bayang Alexandria ay itinali ng mga may-kapangyarihan sa isang sinadya at ginawang gulong na nang malaon ay nakilala sa tawag na: "Catherine Wheel." Ang dahilan ay ang matapat niyang paglilingkod sa Panginoong Diyos. Pinahirapan si Santa Catalina at doon na rin siya binawian ng buhay habang nakatali sa gulong.

579   Taon-taon, sa tuwing Nobyembre 24-25, ang piyesta ng banal na Santa Catalina ay idinaraos sa nayon ng Sumacab. Ito ay bilang paggalang at pasasalamat sa lahat ng biyayang kaloob ng Santa sa mga mamamayan ng nayon.

MALIGAYANG PASKO (?) [580]

1. Bente-kuwatro ng Disyembre'y inihudyat ng batingaw
    Ang alas-dose ng gabi—sa kay Hesus na pagsilang,
    Nagbatian at nagyakap ang magulang ng tahanan:
    "Merry Christmas sa'yo, inay; Merry Christmas sa'yo, itay! "

2. Mga anak ay nagmano sa kanilang ama't ina:
    "Merry Christmas sa'yo, mama; Merry Christmas sa'yo, papa! "
    Ang "Silent Night" ay patuloy sa malamyos na sonata
    May kutitap ang "christmas tree" sa salas at sa beranda.

3. Sa labas ay nagsimulang sumagitsit yaong kuwitis
    May kasunod na pagsabog—puno ng kulay at hugis,
    Wari bagang inaaya't tinutukso pati langit
    Na bumaba't makisaya sa lupain ng pag-ibig.

4. Ang puso ng bawat tao ay natigib ng ligaya
    Napuno ng luwalhati ang isipa't kaluluwa,
    Dating nagaaway-away ay pamuling nagkaisa
    Sumalubong sa pagsilang ng Anak ng Diyos Ama.

5. Ang mapilak [581] na pamilya ay nagsalo sa pagkain
    May adobo, kaldereta, dinuguan at "fried chicken,"
    May pansit at imbutido, litsong-kawali at kanin
    Suman, bibingka, leche-plan at may alak pang inumin.

6. May atis, saging at mangga sa hanay ng mga prutas
    May pakwan, melon at langka, may matamis na mansanas,
    Pinya, papaya, guyabano, magkaminsa'y may anonas
    Tsiko, suha at mabolo at may ubas na inangkat.

7. Kabukasan ng umaga mga bata ay nagtungo
    Sa bahay ng ninong/ ninang nanghingi ng aginaldo,
    Ang simbahan ay dinagsa ng maraming mga tao
    Na nag-alay ng dalangin at pasalamat kay Kristo.

8. *Sa dampa ng maralita ang Pasko'y may kapanglawan*
    Kakapurit ang pagkain at salat sa karangyaan,
    Mga bata'y luma'ng damit at kupas din ang laruan
    Ang grasya ba nitong langit—sadyang hindi pantay-pantay?

9. Tuwing darating itong Pasko ang mundo ay maligaya
    May pakakak at musiko ang Kristiyanong nagsasaya,
    Ang langit ay aliwalas punong-puno ng pag-asa
    Ang Pasko ng Pilipino, pare-pareho na sana!

---

580   Sinulat: December 27, 2007. Ang tulang ito ay naglalarawan ng dalawang anyo ng Pasko.

581   Ang mapilak ay masagana ang pagkain tuwing Pasko. Ang mahirap naman ay "nakanganga."

MANIGONG BAGONG TAON (?) [582]

1.
Bisperas ng Bagong Taon, luntian ang kalangitan
Sari-saring dekorasyon ang sabit sa kabahayan,
Ang bintana'y nakabukas at sa grasya'y nag-aabang
Naroon din ang "christmas tree," patay-sindi'ng mga ilaw.

2.
Mga ina ng tahanan ay abala sa kusina
Nagluluto ng pagkaing sa media-noche ay handa,
Tuwang-tuwang naglalaro sa salas ang mga bata
Ang larua'y bagong-bago sa ninang/ ninong nagmula.

3.
Naririnig sa paligid ang karaoke't "magic sing"
Ng binata at dalagang may mensahe sa awitin,
Bawat isa ay masaya't may luwalhati sa damdamin
Umaasam sa pag-ibig na kanilang tatamuhin.

4.
Dumupikal ang batingaw na naghatid ng balita:
"Sumilang na'ng Bagong Taon at yumaon yaong luma,"
Dumagundong ang putukan, ingay magkabi-kabila
May pakakak at busina, kalampag ng balde't batya.

5.
Ang pamilyang Pilipino ay masayang nagbatian:
"Happy New Year," at nagyakap na puspos ng pagmamahal,
Sa puso ng bawat isa'y may dalanging nananahan
Na sa Bagong Taong ito'y lalong umunlad ang buhay.

6.
Ang mapilak na mag-anak sa lamesa ay nagsalo
May pansit at dinuguan, kaldereta at adobo,
Litsong-manok, litsong-baboy, mayroon pang imbutido
Suman, bibingka, leche-plan at halayang paborito.

7.
Samantala, sa dampa ng maralitang mamamayan
Ay madilim ang paligid pati buong kabahayan,
Tahimik na natutulog ama't ina ng tahanan
Pagdaan ng Bagong Taon ay ni-hindi namalayan,

8.
Mga anak na kawawa'y di makali't alumpihit
Tutop-tutop ang sikmura't ang tiyan ay nananakit,
Natunaw na ang sustansiya ng hinigop nilang noodles
Kinakagat na ng isaw ang bitukang maliliit.

9.
Bagong Taon sa marami'y panibagong paghihirap
Panibagong kurakutan, panibagong pagsasalat,
Panibagong pagdarahop, panibagong paghahangad
Panibagong kabiguan—at panibagong pag-iyak!

---

582   Sinulat: January 2, 2008. Sa tulang ito ay nakalawan ang dalawang magkaibang pagsalubong at pagdiriwang sa Bagong Taon ng mga Pilipino.

IBA NA ANG NAYON KO [583]

1.
Dati ang nayon ko ay liblib na pook—iilan ang bahay
Pati namamaryo ay mabibilang mo sa isang iglapan,
Kaluwalhatia'y mararamdaman mo sa buong kalamnan
Na pinatitiim ng nangakalatag na damong luntian;
Ngayon ang nayon ko ay dikit-dikit na ang mga tahanan
Ultimong bukirin ay subdibisyon na—wala nang matamnan!

2.
Noon ang tanawi'y kapanga-pangarap kung iyong malasin
Ang halamang gulay ay hitik sa bunga na nangakabitin,
Ang huni ng ibon sa buong maghapon—musika ang dating
Na sa kalungkutan ng alinmang puso ay nakaka-aliw;
Ngayo'y karaoke ang umaatungal, saka ang "magic sing" [584]
Mula sa umaga, hanggang hatinggabi'y di ka patulugin!

3.
Noon ang hinagpis sa mga tiisi't problema sa buhay
Agad inaanod at pinatitighaw ng katahimikan,
Ang pusong nalason ng anumang sala nitong kamunduhan
Pinadadalisay at pinababanal ng kapayapaan;
Ngayon ang nayon ko'y nagbago nang ganap sa maraming bagay
Pati mga tao, laging naka-droga't panay ang bakbakan!

4.
Noo'y ubod-galang yaong kabataan sa nakakatanda
Di man kamag-anak—agad nagmamanong may ngiti sa mukha,
Ang "po" at ang "opo" ay palaging gamit kapag nagsalita
Panahong nilakbay ay kinikilala at dinadakila;
Subalit sa ngayon, may halo pang irap ang tanaw ng bata
Lalo't nakatungkod at naglalakad ka nang pauga-uga!

5.
Noong ako'y bata, hindi ko narinig kahit kailanman
Na mayro'ng na-rape; mayroong na-holdap; mayroong pinatay;
Mayroong sinaksak; mayroong binaril; mayroong kinatay;
Mayroong nag-droga; mayroong nanloob; mayroong nagnakaw;
Subalit sa ngayon—ang ganitong krimen ay pangkaraniwan
Maging sa nayon ko, ito'y nagaganap nang may kadalasan!

6.
Sa pampang ng ilog, may ilang beses ding ako'y nag-iisip
Bakit ang nayon ko'y nag-iba nang lubos, nagbago ang bihis?
Bunga baga ito ng panghihinawa sa Diyos na pag-ibig
O, ng kasakiman ng lider ng bansang mayhawak sa ugit?
Maging anupaman—aking dinarasal sa banal na Langit
Ang katahimikan sa mahal kong nayon ay muling magbalik!

---

583   Sinulat: February 21, 2007. Ang tulang ito ay naglalarawan ng malaking pagbabago sa nayon ng awtor na dati ay matahimik ang pamumuhay ng mga mamamayan. Malaki na ang kaibhan sa nayon ng awtor sa ngayon, kaysa noong panahon ng kanyang kabataan.

584   Ang "magic sing" ay isang modernong videoke—mikropono na kapag ikinabit sa TV ay puwede nang mamili ng kanta na maaaring awitin na may kasabay na tugtog.

V. MGA PILING SALAWITONG
(Pilantik sa "Kurakista" ng Bayan)

Alangang "salawikain" pagkat puwedeng maging "bugtong"
Kaya naman tinawag kong—mga piling "salawitong,"
Mga gawi, asal, aral na hinango sa tradisyon
Pilantik sa "kurakista" at sa salot na korapsyon!

. . . Marcelino D. Catahan

MGA PILING "SALAWITONG" [585]
(Pilantik sa "Kurakista" ng Bayan)

1.
Mabuti pa'y maging isang bansang kolonya
Kung ang namumuno ay banal ang pita,
Kaysa maturingang bansang malaya na
Na ang namumuno'y gutom na buwaya!

2.
Ang ginto ng Pinoy kahit daang kaban
At kahit ang pilak ay libong tapayan,
Pag ang mga lider—sadyang salanggapang
Ay maghihirap din itong Inang-Bayan.

3.
"Kaya mo ba 'to?"
Ang halaga ni Andres Bonifacio
Ay sobrang ibili ng milyong tabako.

4.
Sa paghahangad ng kagitna
Nilalamon pati ang "pataba."

5.
"Ramdam na ramdam
Ang pag-asenso" . . .
(Ng mas lalong kahirapan!)

6.
Kumain nang dalawang beses
Sa loob ng isang araw . . .
(At labanan ang kahirapan!)

7.
Sa langit na Glorya, may kabanalan at dangal
Sa pangalang 'Gloria'—may asenso ang kurakutan!

8.
Kung ninanais mong sa puwesto'y magtagal:
"Busugin mo ang lahat ng mga heneral."

9.
"Hello, Garcie . . . ayos na ba?
Si Mang Andoy . . . patay na ba?"

10.
Lahat ng bilihin ay sige ang taas
Na isinusulong ng tinderang pandak.

11.
Kapag ang tindera ay kurakista
Ay taas-nang-taas presyo ng paninda.

12.
Kapagka mataas ang presyo ng tubig
Maghilamos na lang nang pawisik-wisik.

---

585   Nirebesa: May 10, 2016. Ang "salawitong" ay wala sa diksiyunaryo. Ito ay hango ng awtor sa dalawang salitang salawikain at bugtong na pinag-isa at naging SALAWITONG—na ang ibig sabihin ay alanganing salawikain o bugtong. Ang "kurakista" ay wala rin sa diksiyunaryo. Ito ay salin mula salitang "mangungurakot" o magnanakaw. Ang "Salawitong No. 106-113" ay idinagdag bilang pagkilala sa isang "atapang a tao"—na ngayon ay nauuna sa bilangan ng Halalan 2016—si Mayor Rodrigo Duterte. Siya ang lider na kilalang: "may kamay-na-bakal." Ang tanong: "Si Digong kaya ang tunay na 'Moises' na hinihintay sa Malakanyang ngayon?"

13.   Kapag di na maabot ang presyo ng langis
    Panahon nang isingkaw ang kabayo sa dyip.

14.   Isuplong ang mga gawaing baluktot
    Sa gobyernong eksperto sa kurakot.

15.   Kapag sawa ka na sa hirap ng buhay
    Sa *"Princess of the Stars"* ka na lang sumakay.

16.   Huwag mawawalan ng PAG-ASA
    Pag umalis si *"Frank"* ay lulutang ka na!

17.   Kapag mataas ang matrikula sa eskuwela
    Mag-aral ka na lang kahit sa karsada.

18.   Ang pagkalinga sa kalikasan
    Ay pagtataguyod sa kurakutan.

19.   Ituloy natin ang maigting na laban
    (Para sa katotohanang lokohan!)

20.   Kapagka lumusot ang NBN-ZTE Deal
    Pilipino'y tiyak na magdidildil (ng asin).

21.   Ang ZTE, pag di talagang ukol
    Sa NBN ay tiyak na di bubukol.

22.   Ang taong tahimiik at walang kibo
    Ang tiyan ay paniguradong kumukulo.

23.   Ang sakit ng kalingkingan
    Ay salot sa kabang-bayan.

24.   Walang pangungurakot na mahirap
    Sa kurakista na lehitimong korap.

25.   Ang paunti-unting batak
    Sa kabang-bayan ay nakakalimas.

26.   Ang pulitikong korap at mura
    Napagkikilala bilang "kurakista."

27.   Ang pulitikong may-hiya
    Mabibilang na sa bansa!

28.   Pulitikong babad man sa bait
    Pag sa kabang-bayan ay nalapit,
    Sapilitang mang-u-umit.

29.   Kurakistang matulungin sa panahon ng botohan
    Kumakamal ng salapi, pag nanalo sa halalan.

30.   Ang pulitikong kurakista na di-paluhain
                Inang-Pilipinas ang patatatangisin!

31.   Ang kurakistang likas na tuso at makuhila
                Natutupad ang pangungurakot na ninanasa.

32.   Nasa Diyos ang awa
                Nasa kurakista ang gawa,
                (Na karaniwan ay masama).

33.   Kapag pulitiko ay likas na suwitik
                Maraming pera at aktibista ang maililigpit.

34.   Proyektong idinaan sa "konsepto ng kamutan"
                Pondo'y karaniwang nawawala't nasasayang.

35.   Ang pulitikong takot na gumawa ng masama
                Pagkatapos ng termino ay pulubi at kawawa.

36.   Pulitikong naging kawawa, pagkat di nandambong
                Noong nasa puwesto,
                Kapag dumating na'ng sadyang paghuhukom
                Siya'y magiging Santo!

37.   Pulitikong marangal, di man yumaman sa salapi
                Siya'y mayaman at banal—sa linis ng budhi.

38.   Ang pulitikong walang hinayang na magtapon
                Galing sa kurakot ang perang naipon.

39.   Ang kasong-kurakot na halagang bilyun-bilyon
                Ay pinag-a-awayan ng maraming hukom.

40.   Kurakistang hukom na balibat at magaspang
                Sa Kagawaran ng Hustisya ay may kalalagyan.

41.   Sa panahon ng kagipitan
                Napagkikilala ang limatik ng bayan.

42.   Ang panahon ay sinasamantala
                Pagkat ginto ang kapara,
                Sa mga kurakistang ganid sa pera.

43.   Sa lakad ng kasalukuyang panahon
                Mga kurakista ang tanging sumusulong.

44.   Ang gawaing-moral, mula pagkabata
                Nagiging "immoral," kapag lider na ng bansa.

45. Isang payo sa mga kurakista:
   "Habang maiksi ang kumot
   Magtiis munang mamaluktot,
   Kung malapad na ang sakop
   Saka na lang mangurakot."

46. Ang hinagpis at taghoy ni Juan:
   "Ako ang nagbayo
   Ako ang nagsaing,
   Ngunit nang maluto
   Kurakista ang kumain."

47. Ang kurakistang tuso't salanggapang
   Parang si "Napoles" na mangangalakal,
   Kapag ang puhuna'y kanyang binitiwan
   Siguradong bilyon ang pakikinabang.

48. Sa tunay na lider—una ang serbisyo;
   Ang makakasama sa interes ng publiko
   Ay di ginagawa . . . bilang maka-tao.

49. *Masakit ang makurakot ka nang lihiman*
   Kaysa maholdap ka nang harap-harapan,
   Pagkat ang holdaper ay salat sa buhay
   Kurakistang lider—sagana sa yaman.

50. *Ang hirap sa holdap ay madaling ibangon*
   Hirap sa kurakot—panghabang panahon.

51. Pulitikong kurakista—ang unang terorista
   Sa kabangyaman ng bayan kong sinta,
   Ang ASG—kahit korakistang pangalawa
   Mayayaman lamang ang pinupuntirya.

52. Magmula kay Quezon at hanggang sa ngayon
   Lalo pang umigting salot na korapsyon.

53. Ang maasikaso sa bisita at palakaibigan
   Ay napakadaling mauto at manakawan.

54. Ang yaman, kapag sa kurakot galing
   May karma sa huli, anuman ang gawin.

55. Ang bibig ng tao ay puwedeng suhulan
   Ang hampas ng langit—di mapipigilan.

56. Masira man sa pangungusap
   Huwag lamang sa kinang ng pilak.

57.   Pag may nagka-onsehan sa kurakutan
Sa Senado'y tiyak na may pag-uusapan.

58.   *Kung may alam kayong inaaping OFW*
Sa sipag at tiyaga—hanapin lang ako?

59.   <u>Noon</u>: "Huwag mo kong subukan . . .
Walang kumpa-kumpare, walang kama-kamag-anak?"
<u>Ngayon</u>: "Puwede mo ko'ng subukan . . .
Sa pinitak ng kankungan!"

60.   <u>Noon</u>: "Ang hindi marunong magtiis
Ang ginhawa'y hindi makakamit."
<u>Ngayon</u>: "Ang hindi marunong mang-umit
Sa hapag-kainan—wala kahit "noodles."

61.   <u>Noon</u>: "Ang taong mabait at magalang
Ay palagi nang kinalulugdan."
<u>Ngayon</u>: "Ang taong mabait at magalang
Ay palagi nang tinatapak-tapakan."

62.   <u>Noon</u>: "Madali ang maging tao
Pero, mahirap ang magpakatao."
<u>Ngayon</u>: "Mahirap na'ng maging tao
Mahirap pa rin ang magpakatao."

63.   <u>Noon</u>: "Hindi bubuti ang isang tao
Kung walang pagsubok at pagtitiis."
<u>Ngayon</u>: "Hindi sasama ang isang tao
Kung walang drogang ibinebenta ang Intsik."

64.   <u>Noon</u>: "Ang magalang na sagot
Ay nakakahupa ng poot."
<u>Ngayon</u>: "Ang magaspang na sagot
Ay nakakahupa ng poot—dahilan sa takot."

65.   <u>Noon</u>: "Anumang bato na ubod ng tigas
Sa patak ng ulan ay puwedeng maagnas."
<u>Ngayon</u>: "Ang sinumang lider na puso'y busilak
Ay puwedeng makorap—sa kislap ng pilak."

66.   <u>Noon</u>: "Ang pagkakamali ay hindi kailanman
Maitutuwid ng isa pang pagkakamali."
<u>Ngayon</u>: "Pag nahuli sa korapsyon at nagkamali
Maitutuwid ito ng isa pang pagkakamali (lagay)."

67.   <u>Noon</u>: "Ang mga biyaya at handog
Kahit pusong-bato ay napapalambot."
<u>Ngayon</u>: "Ang lagay na handog sa Alabang
Pusong-bato ng mahistrado—lumambot na tunay."

68. Noon: "Ang magtanim ng hangin, bagyo ang aanihin."
Ngayon: "Ang sinumang sumalubong sa hangin
Ay sa kankungan, o sa sementeryo pupulutin!"

69. Noon: "Daig ng taong maagap ang taong masipag."
Ngayon: "Daig ng taong korap ang taong masipag
(Sa kasalukuyan, wala nang bisa ang agap-agap)."

70. Noon: "Kapag idinaan mo sa tiyaga
Maaabot mo rin ang gintong nasa."
Ngayon: "Kapag nagtiyaga ka sa 'pataba'
Makakamit mo rin ang gintong nasa."

71. Noon: "Ang liksi at sipag ay daig ng agap."
Ngayon: "Ang liksi at sipag ay daig ng korap."

72. Noon: "Kapag tinawag na utang ay sapilitang babayaran."
Ngayon: "Kapag nabilad ang utang sa kurakot,
Magtago lang sa US, tiyak na makakalusot."

73. Noon: "Ang taong matulungin—biyaya ay sapin-sapin."
Ngayon: "Ang lider na matulungin (sa lagay)
Sapin-sapin ang boto sa panahon ng halalan."

74. Noon: "Hindi lahat ng kumikinang ay ginto
Sapagkat may sarili ding kinang ang tanso."
Ngayon: "Marami nang bagay ang kumikinang
Ultimong 'baboy' at 'pataba'—ginto na ang kabagay."

75. Noon: "Magtipong maigi habang maaga pa
Upang kung gumabi'y di ngangapa-ngapa."
Ngayon: "Pataba at baboy ipuning mabuti
Nang hindi ngumapa pagsapit ng gabi."

76. Noon: "Ang buhay ng tao'y gulong ang kahambing
Sa ibabaw ngayon—bukas ay sa ilalim."
Ngayon: "Kaparis ng gulong itong ating buhay
Nasa ilalim ngayon; bukas ay ibabaw,
Datapuwa anaki'y sadyang kasawian
Sa buhay ng Pinoy—tunel ang lagusan."

77. Noon: "Kapag maaga kang lumusong
Ay maaga ka ring aahon."
Ngayon: "Kapag maaga kang nandambong
Maaga ka ring magkakamal ng milyon."

78. Noon: "Kapag may isinuksok, may titingalain
Kapag may isinukbit ay may dudukutin."
Ngayon: "Kapag may isinuksok, may kukurakutin.
Kapag may isinukbit—may kukurakutin pa rin."

79.   <u>Noon</u>: "Ang mahusay na pagsunod
        Ay ayon sa taong nag-uutos."
        Ngayon:" Ang mahusay na pagsunod
        Ay dahil sa pananakot o lagay ng nag-uutos."

80.   <u>Noon</u>: "Huwag kang mangahas lumipad
        Kung kulang ka pa sa pakpak."
        Ngayon: "Lumipad ka, kapag ginusto
        Kahit kulang pa ang pakpak mo,
        Basta't ikaw ay may EURO . . .
        Ayos lang ang buto-buto!"

81.   <u>Noon</u>: "Ang umilag sa baga ay sa ningas nasusugba."
        Ngayon: "Ang EURO'y hinakot nang lihim sa Rusya
        Nakailag ito sa baga ng NAIA . . .
        Subalit sa ningas ng Ruso nasugba.

82.   <u>Noon</u>: "Lumalakad ang kalabasa, naiiwanan ang bunga."
        Ngayon: "Lumalakad ang mga EURO-General
        Sa airport ng Rusya ang bilyones ay naiiwan."

83.   <u>Noon</u>: "Ang taong ubos-ubos biyaya
        Pagkatapos ay laging nakatunganga."
        Ngayon: "Ubos-ubos ang biyaya dahil sa kurakot
        Kaya laging naka-nganga si Juan dela Cruz."

84.   <u>Noon</u>: "Anuman ang luto pag siya-nang-siya
        Pilit sasawaan, at hahanap nang iba."
        Ngayon: "Kahit na lang noodles, at siya-nang-siya
        Sa hapag-kaina'y di pa rin magkasya,
        Hindi nagsasawa ang gutom na masa;
        Ang masakit nito—parang pananatsa
        'Lucky Me' ang tawag sa pagkaing-masa,
        'Suwerte' ba ang noodles sa tirik ang mata?"

85.   <u>Noon</u>: "Ang naniniwala sa salita't sabi
        Ay karaniwan nang, walang bait sa sarili."
        Ngayon: "Ang hindi maniwala sa salita't sabi
        Sa pangungurakot—pihadong may parte."

86.   <u>Noon</u>: "Sa taong may budhi't marunong mahiya
        Ang salita ay isang matapat na sumpa."
        Ngayon: "Sa lider na kurakistang walang-hiya
        Ang pangungurakot sa bayan ay sumpa."

87.   <u>Noon</u>: "Magsisi ka man at kung huli,
        Wala na ring mangyayari."
        Ngayon: "Sa nagawang kasalanan kung ikaw man ay nahuli
        Hindi ka rin makukulong, tiyak na may mangyayari
        Basta 'maglagay' ka lamang sa hukuman o sa korte
        Abswelto ka sa kaso mo—katulad ni 'Lolo Happy'."

88.   Noon: "Nagpapakain ma't masama ang loob
       Ang pinakakain—di rin mabubusog."
       Ngayon: "Ang nagpapakain—galit man ang loob
       Milyong nagugutom, pilit mabubusog."

89.   Noon: "Bayabas mang bubot—biyaya pa rin ng Diyos."
       Ngayon: "Ang pondo, kahiman at kapos
       Sa kurakista ay biyaya pa ring lubos."

90.   Noon: "Ang lumalakad nang marahan
       Kung matinik ay mababaw."
       Ngayon: "Ang pangungurakot nang marahan
       Sa lider ng bansa ay pangkaraniwan,
       Kapagka nabuko, tuloy sa hukuman
       Malalim na tinik—sa suhol—babababaw."

91.   Noon: "Ang lumakad nang matulin, pag natinik ay malalim."
       Ngayon: "Ang lider na nangungurakot nang hayagan
       Kapagka nabuko—nangingibang-bayan lang."

92.   Noon: "Ang kapalaran di ko man hanapin
       Dudulog at lalapit kung talagang akin."
       Ngayon: "Kahit mo hanapin yaong kapalaran
       Di rin makikita—sa hirap ng bayan!"

93.   Noon: "Ang bahay na walang tao
       Tuluyan ng kung sino-sino."
       Ngayon: "Ang Pilipinas—kahit na may tao
       Kontrolado pa rin ng Intsik na beho."

94.   Noon: "Ang tulak ng bibig ay kabig ng dibdib."
       Ngayon: "Ang tulak ng 'golf links'
       Sa komisyonista ay bilyong kabig,
       Ang tulak ng 'Legacy Pre-Needs'
       Ay bilyong kabig sa mga Angheles."

95.   Noon: "Ang taong mahal at mura
       Sa gawain mapagkikilala."
       Ngayon: "Ang taong sina 'Mahal' at 'Mura'
       Sa TV lang napagkikilala,
       Gayunpaman, may bentaha sila . . .
       Kaysa kurakistang laging minumura."

96.   Noon: "Ang tao hanggang mayaman
       Marami ang kaibigan,
       Kung maghirap na ang buhay
       Wala na ring kaibigan."
       Ngayon: "Ang kurakista habang mayaman

Maraming botante ang nasusuhulan,
Upang di maghirap ang kaniyang buhay
Sige ang kurakot sa kaban ng bayan."

97. <u>Noon</u>: "Ang utang-na-loob, magpakaliit man
Utang-at-utang din, kahit mabayaran."
<u>Ngayon</u>: "Ang pangungurakot kahit maliit man
May karmang darating—kahit mabayaran."

98. <u>Noon</u>: "Kapag may usok ay may apoy."
<u>Ngayon</u>: "Kapag may proyekto ang pamahalaan
Tiyak may korapsyon sa kaban ng bayan."

99. <u>Noon</u>: "Kapag ang tao ay hinaw-nang-hinaw
Pakaasahan mong marumi ang kamay."
<u>Ngayon</u>: "Kapag pulitiko'y kurakistang tunay
Siya ay palaging nasa pahayagan,
Sa papisik-pisik at pahinaw-hinaw
'Maginoo' pa rin sa mata ng bayan."

100. <u>Noon</u>: "Araw mo ngayon at sukat
At sa iba naman—ang bukas."
<u>Ngayon</u>: "Araw mo ngayon at sukat
Kaya pinalusot ka rin ni 'San Lukas',
Ngunit tandaan mong darating ang bukas
Mayroong paghuhukom na laan sa lahat;
Ang taong malinis, sa langit ang landas
Taong kurakista—sa impiyerno ang bagsak."

101. <u>Noon</u>: "Ang anumang bagay na iyong gagawin
Makapitong beses mo munang isipin."
<u>Ngayon</u>: "Ang anumang bagay na iyong gagawin
Gawin mo kaagad—huwag mo nang isipin,
Pag nagpatayong ka, mayroong darating
Bagay sa poder mo ay kukurakutin."

102. <u>Noon</u>: "Ang isinukat mo sa kapwa mo
Ay siya ring isusukat sa iyo."
<u>Ngayon</u>: "Ang pangungurakot mo sa kapwa mo
Ay siya ring pangungurakot na gagawin sa iyo."

103. <u>Noon</u>: "Kung ano ang talon ng inang-kambing
Ang kambing na anak, talon ay gayon din."
<u>Ngayon</u>: "Kung lider-kurakot ang ina at ama
Ang pangungurakot—tiyak na mamamana,
Mangungurakot din yaong anak nila."

104.   Noon: "Hindi mamumunga ng mabolo . . .
Ang puno ng santol."
Ngayon: "Hindi magkaka-anak nang hindi korap
Ang isang magulang na bihasa sa pananalikwat.
Ang dugo ng ama't ina ay nasasalin sa anak
Kung ang magulang ay korap—kurakista rin ang anak."

105.   Noon: "Pahirin mo muna ang iyong mantsa
Bago mo punahin ang uling ng iba."
Ngayon: "Sige mong batuhin ng uling ang iba
Para maging 'nognog'—mangitim sa mantsa,
Dumi sa mukha mo'y pabayaan mo na
Basta hindi pandak—tiyak maboboto ka."

106.   Noon: "Ang pag-ilag sa kaaway
Ay isang katapangang tunay."
Ngayon: "Ang pagmumura ni Digong sa mga kaaway
Ay pagpapakita ng paninindigan at tunay na tapang,
Pumapatay siya—kahit na tawaging 'berdugo' ng bayan
Nang upang malipol, mga kurakistang salot ng lipunan."

107.   Noon: "Ang malabis na salita
Nagbubunga ng masama."
Ngayon: "Ang malabis na 'mura' sa pagsasalita
Kung mula kay Digong—hatid ay buti at tuwa."

108.   Noon: "Kapag buhay ang inutang
Buhay din ang kabayaran."
Ngayon: "Kapag buhay ang inutang . . .
Ang pinatay ay: lider na korap, durugista o kriminal."

109.   Noon: "Ang taong magalang, kailanman ay kinalulugdan."
Ngayon: "Kahit taong 'bastos' ay puwede ring makalugdan
Basta tunay na lider—na may paninindigan at tapang,
Kahit mang-rape; magmura (sa Papa); sa durugista'y pumatay
May tsansa pa rin ang bastos, na manahan sa Malakanyang."

110.   Noon: "Kung ano ang bukambibig—siyang laman ng dibdib."
Ngayon: "Kung panay na 'mura' ang laman ng bibig
Kagaya ni Digong—ito'y paglalabas ng matinding galit,
Paghahayag ito ng panghihimagsik at labis na inis
Sa pangungurakot ng maraming lider na 'kapa' ang damit."

111.   Noon: "Mabuti pa ang kubo na ang nakatira ay tao
Kaysa bahay-na-bato na ang nakatira ay kuwago."
Ngayon: "Mabuti pa ang kubo na ang nakatira'y Pilipino
Kaysa bahay-na-bato, na ang nakatira ay 'beho',
Kaya sa 'Spratly' humanda na ngayon kayong mga Tsino
Darating si Digong—kahit mag-'jet ski'—mumurahin kayo!"

112. <u>Noon</u>: "Huwag mong hahamakin ang 'aba' kong palad
Ang ikot ng buhay—gulong ang katulad,
Ano ang malay mo, sa araw ng bukas
Baka ako naman ang nasa itaas?"
<u>Ngayon</u>: "Sa panahon ito . . . na nasa 'tuktok' na ako
Kayong kurakista—kapag di tumigil—ay papatayin ko!
Pag sabi kong: 'stop' . . . sa pangungurakot ay tumigil kayo
Para di mapunong mga punerarya na ipinatayo ko!"

113. <u>Noon</u>: "Kahoy na liko at baluktot—hutukin habang malambot
Kung lumaki at tumayog, mahirap na ang paghutok."
<u>Ngayon</u>: "Kahit ikaw ay tigasin—lumaking liko at baluktot
Umayos ka . . . upang puso at isipan mo'y mahutok,
Pag sinabi kong: 'stop' . . . sa gawang di maka-Diyos
Follow, or I'll kill you—pesteng yawa, buang man gyud!"

VI. MAANYONG SANAYSAY

Malupit na paniniil ng naghaharing malakas
     ay mananatili lamang,
Kapagka ang mga taong nasa loob ng samahan
     ay pumayag nang lubusan!

. . . Marcelino D. Catahan

Maasikaso sa bisita (hospitable); palakaibigan (friendly); masipag at matalino, subalit kawawa at naghihirap! Ito ang kalagayan ng mga Overseas Filipino Workers, o OFW. Kilala sila sa buong daigdig! Saan mang sulok ng mundo gaya ng: karagatan, kalupaan, at maging sa disyerto ng Sahara ay mayroon kang matatagpuang mga Pilipino na nakikipagsapalaran sa paghahanap-buhay. Ang tanging hangad nila ay maiyangat ang ekonomikong katatayuan ng pamilya. Maging sa umaga, dapit-hapon, takipsilim o kahit na hatinggabi, sila'y walang tigil sa katatrabaho at matamang naghahanap ng perang ipapadala sa pamilya dito sa Pilipinas. Walang oras na hindi nagkukumahog—at para ba silang mga langgam sa kasipagan—sa pagsisikap na makaipon ng salaping pambili ng limang basikong pangangailangan sa buhay ng mga anak, katulad ng: *pagkain, damit, bahay, edukasyon* at *pagmamahal.*

Datapwat hindi naibibigay na lahat ng mga OFW ang mga basikong pangangailangang ito sa mga anak. Karaniwan ay nagkukulang sila—at ito ay sa aspeto ng "pagmamahal." Dito madalas na may kakapusan ang isang ama o inang OFW. Dahilan nga sa malayo sila naghahanap-buhay, kadalasan ay napapabayaan nila at hindi naibibigay ang init ng pagmamahal sa naiwang asawa at mga anak sa Pilipinas.

Nagagalak ang pamahalaan sapagkat ang pinakamalaking bahagi sa pondo ng bansa ay nagmumula sa "remittances" ng mga OFW. At bilang parangal, tinawag pa ang OFW na "Bagong Bayani" dahilan daw sa dugo at pawis na puhunan nila sa pagtatrabaho sa labas. Hindi batid ng gobyerno na di lamang dugo at pawis ang tumatagas sa mga OFW sa pagpapa-alila sa ibang bansa. Higit sa dugo at pawis, ang tunay na sakripisyo ng OFW ay ang buhay ng kanilang mga naiwanang pamilya—mga pamilyang napakahalaga—na pangunahing bumubuo sa organisasyon ng bansang Pilipinas!

Halos isang-daang porsiyento ng mga OFW at ng kanilang pamilyang iniwanan ay dumanas ng kasawian sa iba't ibang aspeto. Naririyan ang kaso nina Contemplacion, Maga, Palaming, Balabagan, La Puebla at Aguilar. [587] Ilan na ba kaya ngayon ang total na bilang ng OFW na napagsamantalahan at pinatay sa iba't ibang bansa? Gaano ang luha at pagdurusa na naidulot nito sa kanilang mga kaanak? Lalo pa nga at palagi nang hindi makatulong ang gobyerno sa pagdulang ng kaukulang hustisya? At may malulungkot na kaso rin na nag-aasawa nang iba ang OFW sa ibang bansa, o kaya ay nag-aasawa rin nang iba ang naiwang ama o ina sa Pilipinas. Sa kasong ganito, hindi lamang ina o ama ang apektado. Higit na nagdurusa ang kanilang mga anak! At bunga nito, ang mga anak ay natitigil sa pag-aaral; nawawalan ng giya sa buhay, hanggang sa malulong sa droga.

Sa isang ideal na pamilya: *"Ang tagumpay ng mga anak ay nakasalalay sa pagtutulungan at balikatan ng ama at ina. Hindi sapat ang subaybay ng iisa! Kailangan ang tulong ng ikalawa!"*

Maasikaso sa mga bisita (hospitable); palakaibigan (friendly); masipag at matalino, subalit kawawa at naghihirap! Ito ang Overseas Filipino Workers o OFW. Tanong: "Bakit ba kailangan pang mag-OFW ang milyun-milyong Pilipino?" **Korapsyon ba talaga ang tunay na dahilan sa paghihirap ng mga tao sa Pilipinas?**

ANG KAMUTAN [588]

Maraming mga guro sa kolehiyo at unibersidad ang mariing nagtuturo sa mga estudyante ng dalawang natibong kahalagahang-moral: ang pagiging maasikaso (hospitable) at palakaibigan (friendly) sa bisita. Sa paniniwala ng maraming guro, ito raw ang dalawang positibong katangian o kaugalian na dapat matutuhan ng tao simula sa pagkabata.

Kung nabubuhay pa si "Pilosopo Tasyo," marahil ay sasabihin niyang "kabaliwan" o dili kaya ay "kamangmangan" ang gayong uri ng konsepto! Tiyak na sasabihin ni Pilosopo Tasyo na ang pagiging maasikaso sa bisita at ang pagiging palakaibigan ay mga "negatibong" katangian! Tiyak na ipapaliwanag ni Pilosopo Tasyo, na ang dalawang katangiang ito ang dahilan kung bakit naalipin ng Kastila ang mga Pilipino nang mahigit na 333-taon. Sa kanyang haraya, ang mga kaugaliang ito ang siyang ugat ng "kanser na korapsyon" na nagpapahihirap sa mga Pilipino, simula pa noon, at magpahanggang sa ngayon.

---

586   Sinulat: June 7, 2007. Sa kabanatang ito, idinagdag ng awtor ang anim (6) na "Maanyong Sanaysay," na ang mga konseptong napapaloob ay halos natalakay na sa mga naisulat na tula. Nais niyang ipagdiinan ang paghihirap ng mga OFW na nakikipagsapalaran sa ibang bansa; gayundin, ang kahinaan ng mga lider-pulitikong Pilipino sa kanilang karumal-dumal na pangungurakot sa pondo ng kabangyaman. Higit sa lahat, nais niyang ipanawagan sa mga magulang, mga guro, mga lider (ng iba't ibang sangay ng pamamahala) ang pagpapataas sa libel ng katangiang etiko-moral ng mga mamamayan, lalo na ang reberensiya (pagsunod sa Diyos), disiplina, karakter at indibidualidad (RDKI).

587   Ilan sa mga Filipinang pinagsamantalahan habang nagtatrabaho bilang OFW sa ibang bansa.

588   Sinulat: June 15, 2007.

Maraming mga manunulat sa "Philippine History" ang nagbigay ng iba't ibang kuru-kuro tungkol sa madaliang pagkalupig at pagkaalipin ng mga Pilipino. Sa opinyon ng awtor na si Dr. Sonia M. Zaide, ang "aral at sakripisyo" [589] ng mga misyonaryo ang mga dahilan. Ayon naman kay Teodoro A. Agoncillo, ang dahilan daw ay ang "pagkakawatak-watak" [590] ng mga katutubong Pilipino—sapagkat hiwa-hiwalay ang kapuluan at iba-iba ang mga natibong tribu. Sa isang banda, sa haraya naman ng baliw na si Pilosopong Tasyo, ang natibong kultura ng pagiging *palakaibigan* (friendly) at *maasikaso sa bisita* (hospitable) ang tunay na dahilan ng madaliang pagkalupig at pagka-alipin ng mga Pilipino.

Nakilala at hinahangaan sa buong mundo ang mga Pilipino dahil sa maasikasong pagtanggap sa bisita at pagiging palakaibigan. Nagagalak ang maraming Pilipino at tantong ipinagmamalaki nila ang nasabing mga katangian. Subalit hindi nila batid na ang dalawang kaugaliang ito ang ugat ng korapsyon: sa ekonomikal, sosyal, at politikal na sistema ng bansa.

Ang korapsyon ay hindi natutuhan ng Pilipino mula sa ibang lahi! Dati nang korap ang mga Pilipino bago pa man dumating ang mga Kastila at Amerikano! Bunga ito ng pagiging maasikaso sa bisita at palakaibigan. Madaling lapitan ang Pinoy. Madaling kamutan! Madaling batiin ng: "Hello, Garcy!" Madaling kamayan, lalo pa at kung may padulas! Ipakamot mo ang likod mo, at tiyak na kakamutan ka rin!

Sa kamutang ito nagsisimula ang kanser na korapsyon! Sapagkat anumang tulong na gawin mo sa isang Pilipino—ito ay habang-buhay niyang "utang-na-loob." Ang utang-na-loob na ito ay bahagi o kalakip ng natibong karakter ng Pinoy (na maasikaso sa bisita at palakaibigan). Sa kaugaliang Pinoy, ang taong kinamutan mo sa likod ay siguradong kakamutan ka rin—nang kaparehas—pagdating ng panahon.

Magmula sa Malakanyang; Kongreso; Senado; Hudikatura; gobyernong-lokal, at hanggang sa gobyernong-pambarangay—pangkaraniwang tanawin ang "kamutan" o kurakutan. Kaymarahil, sa kaisipan ni Pilosopong Tasyo ay namumuo ang isang haraya, na tunay ngang may "galis" sa likod ang mga Pilipino! At bukod pa sa galis ng likod, maaaring "makati" rin ang mga kamay at posibleng pa rin na may kanser sa utak!

"ILABAS ANG PULUTAN" [591]

Noong taong 2002 ay may lumabas na komersiyal sa isang lokal na telebisyon ang produktong, "Veterano Brandy." Ipinakita rito ang dalawang tradisyonal na kaugaliang- moral ng mga Pilipino—ang pagiging "maasikaso sa bisita" (hospitable) at "palakaibigan" (friendly). Hinahangad marahil ng "product advertiser" na lalong patanyagin ang dalawang katangiang ito. Humahanga nga namang talaga ang buong mundo sa mga kaugaliang ito, na ipinagmamalaki namang malabis ng mga Pilipino.

Subalit sa haraya ng isang "baliw" na katulad ni Pilosopong Tasyo, maaaring kaiba ang interpretasyon sa laman ng TV-Ads. Maaaring isipin niya na itong komersiyal na ito ay isang direktang "insulto" sa integridad ng mga Pilipino! Para sa impormasyon, ang mga sumusunod na paglalahad ang nangyari sa nabanggit na komersiyal sa TV:

Isang grupo ng mga banyagang eksplorer—may tipong-Kastila—ang dumating sa dalampasigan ng Pilipinas. Dumaong sila at nag-imbestiga sa may baybayin ng dagat. Sa kanilang paglalakad, nasalubong nila ang isang grupo ng mga katutubong Pilipino. Biglang nag-girian ang dalawang grupo at naghanda sa mga susunod na pangyayari. Nang magbunot ng sandata ang mga Pilipino, biglaang inilabas ng Kapitan ng mga Kastila ang isang bote ng "Veterano Brandy." Mabilis na itinaas ito sa kanang kamay. Napamulagat ang mga mata ng Datu, na siyang pinaka-puno ng mga katutubo. At sa sumunod na pangyayari, biglang hinarang ng Datu ang kanyang mga alagad, kasabay ng sigaw na:
"Ilabas ang Pulutan!"

At tinanggap nga ng mga katutubo ang mga banyaga bilang tunay na kaibigan. Ito ay dahilan lamang sa isang bote ng Veterano Brandy? Sa komersiyal na ito ay maliwanag na nailarawan kung gaano kadaling masuhulan ang mga Pilipino! At bagamat hindi na ipinakita sa TV-Ads ang mga sumunod na eksena, marahil ay nagpista at nagsalo pa ang dalawang grupo.

Kung sabagay, sa istorya ng Pilipinas ay napatala na rin ang ilang pagkakataon na ang mga katutubong Pilipino ay

589   Zaide, S. M. The Philippines: A Unique Nation. Quezon City, Philippines. All-Nations Publishing Co., Inc. 1994.

590   Agoncillo, T. A. History of the Filipino People. Quezon City, Philippines. Garotech Publishing. 1990.

591   Sinulat: June 30, 2007. Ang konsepto sa sanaysay na ito ay base sa isang komersiyal sa TV ng Veterano Brandy na ipinalabas noong mga unang taon ng 2000. Inilalahad din dito ang dalawang (2) kaugaliang-moral ng mga Pilipino, na sa akala ng marami ay positibo at katangi-tangi. Ang mga ito ay ang pagiging "maasikaso" sa bisita (hospitable) at "palakaibigan" (friendly). Subalit sa itinakbo ng buhay, magmula pa noong unang sibilisasyon, ang mga katangiang ito ang dahilan kung bakit madaling ma-uto o masuhulan ang mga Pilipino. Kaya sa konsepto ng awtor, ang mga kaugaliang ito ay "negatibo."

indirektang "nasuhulan" (o, na-uto) ng mga Kastila, dahilan nga sa pagiging palakaibigan at maasikaso sa bisita (lalo na sa banyaga).

Noong Mayo 19, 1571 [592] ang mag-amain na sina Rajah Sulayman (Hari ng Maynilad) at Lakandula (Hari ng Tondo) ay hindi na lumaban kay Miguel Lopez de Legazpi (pinuno ng mga Kastila) nang pasukin nito ang Maynilad. Pinabayaan na lamang ng mag-amain na makapasok at nagpasakop na lamang sila sa mga Kastila. Ang dahilan ay, nagapi na sila ng mga Kastila noong nagdaang taon (1570). Tinalo ang mag-amain, at ang kanilang tauhan, ng mga Kastila noon, sa pamumuno ni Juan de Salcedo (apo ni Legazpi).

Dahilan sa hindi paglaban, nagbigay si Legazpi ng mga konsesyon sa mag-amain. "Hindi na sinamsam ang kanilang lupain at ari-arian. Hindi sila pinagbayad ng anumang buwis. Hindi sila pinagserbisyo sa polo o sa sapilitang paggawa. At nakatanggap pa rin sila ng marami pang iba't ibang benepisyo." Kaya sa nangyari, tuwang-tuwa ang mag-amaing katutubo. At naging matalik na kaibigan nga nila si Legazpi at ang mga Kastila.

Ang kaso mo, namatay si Legazpi noong 1572 dahil sa atake sa puso. Sa nangyari, nagpadala sa Pilipinas ng panibagong gobernador-heneral ang Espanya, sa katauhan ni Guido de Lavezaris. [593] Nang dumating si Guido, ang ginawa niya ay kinumpiska agad ang lahat ng ari-arian ng mag-amaing sina Sulayman at Lakandula. Dahil naaapektuhan ang mag-amain, dito na sila nagsimulang mag-rebelde. Bagamat kulang sa kagamitang pang-giyera, lumaban sila sa mga Kastila at nang malaon ay nagtayo ng kampo sa Navotas.

Noong 1574, samantalang patuloy ang rebelyon ng mag-amaing katutubo, dumating sa Pilipinas ang piratang-Intsik Beho na si Limahong. Binomba niya ang Maynilad, sapagkat gusto niya itong sakupin para magtayo ng kanyang bagong kaharian. Dahil dito, naging dalawa na ang kalaban ng mga Kastila—ang grupo ng behong si Limahong at ang grupo ng mga katutubo na pinamumunuan nina Sulayman at Lakandula.

Upang mabawasan at mapisan sa isa ang kalaban ng mga Kastila, inutusan ni Guido de Lavesaris ang apo ni Legazpi—si Kapitan Juan de Salcedo—na kausapin ang mag-amaing Sulayman at Lakandula sa kanilang kampo sa Navotas. Komo sa lahing-Pilipino, may natibong kaugalian na, "ang sinumang kamag-anak ng isang kaibigan ay dapat na tratuhing kaibigan din" kaya, madaling napapayag ni Salcedo na pumanig muli sa mga Kastila ang nagrerebeldeng mag-amain. Ipinaliwanag ni Salcedo na hindi alam ni Guido de Lavesaris (ang bagong gobernador-heneral) na may dating "kasunduan" ang kanyang Lolo Legazpi at sina Sulayman at Lakandula. Kung kaya, nang banggitin ni Salcedo kay Lavesaris ang istorya tungkol kasunduan, isinugo siya ng gobernador para "manghingi ng paumanhin" sa mag-amaing katutubo.

At nakipag-ayos ngang muli sina Sulayman at Lakandula sa mga Kastila. Bilang pangako, sinabi ni Salcedo na ibinabalik na sa kanila ang lahat ng kanilang lupain at ari-arian. Hindi na sila magbabayad uli ng anumang buwis. Hindi na magse-serbisyo sa polo o sapilitang paggawa. At sakali mang may iba pang pangangailangan ang mag-amain ay iparating lamang daw kay Guido, at sila ay siguradong tutulungan. Lubos ang kagalakan ng mag-amain sa tinanggap na bagong konsesyon. Nangako silang hindi na magre-rebelyon laban sa mga Kastila. At sa puntong ito, walang anumang sigaw ng mag-amain ang umalingawngaw at narinig na: **"Ilabas ang Pulutan!"** (katulad ng sigaw sa Veterano Brandy TV Ads). Subalit sa haraya ng isang baliw na katulad ni Pilosopong Tasyo, ang muling pagsanib ng mag-amain sa mga Kastila ay ganoon na nga rin ang naging kahulugan ng pangyayari.

At bilang Pilipino na "matapat sa pakikipagkaibigan," ang mag-amaing sina Lakandula at Sulayman—sampu ng kanilang mga alagad—ay tumulong sa mga Kastila. Umanib sila uli sa mga Kastila, at tinugis nila ang mga kampon ni Limahong hanggang sa malayong dalampasigan ng Lingayen, Pangasinan. At nang malaon nga, nawala na sa laot ang mga kampon ng behong Intsik na si Limahong. Hindi na siya pamuli pang bumalik sa Pilipinas para manakop.

Subalit lingid sa kaalaman ng marami, may kumakalat na balita si Pilosopong Tasyo na, ang mga "ka-apu-apuhan" naman daw ni Limahong ang naninirahan ngayon sa Pilipinas para maghiganti. Marami sa kanila ay naka-pwesto na sa mga isla ng Spratly. Ang ibang "apo" ay nasa Luzon, Visayas at Mindanao at hayag-hayagang nagbebenta ng iba't ibang klase ng droga upang durugin ang mga Pilipino.

Samantala, sa Ehekutibo/Senado/Kongreso/Hudikatura, at sa marami pang sangay ng lokal na pamahalaan—ang mga Pilipino ay patuloy na maasikaso (hospitable) at palakaibigan (friendly). Madali silang kausapin; madaling suhulan; madaling kamutan, at madali rin ang maglabas ng pulutan! Ganyan ang lantay na kaugaliang-Pinoy!

At gaya nang sinabi sa isang orihinal na musikang Pilipino, na inawit ni Francis Magalona (SLN): . . . *Hoy, Pinoy ako! Pinoy tayo . . . ipakita sa mundo!"* (na tantong madaling makorap o masuhulan ang mga Pilipino).

---

592   Agoncillo, T. A. History of the Filipino People. Quezon City, Philippines. Garotech Publishing. 1990.

593   Ibid. Agoncillo, T. A.

MORAL RECOVERY (Para sa Kanser?) [594]

Ang dating Sen. Leticia R. Shahani (na kapatid ng dating Pres. Fidel V. Ramos) ang unang nagpanukala sa Senado noong Setyembre 1987 ng madaliang pangangailangan para muling patibayin ang nagapok na "moral values" ng lahing Pilipino. Sa pag-aaral ng mambabatas, ang kanser na problema ng bansa ay may kinalaman sa gapok na kultura o karakter-nasyonal. Sinabi ni Senador Shahani [595] sa talumpati, na ang Pilipinas daw ay grabe ang sakit na kanser, katulad ng:

> "... *kahirapan; kawalang-paki sa kapwa-Pilipino; korapsyon; pagsasamantala; pagiging kanya-kanya; pulitikang mabuway; pagmamahal sa intriga; kawalan ng disiplina; kawalan ng patriotismo,* at *pagnanasa para sariling kapakanan.*"

Siyento-porsiyentong tama ang pagkaka-analisa ni Senadora Shahani sa kalagayan ng bansa. Masasabing nagmula ito sa isang paham at tunay na lider—na may dalisay na pagnanasang umunlad ang Pilipinas. At noong Setyembre 18, 1987, ang panukala ni Shahani ay pinagtibay sa Senado, na: "Senate Resolution No. 10." Nagdirekta ito sa isang "task force" na pag-aralang maigi ang karakter-moral ng mga Pilipino, at humanap ng tamang lunas sa kanser na sumisira sa buong bansa. Dahilan sa kahalagahan ng "Moral Recovery Program," isinagawa ng noo'y Pres. Fidel V. Ramos ang "Presidential Proclamation No. 62." Nag-utos si Ramos ng aktibong partisipasyon—ng lahat ng sektor sa lipunang-Pilipino—sa Moral Recovery Program.

Maraming intelektwal ang naniniwala na "likas" daw sa mga Pilipino ang may mataas at kapuri-puring moralidad. Kinalawang na lamang daw ito dahil sa pagdami ng tao at sa pagpasok ng modernong sibilisasyon. Kaya sa Moral Recovery Program, hindi mahirap na muling maibalik at pataasin ang nagapok na moral ng mga taong-bayan.

Maganda ang nilalayon ng Moral Recovery Program. Kaya lamang, halos sampong taon na ang nakalipas mula nang ipatupad ang resolusyong ito ay *wala pa ring nangyayaring pagbabago* sa kahirapan at kaguluhan sa buhay ng mga Pilipino. Nagtitiis pa rin sa taas ng bilihin at matinding gutom ang maraminng mamamayan.

Dahilan dito, patuloy na nagdududa ang marami sa tunay na karakter o moralidad ng mga Pilipino. Marami ang nagsasabi na, hindi ang pagdami ng tao at ang pagpasok ng modernong sibilisasyon ang dahilan kaya gapok at mababa ang kahalagahang-moral. Sa masuring pananaw, mula sa isang baliw na katulad ni Pilosopong Tasyo, talaga raw na "may maitim na kalawang" ang natibong karakter ng Pilipino mula pa noong unang sibilisasyon. Kundi ba naman daw, ay paanong mangyayari na ang kayamanan ng bansa ay sakimin lamang ng sampong porsiyento ng mga ilustradong mamamayan? Kakaunti na nga ang kayamanang-bansa ay sinasakim pa ito ng iilang tao? Hindi man lamang maawa ang mga sakim, para bahaginan ng kahit kaunti ang maraming naghihirap at naghihikahos?

Ang mababang moralidad ay parang tunay na likas o natibo sa mga Pilipno. Patunay pa rito ang palaging may inggitan, batakang-pababa, awayan, korapsyon, nakawan, onsehan, patayan, droga at sari-saring pang krimen sa lahat halos ng sulok ng bansa!

Kung tutuusin magmula kay Pangulong Quezon at hanggang sa kasalukuyan ay ganito na ring paghihirap ang dinaranas sa pangkalahatang kabuhayan ng ng bansa. At ito nga ay bunga ng gapok na karakter-nasyonal. Sa ngayon, tantong malala na ang sakit na kanser ng ating Inang-Bayan. Sa kasamaang-palad, ang kanser ay sadyang maliit lamang ang pag-asang makasumpong ng tamang lunas. Hanggang kailan pa kaya ang kalbaryong ito ng lahing Pilipino?

---

594   Sinulat: July 3, 2007.

595   Kabisig People's Movement. <u>Filipino Values and National Development</u>. San Miguel, Manila. 1993.

ISANG NAGBABANTANG UNOS? [596]

Si Chester Barnard, isang Ingles at tanyag na "Management Guru," ay minsang may ipinahayag na konsepto, na may kasing-kahulugan ng pangungusap na ito: *"Malupit na paniniil ng naghaharing malakas ay mananatili lamang, kapagka ang mga taong nasa loob ng samahan ay pumayag nang lubusan!"* [597] Kapagka ang mga miyembro ng isang organisasyon ay hindi na makatiis sa malabis na hirap at sakripisyo, sasabog ang samahan at sasambulat ito nang patuluyan sa loob lamang ng isang iglap!

Ano na kaya talaga ang tunay na kalagayan ng bansa sa kasalukuyang panahon? Makatitiis pa kaya ang mga mamamayang Pilipno sa kanilang malabis na paghihirap? Manatili kaya ang kapangyarihan ng organisasyong Pilipinas, o may tsansa na kaya itong sumabog at sumambulat? Ang tunay na kalagayan ng bansa sa kasalukuyan ay:

- *Patuloy na malakihang korapsyon sa maraming departamento ng gobyerno, gaya sa BIR, AFP, PNP, GSIS, DPWH, DepEd;*
- *Terorismo at mabuway na katahimikan ng bansa;*
- *Di mapigil na nakawan sa mga bangko at mga holdapan;*
- *Pagpatay sa mga propesyonal na mamamahayag;*
- *Pinaigting na rebelyon ng NPA, MNLF, MILF, BIFF at ASG;*
- *Di makontrol na presyo ng langis; napakataas na presyo ng tubig, elektrisidad, pamasahe, at mga basikong produkto;*
- *Iligal na droga; di mapigil na "smuggling" sa "Bureau of Customs";*
- *"Money-laundering" ng maimpluwensyang pulitiko;*
- *Di masugpong jueteng at dayaan sa eleksyon;*
- *Di makontrol na paglobo ng populasyon;*
- *Libu-libong nagtapos na kabataan na walang trabaho;*
- *Patuloy na pag-alis ng mga propesyonal para magtrabaho kahit na "domestic helpers" at "entertainers" lang sa ibang bansa;*
- *Mababang kultura o kaugaliang-moral ng mga Pilipino;*
- *Pagkakahati-hati ng mga mamamayan, at iba pa.*

Kapag hindi malulunasan ang pagsasalat ng maraming Pilipino at kung magpapatuloy ang kasalukuyang kalagayan, katulad ng: patuloy na pagtaas ng mga bilihin; walang trabaho; walang makain; walang masilungan; talamak na korapsyon; droga; kriminalidad, at iba pang problema ay posibleng maganap ang "Ina ng Lahat ng EDSA" sa hindi kalayuang panahon. Sa isang talumpati ni dating Sen. Francisco S. Tatad sa Senado noong Enero 22, 1996 ay nagbanta ang senador, na: ". . . Isasagawa ng ating sambayanan ang rebolusyong ito, kahit wala ang pangulo at ang kanyang administrasyon." [598] Subalit nakaraan na ang sampong taon mula nang magbanta ang senador ay "wala" pa ring rebolusyong nangyayari. "Tadtad" pa rin ng malabis na kahirapan at pagkagutom ang maraming mamamayan.

Mangyari pa kaya ang banta ni Senador Tatad? Maulit kaya ang katulad ng, "Unang Sigaw sa Balintawak" na naganap noong ika-26 ng Agosto, 1896? Maganap kayang muli ang kaparis ng "Edsa People Power Revolution" na idinaos noong ika-22 ng Pebrero, 1986? Dumating na kaya ang "dilubyo" na binanggit ng baliw na si Pilosopong Tasyo sa "El Fili" ni Dr. Jose P. Rizal?

"Hello . . . hello, Garcie? Ano ba sa tantiya mo? May darating na ang unos?"

---

596   Sinulat: July 6, 2007.

597   Kennedy, C. <u>Guide to the Management Gurus</u>. Great Britain. Business Books Limited. 1991.

598   Tatad, F. S. "Panawagan Para sa Rebolusyong Moral." Liwayway Magazine. Marso 25, 1996.

REBERENSIYA + DISIPLINA + KARAKTER = INDIBIDWALIDAD [599]

Ang rebolusyong-moral na inadhika at sinimulan ni dating Sen. Leticia R. Shahani noong Setyembre 18, 1987 ay maaari ngang maging tunay na lunas para tumaas ang nagapok na moral ng mga Pilipino. Subalit, nakaraan na ang sampong taon mula nang ipatupad ang programang ito ay baon pa rin sa kahirapan ang mga Pilipino. Sa kasalukuyan, parang isang mabahong imburnal na ang "moral values" ng nakakarami. Araw-araw ay laganap ang masamang gawain, gaya ng: *graft and corruption, bank robbery, hold-up, extortion,, car-jacking, kidnapping, salvaging, illegal gambling, drug-trafficking, money-laundering, terrorism, rape* at iba pa. Ang mga krimeng ito ang sumisira sa total na ekonomiya ng bansa. Sa kabuuan, tantong masalimuot ang kalagayan ng bansa sa ngayon. At bago pa mahuli ang lahat, kailangan ang madaliang pagbabago sa ugali at asal ng mga Pilipino.

Isang Konsepto: Madaling matutupad ang "moral recovery" kung ang mga mamamayan at ang mga pinuno ng pamahalaan ay seryosong magtutulungan. May apat na "ubod ng kahalagahan" o "core values" na dapat bigyang-diin, para itaas ang kalidad ng ugaling-Pilipino. Ang mga core values na ito ay kabuuan ng lantay na "etiko-moral." Ang kahulugan ng salitang "moral" ay "purong ugali/asal" na natututuhan ng mga bata mula sa tahanan, paaralan at sa komunidad. Ang "etiko" naman ay purong ugali/asal na natututuhan ng isang tao bilang isang propesyonal. Ang kombinasyon ng apat na pangunahing "etiko-moral" na dapat maitanim sa puso, isipan at kaluluwa ng Pilipino ay: **reberensiya** (R); **disiplina** (D); **karakter** (K), at **Indibidwalidad** (I). [600] Upang madaling matandaan, itanim lamang sa memorya ang daglat na "RDKI."

Kapag ang isang tao ay may "reberensiya" (R), susunod siyang palagi sa utos ng Diyos—at hindi gagawa ng anumang masama. Kaya, mahuhutok ang pag-u-ugali niya at magkakaroon ng istriktong "disiplina" (D)—at tanging kabutihan lamang ang kanyang iisipin at gagawin. Dahilan dito, magiging mataas, malinis at puro ang kanyang "karakter" (K). At kapag ang isang tao ay may RDK na—madali nang matututo at maaabot ang mataas na libel ng "indibidwalidad" (I). Ang indibidwalidad ay kapasidad ng isang tao na mag-isip at gumawa ng maraming produktibong bagay—nang madalian—na hindi kayang gawin ng balana. Para maturing na "indibidwal" ang isang tao, dapat ay mayroon siyang tatlong klase ng abilidad/kompetensiya: a) "kasanayan" (*skill competency*) sa pagresolba ng problema; b) "pamamaraan" (*method competency*) na iba't iba ang uri sa pagresolba ng problema, at k) "pakikisalamuha" (*social competency*) sa kapwa-tao, upang madaling makahingi ng tulong sa iba. Tunghan sa ibaba ang dagdag na paliwanag ukol sa RDKI:

1. **Reberensiya (R).** Ang "Reberensiya" (R) ay isang wagas na damdamin ng pagkilala, paggalang, pagmamahal at pagkatakot sa Panginoon. Ang "R" ang pinaka-importanteng ugali na dapat matutunan ng tao. Kapag ang tao ay may "R," hindi siya susuway sa utos ng Diyos. Kabutihan lang ang kanyang gagawin at kailanman ay di siya gagawa ng masama. Kapag may "R" ang isang tao ay madali niyang matutuhan ang iba pang etiko-moral na katangian, kagaya ng: *discipline; character; individuality; righteousness; justice; fairness; humility; honesty; integrity;* **respect; love; empathy; compassion;** *loyalty; faithfulness; diligence; industry; patience;* at marami pang iba. [601] Nota: Ang etiko-moral na katangiang: *respect* (R), *love* (L), *empathy* (E) at *compassion* (C)—may daglat na "RLEC"—ay idiniin dito, bilang "core values" na dapat sundin ng isang propesyonal, lalo na sa "health/social services."

2. **Disiplina (D).** Ang "Disipilna" (D) ay isang nakasanayang kondisyon sa pagsunod sa tamang kautusan ng isang umiiral na batas o sistema para maging maayos ang relasyon ng mga membro, halimbawa sa: pamilya, paaralan, komunidad, pribadong ahensiya, at maging sa iba't ibang sangay ng gobyerno. Ang pormasyon ng tama at mabuting "D" ay tantong kritikal mula sa pagkabata. Kapag ang tama at mabuting "D" ay natutuhan ng tao simula pagkabata—at napatanim sa isip, puso, at kaluluwa—tiyak na "puro tama" lang ang kanyang gagawin. Magkakaroon siya ng sariling ambisyon at pagsisikap upang umunlad sa buhay.

Sa ngayon, ang pormasyon ng tama at mabuting "D" ay hindi madali. Nawili na kasi ang mamamayan sa

---

599 Sinulat: July 25, 2007.

600 *Reberensiya, disiplina, karakter* at *indibidualidad* ang "ubod" (core) ng kahalagahang-etiko-moral, na isinusulong ng awtor, para sa pundasyon ng lantay na moralidad.

601 Sa Ingles isinulat ang mga nabanggit na katangian dahil sa mahaba ang translasyon sa Filipino.

nakamulatang korap na lipunan. Para maging mabilis ang pagporma at pagbago sa "D" ng mga Pilipino—dapat ay maging "mas mabagsik" ang pagpapatupad sa lahat ng regulasyon. Sa libel ng pamilya, kailangan sigurong ibalik ang "papat na pamalo," kung hindi na mapasunod sa pangaral ang mga anak. Sa kaso ng pamahalaan, marapat lamang na ibalik ang parusang "bitay." Marapat na bitayin ang sinumang lider na mahuling nagnanakaw sa kabangyaman ng bansa. Lipulin ang lahat ng taong masasama. Ipatupad ang hustisya nang parehas at walang kinikilingan! Kasabay nito, ipagawa nang mabilisan ang mga importanteng programa ng pamahalaan, katulad ng: paglaban sa korapsyon, kriminalidad, droga; reporma sa lupa; suporta sa manggagawa, at pagtatayo ng impraestraktura. Higit sa lahat, ang mga lider ay dapat turuan ng tamang "D," para tularan ng mamamayan.

3. **Karakter (K).** Ang paghubog sa tama at mabuting "K" ay simula rin sa pagkabata. Kasabihan ng mga matatanda: *"Ang kahoy na liko't baliktot, hutukin habang malambot; kung lumaki at tumayog, mahirap na ang paghutok!"* Ang tahanan at paaralan ay pangunahing lugar sa paghubog ng "K" sa kabataan. Dapat na maging seryoso ang mga magulang at guro sa pagtuturo sa mga bata ng tama at mabuting "K." Kung kailangan ay ibalik ang "patpat" sa kamay ng mga magulang at guro, basta gamitin lamang nang maayos. Istriktong ituro at siguruhin na tama at mabuti ang "K" ng susunod na saling-lahi. Bigyang-diin sa mga paaralan ang "value formation." At higit sa lahat, ang magulang at guro mismo ang dapat maunang magpakita ng tamang "K" para sila ay maging huwaran ng mga kabataan.

4. **Individualidad (I).** Ang kakayanan ng isang tao na mag-isip at gumawa ng mga bagay na produktibo—na di ordinaryong nagagawa ng marami—ay tinatawag na "Individualidad" (I). Ang mga paaralan, komunidad at pamahalaan ay malaki ang magagawa sa paghubog sa tamang "I" ng bata. Ang mga batang may likas na talino ay dapat gastusan ng pamahalaan upang matuto ng "SMS Competencies," na: "skill" o *kasanayan*; "method" o *pamamaraan*; at, "social" o *pakikisalamuha*, upang maabot agad ang mataas na libel ng "Individwalidad."

Ang kakayahan sa siyensya ay depende sa mataas na "I" ng tao. Sa bansang Japan, binibigyang-diin sa lahat ng kategorya ng edukasyon ang tamang paghubog sa kabataan ng reberensiya, disiplina, karakter at indibidwalidad. [602] Ang tradisyunal na kaugaliang-moral, gaya ng: kasipagan, pagpupunyagi, mabuting pakikipag-kapwa at paggalang sa magulang ay maagang ipinupunla sa kaisipan ng mga batang Hapon. "Individwalidad" ang sekreto ng mga Hapon kaya sila ay lubhang produktibo. Nang dahil sa "I," pamuli silang nakabangon (sa loob lamang ng 30-taon), matapos na lupigin ng mga Amerikano sa Ikalawang Digmaang Pandaigdig noong 1945.

602   Tokutake, Y. <u>Education in Japan</u>. Tokyo, Japan. Foreign Press Center/Japan. 1988

VII. EPIGRAPHIC EXPRESSIONS

I was a big star high up above! But, heavens decided that I could only have ONE: "my son or my career?" **And, I chose my son!**

. . . **Marcelino D. Catahan**

Written: 1987-2008. The following is a collection of "epigraphic expressions" in Education that can be used to indicate the leading ideas or themes when placed at the beginning of a book, chapter, or the like. An epigraph is a pertinent quotation— or, an original concept by an author—not underlined, and not appearing in quotation marks. When an epigraph heads a whole paper, its format is like a dedication appearing solo on one page. An epigraph is blocked on the right half, or two-thirds of the page, with at least 10x space from the top portion of the paper. The writer's name is typed flush to the right in uppercase and lowercase Roman, followed by underlined title of the work cited. The exact location of the quotation—from where it was taken or adopted—does not appear, and epigraph is not footnoted.

1. "Education is Life"

John Dewey says, "Education is Life." Therefore, the Educator is the *heart* and *mind* of life's existence.

2. Teaching Curriculum Defined

A school teaching curriculum is a planned *skill-teaching guide* (STG), and a planned *skill-learning guide* (SLG) designed to facilitate teaching and learning of productive skills.

3. Teaching Curriculum—A Human Regulator

In some ways, school teaching curriculum is analogous to the Bible or Koran. It regulates the lives of learners to realize their dreams.

4. Classrom Teachers as Curriculum Developers

The classroom teachers are the best curriculum developers in their respective school departments. They possess the *skill, method* and *social* (SMS) *competencies*, prescribed to be taught from the curriculum.

5. Main Duties of a Perfet/ Ideal Educator

The main duties of a perfect and ideal educator are to: *plan; organize; implement; monitor; control*, and *evaluate* (POIMCE) the prescribed skill-training programs.

6. Characteristics of a Perfect/ Ideal Educator

An ideal educator is simply characterized as: An *expert human motivator;* and a *model follower.*

7. A Teacher must be Competent

The ultimate success in molding the exemplary *reverence, discipline, character,* and *individuality* (RDCI) of the youth depends to great extent on the *skill, method* and *social* (SMS) *competencies* of the teachers.

8. The RDCI Concept in Education

A child first learns "reverence" (R) for God—from reverent parents,. teachers and community members. A reverent child knows what is right or wrong; develops "discipline" (D) to do *right* things only. A child with "RD" easily learns best ethical moral "character" (C) by heart. With the "RDC," a child very easily achieves "individuality" (I) as a person, i.e. able to do productive things, which are not done normally by everybody. RDCI are the four core values that *must* be taught to children, starting from home up to university levels.

9. <u>On Teacher's Effectiveness</u>

If all students did not learn from the day's lesson—the teacher did not teach. If one student did not learn—the teacher is not effective. If all students learn the planned skills for the day, the teacher is effective and productive!

10. <u>Of Planning and Organizing</u>

An expert educator is an extra-ordinary teacher; yet, he/she will still need management skills in planning and organizing, before implementing a particular skills-training program.

11. <u>On Lesson Planning</u>

In teaching, Lesson Planning is indispensable. Your daily skill lesson plan however, does *not* need to be too sophisticated. *Keep it short and simple* (KISS)!

12. <u>On Lesson Presentation</u>

A lesson, when delivered with no speech techniques, is like a *lullaby song* that puts the students to sleep!

13. <u>On Lesson Presentation Technique</u>

When presenting or summarizing any subject during instructions, be sure to teach all the points in a *coherent, simple, clear,* and *effective* (CSCE) manner.

14. <u>On Questioning Technique</u>

In actual teaching, questioning technique is an "art." It is a very effective tool to use in discovering and reaching out the hidden levels of learners' inherent competencies.

15. <u>On Learning Distractions</u>

Teacher's awkward mannerisms in speaking, writing and behaving during daily lesson delivery, distracts the *contact, interest* and *attention* (CIA) of learners; thus, impeding the learning process.

16. <u>On Training Media</u>

Training media is like a vitamin supplement. It hastens learning and developmental growths of teachers and learners.

17. <u>Different Learning Outcomes</u>

Verily, somebody can learn from somebody. Somebody can learn too, from everybody. But, *not* everybody can learn from somebody.

18. <u>Of Reinforced Learning</u>

In actual teaching, there are two extremes we normally associate our memories in order to remember our students. We always remember the *best ones* and the *bad ones.* The same principle applies in learning. Would you like to be remembered as a *"bad"* educator?

19. <u>Pre-requisite in Guiding and Counseling</u>

Before counseling or advising your student, consider *first* his/her psychological and emotional status.

20. <u>On Problem Student</u>

Devote more time to talk to him. Understand him. Give him more responsibilities. Be patient. Give him more follow-up advices. Give him more *respect, love, empathy* and *compassion* (RLEC). Then, develop his competencies and build him up!

21. <u>Competencies of Guidance Counsellor</u>

A counsellor who possesses the vital *skill, method* and *social* (SMS) *competencies* will not spend much time in "re-forming" any students.

22. <u>Of Measurement and Evaluation</u>

In any form of skill education and training program, the most valid and reliable form of measurement system is, *students' performance.*

23. <u>Written vs. Performance Test</u>

The written test requires only a telling-answer. The performance test gets *a doing-answer!*

24. <u>Lesson Review/Summary/Reinforcement</u>

The three final stages in lesson deliveries are: *review; summary* and *reinforcement.* Review recalls and reorganizes the vital *theories, ideas, principles* and *concepts* (TIPC) that were discussed in previous lesson. Summary re-emphasize vital TIPC. Reinforcement deposits the valuable TIPC into the permanent memory of learners for lasting productive use!

25. <u>On Evaluation of Teaching-Learning</u>

If learners did not learn in one session: the teacher *did not teach.* If learners did not learn in 5x session: the teacher *lacks* skill, method, and social (SMS) competencies." If all learners did not learn in 10x session, the teacher's diploma is *fake!*

26. <u>Touching the Heart First</u>

In any form of human resource development and administration, the logical approch is—touch the hearts of the people *first,* and their minds later on!

27. <u>Most Important Resource</u>

In any form of organization, the most important resource is: people. *People can crown you with thorns! People can crown you with honors!*

28. <u>About Evolution of Life</u>

At present, the world is too much advanced, and totally complicated. Technology today is *not* the same technology tomorrow. Life evolves. *We, too, must evolve!*

29. <u>On Self-Development</u>

If you dedicate all efforts to the process of self-development, you can make things *changed*—which, you never thought you could!

30. <u>Regarding Skill Demand</u>

If the demand is greater in one particular skill, we have to produce more qualified manpower for that area—and, vice-versa.

31. <u>Of Dreams and Reality</u>

If you can not reach the stars, make the best out of the situation here on this planet Earth.

32. <u>An Upshot of Friendliness and Hospitality</u>

Verily, corruption in private and public sectors of Philippine life, is an upshot of the *friendly* and *hospitable* traits, native to the Filipino people.

33. <u>Corruption—an Indicator</u>

Corruption is a *marked indicator* of the low ethico-moral values that people in a particular country have.

34. <u>On Economic and Political Situations</u>

Economically, the Philippines is going down the drains and is now experiencing significant fiscal crisis. Politically, the Filipino society is in serious conflicts within themselves.

35. <u>A Concept in Government Budgeting</u>

The Government budgeting is not only estimating the amount of money received, or the money allotted for various developmental projects. In the Philippine financial management, there is more to budgeting, i.e.: *"eliminating"* graft and corruptions!

36. <u>There is a Price for Everything</u>

To enjoy life fully, we must attain a high level of development in areas of health and socio-economic considerations. Health and socio-economic progress does not just come handily—similar to miracles. *We must work hardest to achieve it!*

37. <u>Ignorance vs. Illiteracy</u>

People living in the wealthy part of the First-World countries are often *ignorant* of the rights of illiterate people of the Third-World.

38. <u>On Planning the Family</u>

Today, the Biblical message, i.e.: "Go forth and multiply" is no longer applicable. It is now replaced with: "Go forth and plan your family!" For, the worst sin a couple can do now is to have a large number of children, whom they cannot give the five basic necessities in life, i.e.: clothing, shelter, education, love and food (CSELF).

39. <u>On Measure of Personal Legacy</u>

We are all passersby! The depth of the footprints we left behind, *determines*—the manner we'd lived; and, the way we'd died!

40. <u>On the Bayanihan Spirit</u>

A piece of "tinting" (dried stem of coconut leaf) can serve simply as a toothpick for cleaning human teeth. However, when two hundred pieces of 'tinting' are bound together *in union*—to form a traditional broom or "walis"—they could be utilized productively for environmental and household sanitations!

41. Philippine "Modern Heroes"

The Overseas Filipino Workers (OFW) are called *modern heroes* at the present time. They are honored for their strength, courage and ability to earn money abroad for their families (and, also for the corrupt national political leaders?).

TUNGKOL SA MAY AKDA

Si Marcelino D. Catahan (Lino) ay isang tao na may "sariling-kayod" sa pagdulang ng karunungan at kaunlaran sa buhay. Siya ay pang-apat sa labing-isang anak (9x babae at 2x lalaki) ng isang magsasaka sa nayon ng Sumacab, Cabanatuan, Nueva Ecija. Sinuportahan ni Lino ang kanyang sarili—mula sa high school, kolehiyo, at hanggang sa matapos ang "post graduate studies."

Si Lino ay isang iskolar mula sa high school hanggang kolehiyo. Nakatapos siya ng titulong "Bachelor of Science in Industrial Education" (BSIE) sa Technological Institute of the Philippines (TIP), Manila noong 1965. At habang nagtatrabaho, bilang OFW, sa   ibang bansa, ipinagpatuloy niya ang pag-aaral. Natapos niya ang titulong "Master of Education (M.Ed) noong May 1992. At noong November 1992, iginawad sa kanya ang titulong "Doctor of Philosophy" (Ph.D-Educational Administration) ng Pacific Western University, LA, CA, USA—sa edad na limampu at apat na taon.

Si Lino ay nagturo sa Manila Public Secondary Schools (1966-1974). Noong 1975-1980, siya ay naging *mechanical instructor/training coordinator* sa "Plant & Transport Authority" sa Papua New Guinea (PNG). Ang pagnanasa niyang makaipon ng pera ay dahilan sa dalawang "special sons" (si Vince na *autistic*, at si Mao na *schizophrenic*). Kailangan niya ng malaking halaga para maipagamot ang dalawang anak. Noon 1980, idinala niya ang buong pamilya (asawa at anim na anak) sa California, USA. Ipinagamot niya ang dalawang anak sa Stanford Medical Hospital sa Palo Alto, CA. Subalit ang bisa ng agham ay mayroong ding limitasyon. Ang sakit ng dalawang anak ay hindi rin napagaling. Noong July 1981, pinabalik niya ang pamilya sa Manila at siya ay nagtrabaho sa Leyland Motors ng Sydney, Australia bilang isang *quality controller*. Umuwi siya sa Pilipinas matapos ang limang buwan. Hindi niya masikmura ang diskriminasyon na naranasan.

Noong 1982-1984, si Lino ay naging *supervisor/instructor* sa "Cooperative for American Relief Everywhere" (CARE-Somalia). Mahigit na 12 taon siyang nagtrabaho sa iba't ibang bansa sa kontinente ng Africa. Siya ay naging *technical consultant* sa ILO-Malawi (1986-1988); at, *curricula/in-service training adviser/assistant training director* sa "Vocational Training Center Namibia" (VTCN) noong 1989-1992.

Noong 1993-1994, kinuha si Lino ng UNICEF-Somalia bilang *education consultant*. Sa loob ng isang taon, muli niyang binuksan ang Primary Education System ng Somalia na nahinto nang mahigit 10-taon dahilan sa giyera-sibil. Dahil delikado at giyera pa noon sa Sumalia, minarapat niya na lumipat sa UNICEF-Mozambique bilang *education consultant* noong 1994. Sa tiyempong ito, naglason ang "schizophrenic son" niya (si Mao), kaya't napilitan siyang umuwi sa Pilipinas. Aniya: "Gusto Kong Maging Ama!"

Mahigit na tatlong taon ang itinuon ni Lino sa pagpapagamot kay Mao sa iba't ibang ospital sa National Capital Region. Noong 1997, bumalik siya sa pagtuturo, bilang *social science professor* ng AMA Computer University, Sta. Mesa, Manila at DLSU-College of St. Benilde, Taft Avenue, Manila. Nag-retiro siya sa pagtuturo noong 2004.

Ang matagumpay na pagbubukas ni Lino sa Primary Education System ng Somalia ay isang "exemplary achievement" na itinuring ng TIP. Binigyan siya ng "Award of Distinction" bilang isa sa "20-Most Outstanding Alumni" noong "50th Anniversary Celebration," February 11, 2012.